GIÁO HỘI PHẬT GIÁO VIỆT NAM THỐNG NHẤT

KỶ YẾU

ĐẠI HỘI

HỘI ĐỒNG HOẰNG PHÁP

LẦN THỨ NHẤT

HỘI ĐỒNG HOẰNG PHÁP

PL 2565 - DL 2022

————————KỶ YẾU————————
ĐẠI HỘI HỘI ĐỒNG HOẰNG PHÁP

Chủ trương : Hội Đồng Hoằng Pháp
Thực hiện : Ban Báo chí & Xuất bản
Cố vấn : HT Thích Như Điển
Điều hành : TT Thích Nguyên Tạng
Biên tập : Tâm Huy, Tâm Quang, Nguyên Đạo
Sửa bản in : Tâm Thường Định, Thanh Phi
Trình bày : Quảng Pháp, Nhuận Pháp

ISBN: 979-8-88666-025-8

THÀNH KÍNH TƯỞNG NIỆM
LỊCH ĐẠI TỔ SƯ TRUYỀN THỪA
PHẬT GIÁO VIỆT NAM

MỤC LỤC

LỜI THƯA VÀ CẢM TẠ

❀ THÍCH NHƯ ĐIỂN

Tháng 5 năm 2021, Hội Đồng Hoằng Pháp đã được thành lập. Thông Bạch số 10 ký tên Bỉnh Pháp Tỳ Kheo Thích Tuệ Sỹ xác định vai trò của Hội Đồng Hoằng Pháp trong giai đoạn mới của lịch sử Phật Giáo Việt Nam như sau:

"Trong một bối cảnh xã hội có thể diễn ra, tám muôn bốn nghìn pháp uẩn mà Đức Thế Tôn đã truyền dạy cần được diễn giải như thế nào, bằng các phương tiện và kỹ thuật hiện đại như thế nào, để các thế hệ tương lai có thể tiếp thu và hành trì một cách có hiệu quả, vì lợi ích và an lạc của các cộng đồng dân tộc, trong một thế giới hòa bình, bao dung và nhân ái…"

Đồng thao thức tâm nguyện ấy nên vào tháng 5 năm 2021, chư Tôn Đức Tăng Ni và các Cư sĩ tại các châu lục: Canada, Hoa Kỳ, châu Âu, châu Úc, Tân-Tây-Lan qua một hội nghị đặc biệt trực tuyến đã đồng thanh thỉnh cử thành lập Hội Đồng Hoằng Pháp. Từ ngày ấy, cơ cấu Hội Đồng Hoằng Pháp gồm có 4 Ban: Ban Phiên dịch & Trước tác, Ban Truyền bá Giáo lý, Ban Báo chí & Xuất bản, Ban Bảo trợ đã được thành hình và dần dần đi vào hoạt động. Để giới thiệu rộng rãi đến quần chúng Phật tử khắp nơi cũng như thu thập thêm ý kiến về những nhu cầu học Phật bức thiết của Phật tử mọi giới, mọi lứa tuổi trong thời đại mới, nên vào ngày 27 tháng 11 năm 2021 Hội Đồng Hoằng Pháp đã tổ chức Đại hội HĐHP lần thứ nhất trên không gian mạng qua hệ thống ZOOM. Tuy là lần đầu tiên nhưng Đại hội đã thành công viên mãn với tổng số lượng người tham dự là 441 đại biểu và thành viên từ 19 quốc gia khác nhau trên khắp thế giới. Đại hội đã lắng nghe hai diễn giả thuyết trình viên là Hòa thượng Thích Tuệ Sỹ và Giáo sư Trí Siêu Lê Mạnh Thát trình bày về việc Phiên Dịch Đại Tạng Kinh Điển Việt ngữ, trước nhu cầu học hỏi nghiên cứu của Phật tử cũng như mọi giới học thuật hàn lâm. Đại hội đã đồng thuận để nghị

của Hòa thượng Cố Vấn Thích Tuệ Sỹ thành lập Hội Đồng Phiên Dịch Tam Tạng Lâm Thời, nối tiếp tâm nguyện của 18 vị Trưởng lão Hòa thượng đã vạch ra vào năm 1973, tiếp nối công trình Việt dịch toàn bộ Tam Tạng Kinh Điển mà chư Thánh Tăng của GHPGVNTN đã từng hoài bão.

Nhân đây, chúng con đặc biệt niệm ân nhị vị Trưởng lão Hòa thượng Thích Huyền Tôn (Melbourne) Úc Châu, Trưởng lão Hòa thượng Thích Thắng Hoan (San Jose) Hoa Kỳ đã hoan hỷ chứng minh cho Đại hội. Đồng thời chúng con/chúng tôi cũng xin niệm ân, trước là nhị vị thuyết trình viên, sau là tất cả chư Tôn Đức Tăng Ni, Phật tử cũng như chư thức giả bốn phương đã quang lâm tham dự Đại hội HĐHP trên không gian ảo. Đặc biệt cũng xin cám ơn chư Tăng Ni và Phật Tử đã bỏ rất nhiều công sức và tâm huyết để góp tay tổ chức Đại hội được thành công tốt đẹp. Hy vọng trong tương lai chúng ta sẽ có nhiều cơ hội để gặp nhau như thế này trong tình đạo vị những người con Phật.

Tập Kỷ yếu Đại hội này ra đời nhằm ghi lại phần diễn tiến và kết quả của Đại hội Hội Đồng Hoằng Pháp lần thứ nhất trực tuyến vào tháng 11 năm 2021.

Nam Mô Hoan Hỷ Tạng Bồ Tát Ma Ha Tát tác đại chứng minh.

Chánh Thư Ký HĐHP
Thích Như Điển

GIÁO HỘI PHẬT GIÁO VIỆT NAM THỐNG NHẤT
VIỆN TĂNG THỐNG
VĂN PHÒNG VIỆN TĂNG THỐNG

Phật lịch 2565   Số 11/VTT/VP

Tuế thứ Tân Sửu; ngày 3 tháng 12 năm 2021

THÔNG BẠCH
v/v Thành lập Hội Đồng Phiên Dịch Tam Tạng Lâm Thời

Kể từ khi Bánh xe Chánh Pháp được vận chuyển lần đầu tiên tại Vườn Nai, từ đó giáo pháp từ bi và trí tuệ dần dần lan tỏa trong mọi tầng lớp xã hội, trong nhiều phương vực khác nhau, với nhiều sắc thái dân tộc và ngôn ngữ khác nhau. Để cho tất cả mọi giai tầng xã hội, từ thượng lưu trí thức cho đến những hạng bần cùng khốn khó, thất học, cũng bình đẳng thọ hưởng hương vị tịnh lạc giải thoát, Đức Thế Tôn đã khuyến khích, hãy để cho mọi người được nghe và tu học Chánh Pháp theo ngôn ngữ địa phương của chính mình.

Sau ngày Đức Thích Tôn nhập diệt không lâu, 500 Thánh giả A-la-hán cũng vân tập về thành Vương Xá, kết tập Pháp và Luật mà Thế Tôn đã tuyên thuyết trong suốt 45 năm. Từ ngôn ngữ phương vực Ma-kiệt-đà, giáo pháp được truyền bá đến nhiều phương vực trong nhiều ngôn ngữ khác nhau.

Sau ngày Phật nhập Niết-bàn trên dưới sáu thế kỷ, giáo pháp được truyền dẫn về phía Đông, Việt Nam và Trung Quốc. Sự nghiệp hoằng hóa đầu tiên cũng chính là sự nghiệp phiên dịch Tam tạng Thánh giáo từ Phạn sang Hán. Văn tự Hán bấy giờ được xem là văn tự tiện lợi trong quan hệ giữa các dân tộc; cũng dùng chung một loại hình văn tự nhưng mỗi dân tộc đọc và hiểu theo ngôn ngữ truyền thống của dân tộc mình. Chính vì vậy, từ Việt Nam, nơi mà từ thế kỷ thứ nhất Tây lịch, Phật giáo đã phát triển đến một trình độ nhất định với nhiều kinh điển được phiên dịch, nhiều tự viện được xây dựng, từ đất nước này Khương Tăng Hội đã mang Chánh Pháp vào Giang Tả dưới thời Ngô Tôn Quyền; Ngài được xem là một trong những vị đầu tiên du nhập Phật giáo vào Trung Quốc.

Từ đó, trải qua trên 15 thế kỷ, Tam Tạng Thánh giáo lần lượt được phiên dịch, bao gồm đủ cả ba hệ giáo nghĩa chính thống: Thanh văn Tạng gọi chung

cho Nguyên thủy và Bộ phái, Đại thừa Bồ tát tạng, và Mật tạng tức hệ Kim cang thừa Tây Tạng về sau. Lịch sử hình thành Tam tạng Thánh giáo qua hệ Hán văn là công trình cống hiến của nhiều dân tộc khác nhau: các Phạn tăng từ bản quốc Ấn Độ, nhiều vị khác từ các nước Tây Vực và Việt Nam.

Thành quả trải qua trên 15 thế kỷ này cho đến những năm đầu của thế kỷ XX được tập đại thành bởi người Nhật dưới triều Thiên hoàng Đại Chánh năm thứ 12 (1922), được mệnh danh là Đại Chánh Tân tu Đại tạng kinh, 100 tập. Tập Đại thành Tam tạng Thánh giáo này ngày nay được xem là chuẩn mực hàn lâm cho các giới nghiên cứu và tu học Phật pháp.

Việt Nam tuy đã trải qua trên dưới hai nghìn năm lịch sử truyền thừa, nhưng chưa có một bản dịch Tam tạng Thánh giáo bằng tiếng Việt phổ thông từ văn hệ Hán vốn là văn hệ chung cho các nước Phật giáo Đông Á như Trung Hoa, Việt Nam, Triều Tiên và Nhật Bản. Nhưng Hán văn trong Tam tạng Thánh giáo thuộc loại Hán cổ, đặc biệt là Hán văn Phật giáo có nhiều điểm bất đồng với các Kinh thư Khổng và Lão. Vì vậy, ngày nay để phổ cập giáo nghĩa từ Đại tạng kinh, người Hoa cũng cần phiên dịch thành Hoa văn bạch thoại. Việt Nam, trước đây, trễ lắm cũng từ thời Trần, nhiều bản Kinh quan trọng cũng đã được dịch thành tiếng Việt phổ thông phổ biến dưới dạng chữ Nôm.

Kể từ thời Pháp thuộc, ký hiệu mẫu tự La-tinh thay thế chữ Nôm. Nhiều bản dịch cổ viết bằng chữ Nôm cũng cần chuyển thành ký tự La-tinh để phổ biến.

Trong tình hình thay đổi hệ chữ viết, một bộ Đại tạng kinh được phiên dịch đầy đủ thành tiếng Việt phổ thông qua ký tự La-tinh cần được thực hiện, làm phương tiện cho bốn chúng đệ tử tham cứu để học tập và hành trì; đồng thời một bản dịch hội đủ tiêu chuẩn hàn lâm như được phổ biến trong nhiều ngôn ngữ khác nhau trên thế giới, giúp các bậc thức giả tìm thấy trong đó những giá trị đã góp phần hình thành truyền thống văn hóa Việt Nam, và cũng tìm thấy những giải pháp thích hợp điều hòa những mâu thuẫn xã hội, những biện pháp tích cực hỗ trợ phát triển giáo dục, văn hóa, kinh tế, xã hội.

Ý thức được giá trị tất yếu này, chư Tôn Trưởng lão trong Hội đồng Giáo phẩm Trung ương, Viện Tăng Thống GHPGVNTN, tháng 10 năm 1973 đã quyết định lập Hội đồng Phiên dịch Tam tạng với các thành viên tiên khởi 10 vị, sau đó bổ sung thêm 8 vị.

Trong các phiên họp của Hội đồng được tổ chức tại Viện Đại học Vạn Hạnh vào các ngày từ 20-22, tháng 10 năm 1973, quy định chi tiết các điều kiện thành viên, thể lệ phiên dịch và kiểm duyệt (chứng nghĩa và chuyết văn), phương tiện ấn hành và phổ biến; đồng thời cũng lập dự án xây dựng một cơ sở Pháp bảo viện làm cơ sở cho các hoạt động phiên dịch và nghiên cứu. Các chi tiết như đã được công bố và gởi đến các vị đại biểu cùng quan khách trong dịp Đại hội Hội Đồng Hoằng Pháp lần thứ nhất ngày 27/11/2021 vừa qua.

Hội nghị được thành lập và phân công dịch thuật sơ khởi, nhưng chỉ một năm sau mọi sự đều thay đổi. Từ đó cho đến nay, qua 50 năm đất nước hòa bình và thống nhất, nhưng chưa một công trình phiên dịch nào được phổ biến xứng đáng là thành quả mà Hội đồng Phiên dịch Tam tạng đã đề ra. Cho đến bây giờ trong 18 thành viên đầu tiên ấy, chư Trưởng lão đã lần lượt viên tịch chỉ còn lại 2 vị: Hòa thượng Trưởng lão Thích Thanh Từ trong tình trạng vô ngôn và Hòa thượng Thích Tuệ Sỹ.

Để cho tâm nguyện của các bậc Sư Trưởng, chư vị Tôn túc đã một thời bằng trí tuệ và dũng lược, đã khéo léo dẫn đạo Phật giáo Việt Nam qua những giai đoạn cam go, đen tối nhất trong lịch sử truyền thừa; để cho ngọn đèn Chánh Pháp sáng ngời từ Tam tạng Thánh giáo được kế thừa liên tục cho đến suốt dòng lịch sử của Dân tộc và Đạo pháp;

Thiểm tăng Tuệ Sỹ được ân đức Chư tôn Trưởng lão cho dự phần công quả; trong sứ mệnh được di chúc bởi đức Đệ Ngũ Tăng Thống Thích Quảng Độ, nguyên Tổng Thư Ký Hội Đồng Phiên Dịch Tam Tạng trực thuộc Hội đồng Giáo phẩm Trung ương Viện Tăng Thống GHPGVNTN; và đồng thời được sự nhất trí tán thành của Chư Tôn Đức đang hoằng hóa tại các châu lục, Việt Nam và Hải ngoại, căn cứ thành quả của Đại hội Hội Đồng Hoằng Pháp kỳ I, nay quyết định thành lập

HỘI ĐỒNG PHIÊN DỊCH TAM TẠNG LÂM THỜI

Cố vấn : Giáo sư Trí Siêu Lê Mạnh Thát

Chủ tịch : Hòa thượng Thích Tuệ Sỹ

Chánh Thư ký : Hòa thượng Thích Như Điển

Phó Thư ký quốc nội : Hòa thượng Thích Thái Hòa

Phó Thư ký hải ngoại : Hòa thượng Thích Nguyên Siêu

Những thành viên khác sẽ được thỉnh cử sau.

Liên lạc:

Văn Phòng hải ngoại: Chùa Viên Giác, Hannover Đức quốc,
Email: hdpdlt.vp@gmail.com.

Văn Phòng quốc nội: Chùa Phật Ân, Long Thành tỉnh Đồng Nai.

Đây không phải là Hội đồng mới mẻ được thành lập, mà chỉ là sự kế thừa Hội đồng Phiên dịch Tam tạng được thành lập bởi quyết định của Hội đồng Giáo phẩm Trung ương, Viện Tăng Thống GHPGVNTN, tháng 10 năm 1973.

Hiện tại tuy với phương tiện truyền thông nhạy bén và các quan hệ quốc tế với các quốc gia Phật giáo được gắn bó, nhưng xét vì chưa có ai về công hạnh tu trì cũng như văn huệ và tư huệ khả dĩ sánh ngang với chư Tôn túc Trưởng lão, do đó chỉ có thể thành lập Hội đồng Lâm thời để kế thừa. Cho đến khi nào trình độ tu học được nâng cao, đủ để xác định tín tâm trong hàng bốn chúng đệ tử, bấy giờ một Hội đồng Phiên dịch Tam tạng chính thức sẽ được thành lập để hoàn tất, duy trì và phát huy những điều mà Thầy Tổ đã định hướng.

Đây là phận sự chung của Chư Tôn Trưởng lão, Chư Hòa thượng, Thượng tọa, Đại đức Tăng-già nhị bộ, của tất cả bốn chúng đệ tử, không chỉ riêng một tông môn, hệ phái riêng biệt nào. Chúng đệ tử Phật Việt Nam, trong nước cũng như ngoài nước, cùng chung một huyết thống tổ tiên, cùng tôn thờ một Đức Đạo Sư, hãy cùng hòa hiệp như nước với sữa, thì ở trong Phật pháp mới có sự tăng ích và an lạc. Hãy quên đi những bất đồng quá khứ và hiện tại trong các hoạt động Phật sự, hãy quên đi những lỗi lầm của người này hay người kia, cùng hòa hiệp nhất trí hoằng dương Chánh Pháp trên cơ sở giáo nghĩa được lưu truyền trong Tam tạng Thánh giáo, để không phụ công ơn tài bồi của các Sư Trưởng; công đức hy sinh vô úy của chư vị Tăng Ni, Phật tử, vì sự trong sáng của Chánh Pháp, vì sự thanh tịnh và hòa hiệp của Tăng già, đã tự châm mình làm ngọn đuốc soi đường cho chúng ta ngày nay vững bước trên Thánh đạo.

Cầu nguyện uy đức gia trì của lịch đại Tổ Sư cho sứ mệnh kế thừa được liên tục, cầu nguyện bản thệ của chư Sư Trưởng được kế thừa xứng đáng trong dòng lịch sử Dân tộc và Đạo pháp.

Nay cẩn bạch,
Khâm thừa di chúc
Bình pháp môn hạ,

Thiện thệ tử Thích Tuệ Sỹ

PHẦN I

CÁC VĂN KIỆN & TƯ LIỆU
VỀ VIỆC PHIÊN DỊCH
ĐẠI TẠNG KINH VIỆT NAM

Viện Tăng Thống GHPGVNTN, năm 1973, đã tổ chức hội nghị thành lập Hội đồng Phiên dịch Tam Tạng. Chư Tôn thuộc hàng Giáo Phẩm Trung ương, dưới sự chỉ đạo của Viện Tăng Thống, cùng với sự hỗ trợ của Chư Thượng tọa Đại đức đang phụ trách giáo dục tại các trường Cao đẳng Phật Học và Đại học, đồng vân tập về Viện Đại học Vạn Hạnh để thảo luận cơ cấu tổ chức, chương trình phiên dịch, quy định các quy tắc phiên dịch, phương thức duyệt sách, v.v... cho đến để án xây dựng cơ sở Pháp Bảo Viện làm trụ sở của Hội Đồng Phiên Dịch.

Dự án vĩ đại này không tồn tại lâu, do tình hình chiến sự căng thẳng dẫn đến ngày 30 tháng Tư. Cho đến nay, trong số 18 thành viên của Hội Đồng Phiên Dịch lần lượt viên tịch, chỉ còn duy nhất HT. Thích Thanh Từ trong trạng thái bất hoạt. Tâm nguyện của Thầy Tổ có cơ đứt đoạn.

Những gian nan khổ nhọc trong chiến tranh khói lửa, những úc chế bởi thế lực cường quyền, một thời, Chư Tôn Giả ấy đã viết lên trang sử dày những công trình văn hóa giáo dục, không dày với những đấu tranh bạo lực. Hàng hậu bối, thế hệ tiếp nối, bằng ý chí, bằng tâm đức, bằng trí tuệ, như thế nào để kế thừa di sản cao quý ấy, để phát huy tinh hoa dân tộc ấy?..."

Tâm Thư của Hội Đồng Hoằng Pháp, GHPGVNTN

GIÁO HỘI PHẬT GIÁO VIỆT NAM THỐNG NHẤT
VIỆN TĂNG THỐNG

HỘI NGHỊ TOÀN THỂ HỘI ĐỒNG PHIÊN DỊCH
TAM TẠNG

(tổ chức vào các ngày 20, 21, 22. 10.1973)

BIÊN BẢN

Phiên họp thứ nhất, ngày 20.10.1973
tại Đại học Vạn Hạnh.

Thời gian: từ 16 giờ đến 21g30 ngày 20.10.1973

Địa điểm: Phòng Hội Đồng, Lầu 2, Đại học Vạn Hạnh

Thành phần tham dự:

Hiện diện (12 vị):

- Thượng tọa Trí Tịnh   - Thượng tọa Minh Châu

- Thượng tọa Quảng Độ   - Thượng tọa Thiện Siêu

- Thượng tọa Huyền Vi   - Thượng tọa Trí Thành

- Thượng tọa Huệ Hưng   - Thượng tọa Thuyền Ấn

- Thượng tọa Trí Nghiêm   - Thượng tọa Thiền Tâm

- Thượng tọa Thanh Từ   - Thượng tọa Bửu Huệ

Vắng mặt (6 vị):

- Thượng tọa Trí Quang   - Thượng tọa Nhật Liên

- Thượng tọa Đức Nhuận   - Thượng tọa Trung Quán

- Thượng tọa Đức Tâm   - Đại đức Tuệ Sỹ

Chủ Tọa Đoàn:

- Thượng tọa Trí Tịnh   - Thượng tọa Minh Châu   - Thượng tọa Quảng Độ

A. PHẦN KHAI MẠC

1. <u>Tuyên bố lý do</u>:

Mở đầu, Thượng tọa Trí Tịnh, Trưởng Ban Hội Đồng Phiên dịch mời quý Thượng tọa niệm hồng danh đức Thế Tôn, tiếp đó, Thượng tọa long trọng tuyên bố lý do triệu tập Hội nghị.

Theo Thượng tọa ngay từ khi Hội Đồng Phiên Dịch Tam Tạng được thành lập bởi quyết định của Hội Đồng Giáo Phẩm Trung Ương, Hội Đồng đã liên tiếp tổ chức nhiều phiên họp và hôm nay, Hội nghị được triệu tập là do những kết quả những phiên họp đó.

Nhấn mạnh đến tính cách quan trọng của Hội Nghị, Thượng tọa nói tiếp rằng, vấn đề thành lập một Tam Tạng Việt ngữ là một vấn đề trọng đại và cấp thiết. Vì cho đến bây giờ, chúng ta vẫn chưa có được một Tam Tạng bằng tiếng Việt bên cạnh Tam Tạng của các quốc gia lân cận, mặc dù nền Phật giáo nước nhà không phải là có một lịch sử truyền bá ngắn hơn. Trước đây, tuy rằng vẫn có một số kinh điển được dịch ra tiếng Việt, chúng ta vẫn không thể gọi đó là Tam Tạng Việt ngữ được vì lẽ những bản dịch này, phần lớn, còn có quá nhiều sơ suất. Sự vắng mặt của Tam Tạng Việt ngữ bên cạnh các Tam Tạng Trung Hoa, Cao Miên, Cao Ly, Nhật Bản… như thế là một điều đáng buồn. Hơn nữa, với tình trạng hiện tại, khi mà chữ Hán không còn được thông dụng như trước đây thì sự có mặt của Tam tạng Việt ngữ lại càng mang một ý nghĩa quan trọng và cấp bách hơn trong vấn đề phổ biến giáo lý đức Phật. Ý thức tầm quan trọng đó, Hội nghị được triệu tập với mục đích bàn về những phương thức làm việc để cho Tam Tạng Việt ngữ chóng được hoàn thành. Thượng tọa đã thuật lại hoài bão phiên dịch kinh điển của mình và những khó khăn, những kinh nghiệm đã có trên đường thực hiện đại nguyện này. Thượng tọa ước mong quý Thượng tọa trong Hội Đồng sẽ hoan hỷ làm việc một cách tích cực để Tam Tạng Việt ngữ sớm được hoàn thành.

2. <u>Giới thiệu thành viên của Hội Đồng Phiên Dịch Tam Tạng.</u>

Tiếp đến, Thượng tọa Thích Quảng Độ, Tổng Thư Ký Hội Đồng, giới thiệu các thành viên của Hội Đồng Phiên dịch Tam Tạng. Theo Thượng tọa, cách đây mấy tháng, Hội Đồng Giáo Phẩm Trung ương đã quyết định thành lập Hội Đồng Phiên dịch Tam Tạng và thành viên của Hội đồng gồm 10 vị. Đó là quý Thượng tọa Trí Tịnh, Trí Quang, Minh Châu, Đức Nhuận, Bửu Huệ, Trí Thành, Quảng Độ, Nhật Liên, Thiện Siêu, Huyền Vi, trong đó, Thượng tọa Trí Tịnh làm Trưởng ban, Thượng tọa Minh Châu làm Phó Trưởng ban và Thượng tọa Quảng Độ làm Tổng Thư ký Hội Đồng.

Trong phiên họp ngày 30.7.1973, Hội Đồng Phiên dịch Kinh điển đã quyết định cung thỉnh thêm quý TT Đức Tâm, Huệ Hưng, Thuyền Ấn, Trí Nghiêm, Trung Quán, Thiện Tâm, Thanh Từ và Đại đức Tuệ Sỹ gia nhập Hội Đồng. Như thế, tổng số thành viên của Hội Đồng Phiên dịch Tam Tạng là 18 vị. Buổi họp hôm nay có 12 vị hiện diện và 6 vị vắng mặt.

3. <u>Sơ lược về thể thức làm việc:</u>

<u>TT Minh Châu:</u>

Để xúc tiến công việc, chúng tôi đã nhờ Thư viện Đại học Vạn Hạnh, Phật khoa và chùa Già Lam.

- Thư viện lo phần mục lục những kinh, luật, luận đã dịch, Thư viện Phật học được dành riêng cho quý Thượng tọa tham khảo hay phiên dịch tại chỗ.

- Phật khoa làm biên bản các buổi họp; và quý vị có thể đưa cho Phật khoa đánh máy những dịch phẩm đã dịch xong.

- Chùa Già Lam cử một số chú làm thị giả quý Thượng tọa tại phòng họp.

- Về vấn đề cư trú: Vị nào muốn nghỉ lại Vạn Hạnh hay cần xe cộ di chuyển, xin cho biết để tiện sắp đặt.

- Trong phiên họp trước, Hội Đồng dự định mời quý Thượng tọa hội họp trong 49 ngày, nay vì xét thấy có nhiều bất tiện nên thời gian họp được rút ngắn lại, và mỗi ngày chỉ họp từ 4 giờ chiều đến 10 giờ đêm. Riêng ngày mai, chúng tôi đề nghị họp từ 8 giờ sáng đến 6 giờ chiều.

TT Thiện Siêu:

Xin xác định rằng ở đây chúng ta chỉ bàn đến thể thức làm việc cho Hội nghị này. Vấn đề thể thức phiên dịch sẽ bàn sau. Hội đồng đồng ý.

4. Bầu chủ tọa và thư ký

Hội nghị đồng ý mời TT Trí Tịnh, Minh Châu, Quảng Độ luân phiên làm chủ tọa cho các buổi họp.

B. PHẦN NGHỊ SỰ

Trước khi đi vào phần chính, một số Thượng tọa yêu cầu sửa đổi chương trình nghị sự. Sau một hồi thảo luận, hội nghị chấp thuận chương trình nghị sự như sau:

Chương trình nghị sự

A. PHẦN KHAI MẠC

1) Tuyên bố lý do

2) Giới thiệu thành viên trong Hội đồng Phiên dịch

3) Sơ lược về thể thức làm việc

4) Bầu chủ tọa và thư ký

B. PHẦN NGHỊ SỰ

I) Duyệt xét và bổ túc mục lục kinh điển đã phiên dịch

II) Soạn thảo thư mục kinh điển phải phiên dịch

III) Tổ chức phiên dịch và thể thức phiên dịch

IV) Các vấn đề linh tinh:

1) Thời gian hội nghị

2) Cách thức làm việc

3) Đánh máy, ấn loát

4) Xây cất trụ sở. Vấn đề tài chánh.

I. Duyệt xét và bổ túc mục lục kinh điển đã phiên dịch

Trước khi soạn thảo thư mục kinh điển phải phiên dịch, Hội nghị đọc và bổ túc thư mục những kinh điển đã được chuyển ra Việt ngữ do Ban tổ chức cung cấp. Hội nghị khuyến cáo.

<u>Với những bản dịch có giá trị</u>: Nên duyệt lại trước khi chấp thuận đưa vào Tam Tạng Việt ngữ.

<u>Với những bản dịch thiếu giá trị</u>: Phải dịch lại.

<u>TT Thuyền Ấn</u>:

Xin Hội nghị lưu ý về những bộ luật do Chư Tổ Việt Nam sáng tác. Có nên xếp những tác phẩm này vào Tam Tạng Việt Nam không?

Về điểm này, Đại hội biểu quyết là phải đưa vào đại tạng Việt nếu xét thấy tác phẩm có giá trị.

II. Soạn thảo thư mục phải phiên dịch

<u>TT Minh Châu</u>:

Về thư mục Đại Tạng kinh, chúng tôi xin đại hội lưu ý Phật điển trên thế giới được phân ra làm hai tạng chính và Sanskrit và Pàli, và hai tạng dịch quan trọng nhất là Hán tạng và Tây Tạng tạng.

Trong hoàn cảnh hiện đại, xin Hội nghị chú trọng hai tạng Pàli và Hán. Và như thế, khi dịch chúng ta sẽ chia ra làm hai ban: ban Pàli và ban Hán. Mục lục Pàli khỏi bàn vì quá rõ ràng.

<u>TT Trí Tịnh</u>:

Mục lục Pàli xin nhờ TT Minh Châu như Ngài đã nhận. Bây giờ xin chỉ bàn mục lục Hán tạng.

<u>TT Thuyền Ấn</u>:

Thế giới chia Phật điển thành Tiểu thừa tạng và Đại thừa tạng. Chúng ta có nên làm như thế không?

<u>TT Trí Tịnh</u>:

Không chia Đại, Tiểu thừa. Chúng ta nên theo lối xếp đặt của Hán tạng.

- Hội nghị đồng ý.

Đến đây, vì đã 19 giờ, ban Chú tọa tuyên bố tạm nghỉ và phiên họp sẽ được tiếp tục vào đúng 20 giờ.

(20 giờ: Họp tiếp)

<u>Hiện diện</u>: Ngoài 12 vị đã ghi trên, còn có sự hiện diện của hai Thượng tọa Trí Quang và Đức Nhuận.

<u>TT Trí Tịnh:</u>

Để lập thư mục kinh điển phải phiên dịch, chúng tôi xin đọc mục lục Đại Tạng kinh điển.

Hán tạng chia làm những bộ chính như sau:

1. A Hàm Bộ	2. Bổn Duyên Bộ
3. Bát Nhã Bộ	4. Pháp Hoa Bộ
5. Hoa Nghiêm Bộ	6. Bảo Tích Bộ
7. Niết Bàn bộ	8. Đại Tập Bộ
9. Kinh Tập Bộ	10. Mật Giáo Bộ
11. Luật Bộ	12. Thích Kinh Luận Bộ
13. Tỳ Đàm Bộ	14. Trung Quán Bộ
15. Du Già Bộ	16. Luận Tập Bộ
17. Kinh Sớ Bộ	18. Luật Sớ Bộ
19. Luận Sớ Bộ	20. Chư Tông Bộ
21. Sử Truyện Bộ	22. Sự Vựng Bộ
23. Mục Lục Bộ	24. Cổ Dật Bộ
25. Nghi Tợ Bộ	

<u>TT Trí Quang:</u>

Ở Hán tạng thường có nhiều bản dịch của cùng một bộ kinh. Gặp trường hợp này, nên dịch tất cả hay chỉ chọn bản hay nhất?

<u>TT Trí Tịnh:</u>

Có hai trường hợp:

1) Những bản trùng dịch chỉ có một vài điểm sai biệt không quan trọng: dịch bản hay nhất.

2) Những bản trùng dịch có quá nhiều điểm khác nhau: Bắt buộc phải dịch tất cả.

<u>TT Minh Châu:</u>

Chúng ta không có quyền chọn lựa. Phải dịch tất cả. Vì một bản dịch có thể dở với người này nhưng hay đối với nhiều người khác và ngược lại.

<u>TT Trí Quang:</u>

Ý kiến của hai TT Minh Châu và Trí Tịnh đều hay và có lý riêng. Để dung hòa, tôi xin nhắc lại ý kiến của Lương Khải Siêu, một học giả đi trước chúng ta:

Những bản Hán dịch có thể chia ra làm 3 loại chính:

a. Tòng thư: Về loại này, có thể có một hai phẩm biệt dịch hay hơn trong tòng thư.

b. Chuyên mỹ: Những dịch phẩm có giá trị lớn về văn chương.

c. Định bản: Những bản dịch được phổ cập nhất và thường là được dịch đầu tiên.

Tôi đề nghị dịch hết ba loại đó. Trường hợp phát tâm dịch hết những bản dịch là do bản nguyện riêng của từng người.

TT Minh Châu: Như thế, về A Hàm chẳng hạn, chúng ta chỉ cần dịch:

No   1   Trường A Hàm

No   26   Trung A Hàm

No   125   Tăng Nhất A Hàm

No   15   Tạp A Hàm

của Hán Tạng.

TT Thiện Siêu:

Nên dịch xong bộ này đến bộ khác hay dịch đồng thời mỗi nhóm một bộ theo khả năng riêng.

Cách thứ nhất:

Nhóm A dịch Trường A Hàm, nhóm B dịch Trung A Hàm, C Tạp A Hàm, D Tăng Nhất A Hàm, hay

Cách thứ hai:

Nhóm A dịch A Hàm, B Bát nhã, C Hoa Nghiêm ... ?

TT Trí Tịnh:

Vấn đề đó sẽ nói sau. Xin soạn thảo mục lục trước. Việc này có hai cái lợi:

1. Nếu chúng ta làm chưa xong, đàn hậu tấn sẽ theo đó để làm tiếp.

2. Dễ dàng hơn trong việc hoạch định chương trình và phương tiện ấn loát.

Đại hội đồng ý.

Sau một hồi thảo luận, Hội nghị quyết định soạn thảo ngay mục lục. Trước hết, Hội nghị bàn đến Bộ A Hàm.

Về A Hàm Bộ

Hội nghị đồng ý phải dịch trước những kinh điển sau:

4 Tòng thư:

1. Trường A Hàm của Phật đà Gia xá và Trúc Phật niệm.

2. Trung A Hàm của Cù Đàm Tăng Già Đề Bà

3. Tạp A Hàm của Cầu Na Bạt Đà La

4. Tăng Nhất A Hàm của Cù Đàm Tăng Già Đề Bà.

và bản dịch Tạp A Hàm (thất dịch).

Về Bổn Duyên Bộ

TT Trí Quang:

a) Bổn Duyên Bộ gồm tất cả 67 kinh, không kể những bản biệt dịch, gồm 3 loại chính:

b) Sự tích Phật, Bồ tát trong những tiền kiếp.

c) Những bản trường ca

Những mẩu chuyện đạo giải thích Pháp cú.

Đề nghị nên dịch trước những tác phẩm hay nhất của loại C (Pháp cú), trong đó ưu tiên nhất là các bộ sau:

    1. Pháp cú kinh, 2 quyển

    2. Xuất Diệu kinh, 30 quyển

    3. Pháp cú Thí dụ kinh, 4 quyển

    4. Pháp tập Yếu kinh, 4 quyển

    5. Bi Hoa Kinh, 10 quyển

    6. Phật Sở Hành Tán.

Đại hội chấp thuận.

Về Bát Nhã Bộ

TT Trí Quang:

Về Bát Nhã, nên dịch 3 bộ là đủ:

    1. Đại Bát Nhã, 500 quyển, Huyền Trang

    2. Ma Ha Bát Nhã, La Thập

    3. Kim Cang Bát Nhã, La Thập

Một số Thượng tọa yêu cầu đọc tất cả các tên kinh của Bát Nhã Bộ để Hội nghị chọn thêm. Tuy nhiên, vì vấn đề khá phức tạp và nhất là đã quá khuya (21g30), Ban Chủ Tọa đề nghị quý Thượng tọa về nhà soạn trước mục lục để hôm sau công việc được tiến hành một cách nhanh chóng hơn.

Ban Chủ Tọa mời quý Thượng tọa niệm Phật hồi hướng và kết thúc phiên họp thứ nhất.

Phiên họp kết thúc đúng 21 giờ 30.

Làm tại Saigon, ngày 20 tháng 10 năm 1973

Người lập biên bản   Chủ Tọa đoàn

Thư ký đoàn

HỘI NGHỊ
TOÀN THỂ HỘI ĐỒNG PHIÊN DỊCH TAM TẠNG

BIÊN BẢN
Phiên họp thứ hai

Thời gian: Từ 08 đến 11 giờ 30 ngày 21.10.1973

Địa điểm: Phòng Hội Đồng, Lầu 2, Đại học Vạn Hạnh

Thành phần tham dự:

Hiện diện: 11 vị

Thượng tọa Trí Tịnh, Minh Châu, Quảng Độ, Thiện Siêu, Thuyền Ấn, Trí Thành, Thanh Từ, Bửu Huệ, Thiền Tâm, Huệ Hưng, Trí Nghiêm.

Vắng mặt: 7 vị

Thượng tọa Trí Quang, Đức Nhuận, Huyền Vi, Nhật Liên, Trung Quán, TT Đức Tâm, ĐĐ Tuệ Sỹ.

Chủ tọa đoàn:

TT Trí Tịnh (Chánh), TT Minh Châu (Phó), TT Quảng Độ (Tổng Thư Ký)

Sau khi niệm hồng danh đức Thế Tôn, Hội đồng bàn tiếp về mục lục những kinh điển phiên dịch.

Về Bát Nhã Bộ

TT Thiện Siêu:

Trình bày về những bộ kinh chính yếu của Bát Nhã Bộ. Đề nghị những kinh điển phải phiên dịch như sau:

1. Đại Bát nhã: 500 quyển, Huyền Trang

2. Tiểu phẩm Bát nhã, 10 quyển - La Thập

3. Kim Cang Bát Nhã Ba La mật kinh, 1 quyển – La Thập

4. Nhân vương hộ quốc Bát nhã Ba la mật kinh

5. Phật thuyết nhân vương Bát nhã Ba la mật kinh

Hội đồng đồng ý.

Về Pháp Hoa Bộ

Dịch 3 bản:

1. Diệu pháp Liên hoa kinh, 7 quyển - Quật ba tất đa

2. Chánh pháp Liên hoa kinh

3. Đàm Ma Đà Gia Xá

Về Hoa Nghiêm Bộ

Dịch các bản:

1. Hoa Nghiêm kinh, 80 quyển - Thức xoa Nan đà - Phẩm Phổ Hiền trong Tứ thập Hoa nghiêm của Ngài Bát nhã.

2. Đại Phương Quảng Phổ Hiền Sở thuyết kinh, 1 quyển - Thực xoa Nan đà.

3. Đại phương Quảng Tổng trì Bảo quang minh kinh, 5 quyển – Pháp Thiên.

4. Tín lực Nhật ấn Pháp môn kinh, 5 quyển - Bản Ma lưu chi

5. Đại phương Quảng Hoa nghiêm kinh tu từ phần, 1 quyển - Đề vân, Bát nhã.

6. Tối thắng vấn Bồ tát thập trụ trừ cấu – Trúc Phật Niệm.

Về Bảo Tích Bộ

Dịch các bản:

1. Đại bửu tích kinh, 120 quyển - Bồ đề Lưu Chí

2. Phật thuyết vô lượng thọ Phật kinh, 2 quyển – Khương Tăng Khải.

3. Phật thuyết Quán Vô Lượng Thọ Phật kinh – Cương Lương Gia Xá.

4. Phật thuyết A Di Đà Kinh – Cưu Ma La Thập

5. Bạt Nhất Thế Nghiệp chướng căn bản đắc sanh Tịnh độ đà la ni, 1 quyển.

Về Niết Bàn Bộ

Các bản:

1. Đại Bát Niết bàn kinh, 40 quyển – Đàm Vô Sấm và Hậu phần, 2 quyển - Nhã Na Bạt đà la - Hội Minh.

2. Đại bi kinh, 5 quyển – Na liên đề Da đà

3. Ma ha Ma gia kinh – Đàm Cảnh

4. Bồ tát tùng Đâu xuất Tiên giáng thần mẫu thai thuyết Quảng phổ kinh, 7 quyển – Trúc Phật Niệm.

5. Trung ấn kinh, 2 quyển – Trúc Phật Niệm

6. Liên Hoa diệu kinh – Na Liên đề Da xà

7. Đại phương đẳng Vô tưởng kinh, 6 quyển – Đàm Vô Sấm

8. Đại phân Vô thường kinh (cuốn 9) – Trúc Phật Niệm

9. Phật thùy Niết bàn Lược thuyết giáo giới kinh, 1 quyển La Thập.

10. Phật Lâm NB ký pháp trụ kinh, 1 quyển - Huyền Trang

11. Bát Nê hoàn hậu quán Lạc kinh – Trúc Phật Niệm

12. Phật diệt độ hậu quan liệm táng tống kinh, 1 1quyển

13. Ca Diếp Phó Phật Bát Niết bàn kinh, 1 quyển – Trúc Đàm Vô Lang.

14. Phật Nhập NB Phật tính Kim cang lực sỹ ai luyến kinh, 1 quyển – (Thất dịch)

15. Phật thuyết đương lai biến kinh – Pháp Hộ

16. Phật thuyết Pháp diệt tâm kinh (thất dịch).

Về Đại Tâm Bộ

Dịch các bản:

1. Đại phương đẳng đại tập kinh, 6 quyển – Tăng Hựu tập

2. Quán Hư không tạng Bồ tát kinh, 1 quyển – Đàm ma Mạt đa.

3. Địa tạng Bồ tát bổn nguyện kinh, 2 quyển - Thực xoa Nan đà.

4. Bách thiên tụng đại tập kinh Địa tạng Bồ Tát thỉnh vấn pháp thân tán, 1 quyển - Bất Không.

5. Đại tạp thí dụ Vương kinh, 2 quyển – Xà na Quật đa

TT Thiện Siêu:

Xin Hội nghị dành phần mục lục còn lại cho văn phòng Hội đồng Phiên dịch để khỏi mất nhiều thì giờ. Bây giờ xin bàn về thể thức phiên dịch.

Đề nghị này được Hội nghị hoàn toàn đồng ý.

III. Tổ chức Phiên dịch và thể thức phiên dịch

A. Tổ chức phiên dịch

TT Thiện Siêu:

Nên dịch lần lượt bộ này cho xong rồi đến bộ khác hay chia mỗi nhóm một bộ?

TT Thanh Từ:

Mỗi nhóm làm một bộ có lợi hơn:

1. Nhờ khả năng riêng

2. Văn pháp được liên tục hơn

3. Khỏi bị phân tâm.

TT Thiện Siêu:

Đề nghị chia nhóm, mỗi nhóm ít nhất có 3 vị. Ví dụ 1 vị đặc biệt về chữ Hán, 1 vị đặc biệt về Việt văn và 1 về ý nghĩa. Ba vị sẽ bổ túc cho nhau về khả năng để cùng chung lo một bản dịch và như thế bản kinh có nhiều giá trị hơn. Đề nghị này được hoàn toàn đồng ý.

Ba vị đó sẽ đọc, tham khảo và luận bàn với nhau trước khi dịch. Sau đó, 1 vị dịch, 2 vị kia tra cứu những nghi vấn có thể có về bản kinh được dịch để bổ túc.

TT Trí Tịnh:

Nên luân lưu để cả 3 vị đều có cầm bút dịch.

TT Huệ Hưng, Thanh Từ:

Nêu lên những trở ngại khi mà chỗ ở của ba vị đó quá xa nhau.

TT Thiện Siêu:

Khi lập ra Hội đồng này, chúng ta phải gặp nhau để làm việc, không dài thì ngắn hạn.

TT Thuyền Ấn:

Ai đứng tên ở bản dịch khi mà cả ba vị cùng dịch một tác phẩm?

TT Thiện Siêu:

Cả ba vị đồng đứng tên ở bản dịch, vì đều có công như nhau và chịu trách nhiệm như nhau trước Hội đồng và lịch sử. Sở dĩ có sự phân công trong nhóm 3 vị là vì không ai có khả năng bao trùm cả ba lãnh vực vừa nói.

TT Trí Tịnh:

Cả ba vị đều chịu trách nhiệm như nhau. Tuy nhiên, trên dịch phẩm chỉ để tên người cầm bút dịch mà thôi. Ví dụ như trường hợp Ngài La Thập. Nếu muốn, hai vị kia có thể để là phụ khảo.

TT Thiện Siêu:

Không ai có uy tín và tài năng bao trùm như ngài La Thập.

TT Minh Châu;

Để tên một vị hay cả ba vị có lợi riêng. Xin bàn kỹ vấn đề này.

TT Thanh Từ:

Để tên cả ba vị sẽ gây được một uy tín lớn hơn cho bản dịch.

TT Trí Tịnh:

Nên luân lưu trong việc dịch và đứng tên, Vị này dịch, hai vị kia phụ khảo. Để gây uy tín, đề nghị cả ba vị duyệt lại bản dịch thật kỹ trước khi cho in, và khi in sẽ để là Hội đồng Phiên dịch Tam Tạng xuất bản. Như thế ba vị đó đồng thời là Hội đồng kiểm duyệt.

<u>TT Quảng Độ</u>:

Ý kiến đó rất hay nhưng vẫn vấp phải trở ngại vì chỗ ở xa nhau. Đề nghị bầu ba vị có nhiều khả năng nhất ở Trung ương để thuần sắc bản dịch riêng của <u>từng vị.</u>

<u>TT Thiện Siêu</u>:

Ba vị ở Trung ương nhuận sắc bản dịch của <u>từng nhóm</u>, tức là của một vị dịch giả chính thức và hai vị phụ khảo.

<u>TT Trí Tịnh</u>:

Một bản dịch phải hội đủ hai vị phụ khảo và một dịch giả chính thức mới được ra Hội đồng, Hội đồng không xét những bản dịch cá nhân.

<u>TT Thiện Siêu</u>:

Vấn đề phụ khảo sẽ có nhiều lợi ích:

    - Bổ túc cho nhau để làm việc hữu hiệu hơn

    - Gây tinh thần hòa hợp

    - Tránh được tính tự tôn

    - Gánh vác giúp rất nhiều cho Ban Kiểm duyệt (hay nhuận sắc).

Sau một hồi thảo luận, Đại hội đồng ý các điểm sau:

1)<u>Vấn đề tham khảo</u>: Hội đồng <u>khuyến cáo</u> dịch giả nên có hai vị <u>tham khảo</u> (dùng chữ tham khảo thay cho phụ khảo). Lưu ý đây chỉ là một khuyến cáo chứ không bắt buộc như một nguyên tắc.

2) Nên chia từng nhóm (mỗi nhóm ba vị) để giúp đỡ nhau làm việc. Vấn đề để tên một vị hay cả 3 vị trên dịch phẩm tùy thuộc sở thích của ba vị đó.

3) Trường hợp dịch một bộ kinh dài, nhóm nên gởi trước cho Hội đồng bản dịch những cuốn đầu để nhận được lời khuyến cáo là có nên dịch tiếp hay không (để tránh trường hợp dịch sai nhiều quá, mất công).

4) Trường hợp những bản dịch riêng của một cá nhân nào đó (bất cứ là của ai), Hội đồng sẽ chấp thuận đưa vào Đại Tạng Việt Ngữ nếu Hội đồng xét thấy có giá trị.

5) Lập một ban chuyên môn gồm ít nhất là ba (3) vị có khả năng vượt bực. Ban chuyên môn này sẽ thẩm định các dịch phẩm xem có thể đưa vào Tam Tạng được hay không? Như thế, ban này có phận sự gần giống như một ban kiểm duyệt. Tuy nhiên, vì có nhiều điểm tế nhị, vấn đề này cần bàn kỹ hơn (ví dụ: danh xưng, điều kiện, trách nhiệm...) trong phiên họp kế tiếp.

Phiên họp kết thúc vào đúng 11 giờ 30 ngày 21.10.1973.

Làm tại Saigon, ngày 21 tháng 10 năm 1973

Thư ký đoàn   Chủ tọa đoàn

HỘI NGHỊ
TOÀN THỂ HỘI ĐỒNG PHIÊN DỊCH TAM TẠNG

BIÊN BẢN
Phiên họp thứ ba

Thời gian: Từ 15 giờ đến 18 giờ 30 ngày 21.10.1973

Địa điểm: Phòng Hội Đồng, Lầu 2, Đại học Vạn Hạnh

Thành phần tham dự:

Hiện diện: 11 vị

Thượng tọa Trí Tịnh, Minh Châu, Quảng Độ, Thiện Siêu, Thuyền Ấn, Trí Nghiêm, Trí Thành, Thanh Từ, Thiền Tâm, Bửu Huệ, Huệ Hưng.

Chủ tọa đoàn:

TT Trí Tịnh (Chánh), TT Minh Châu (Phó), TT Quảng Độ (Tổng Thư Ký)

Đề tài: Tiếp mục III: Tổ chức Phiên dịch và thể thức Phiên dịch, Phân nhiệm và phân ban.

Phiên họp ngày hôm nay được tiếp tục lúc 15 giờ ngày 21.10.1973 bàn về Hội đồng kiểm duyệt, Thể thức Phiên dịch, Phân nhiệm về Phân ban.

Hội đồng Kiểm duyệt

TT Thiện Siêu:

Đề nghị HĐKD có bổn phận thâu nhận mọi ý kiến của mọi người và các thành viên. Làm việc trong tinh thần trách nhiệm và uyển chuyển hầu tránh đụng chạm, nhất là trên mặt tâm lý.

TT Minh Châu:

Vấn đề kiểm duyệt từng câu từng chữ sẽ làm mất thời giờ và gây rất nhiều khó khăn.

TT Quảng Độ: Nên kiểm duyệt tổng quát lời và ý.

TT Thuyền Ấn: Đề nghị nên dành một số tài chánh nhằm cúng dường cho các vị trong HĐKD.

TT Quảng Độ: Như thế, những vị dịch kinh cũng cần đến phương tiện tài chánh, không riêng gì các vị trong HĐKD.

TT Thiện Siêu: Vấn đề ấy nên gác lại một bên bởi hầu hết những vị có mặt hôm nay, những vị nằm trong HĐ Phiên dịch, khi ngồi lại đây đều ao ước được phát tâm đúng hơn là vì lý do tài chánh.

Kết luận:

Đề nghị cúng dường tài chánh cho các vị trong HĐKD do TT Thuyền Ấn đưa ra đã không được Đại hội chấp thuận. TT Chủ Tịch cho rằng ngay từ bây giờ ngân quỹ không có, sẽ xét vấn đề cúng dường khi Hội đồng có tài chánh.

B.- Thể thức Phiên dịch

Việt Hóa và Thống Nhất Từ ngữ (ở dịch phẩm)

TT Minh Châu và Thiện Siêu:

Việt hóa bản văn dịch càng nhiều càng tốt. Có rất nhiều vấn nạn trong vấn đề thống nhất phiên dịch danh từ Hán Việt. Một số thuật ngữ dù quen thuộc đối với các vị dịch giả, song có thể quá xa lạ đối với độc giả quần chúng Phật tử. Ở đây, việc dịch trong hệ thống Hán tạng đều căn cứ theo phiên âm Hán ngữ đã có, không nên chèn vào danh từ Pàli (ví dụ: Hán tạng đã phiên âm A DI ĐÀ thì việc dịch nên để vậy, thay vì chuyển âm thành AMITA theo Pàli).

TT Quảng Độ: Cần thống nhất danh từ riêng trước đã.

Kết luận: Đại hội chấp thuận nên lưu ý trong vấn đề chuyển ngữ những danh từ chuyên môn thế nào cho thống nhất. Trong năm đến, có thể giao trách nhiệm sắp xếp danh từ cho các sinh viên Cao Học Phật khoa, dưới sự hướng dẫn của các vị Giáo sư. Một số từ ngữ trọng yếu thường gặp phải, trong hiện tại, nếu gặp trường hợp không chuyển ngữ được, có thể để nguyên và thêm chú thích ở dưới.

Số lượng dịch phẩm, BI KHẢO, TOÁT YẾU và BÀI TỰA cho mỗi dịch phẩm.

TT Thiện Siêu:

Đề nghị tối thiểu mỗi năm một vị phải dịch xong 50 trang đánh máy làm thành 3 bổn và nội cho Hội Đồng Phiên dịch tại Trung ương.

TT Trí Tịnh: Xin tăng lên 100 trang.

Kết luận: Đại hội chấp thuận tối thiểu là 100 trang đánh máy

TT Thanh Từ:

Có nên dành một toát yếu cho mỗi phần sau của bản kinh vừa dịch xong không?

TT Trí Tịnh: Nên dành việc toát yếu cho phần Tục tạng, để khỏi trùng lặp.

TT Thanh Từ:

Dịch giả ở mỗi đầu bộ kinh, có nên có phần bi khảo và tựa để giúp cho độc giả có một số khái niệm tổng quát về bản kinh đó?

TT Thiện Siêu:

Phần bi khảo có lẽ cần. Song bài tựa ở mỗi đầu bộ kinh của dịch giả Việt cần không? Những bài tựa, ngay cả Hán tạng, cũng ít lắm. Và lại vấn đề đòi hỏi nhiều công phu. Trong hiện tại, chúng ta không có đủ cơ hội. Xin Đại hội chú tâm nhiều đến vấn đề dịch chính văn trước đã.

<u>Kết luận</u>: Đại hội đồng ý quan điểm của TT Thiện Siêu vừa trình bày.

Phân nhiệm và Phân ban

Một số vị Thượng tọa trong Hội đồng Phiên dịch nêu lên vấn đề nên chung nhau hoàn thành mỗi bộ hay dịch theo khả năng và sở thích của từng cá nhân hoặc nhóm.

Đại hội chấp thuận nên dành ưu tiên cho việc hoàn thành trọn vẹn mỗi bộ trước đã, những vị nào có khả năng và phương tiện thì có thể làm thêm theo tự nguyện.

Trong kỳ hội nghị đầu tiên này, chỉ mới phân nhiệm được 7 bộ thuộc Đại Tạng.

1/- A Hàm Bộ:

- Trường A Hàm, Tạp A Hàm: <u>TT Thiện Siêu</u>, TT Trí Thành, ĐĐ Tuệ Sỹ

- Trung A Hàm, Tăng Nhất A Hàm: <u>TT Thanh Từ</u>, TT Bửu Huệ, TT Thiền Tâm

(Những bổn kinh dù trong 3 vị có 1 vị nằm trong thành phần lãnh trách nhiệm là dịch giả, những vị đó vẫn chịu trách nhiệm tái kiểm. Bởi lần này xem như cả 3 vị đồng trách nhiệm. Như thế, các vị này phải chịu trách nhiệm như nhau về những bộ kinh liên hệ đến phần mình (dù đã dịch rồi) để đưa vào Đại tạng Việt Nam).

2/- Bổn duyên bộ: (chưa có vị nào nhận).

3/- Bát Nhã bộ:

- Đại Bát Nhã (600 cuốn): TT Trí Nghiêm

- Kim Cang Bát Nhã – Ma Ha Bát Nhã Ba La Mật Kinh: TT Trí Tịnh

- Phật thuyết Nhơn vương Bát Nhã Ba La Mật Kinh. (2 cuốn, Cưu ma La thập dịch); Tiểu phẩm Bát nhã Ba la mật kinh (Cưu ma la thập dịch, 10 cuốn): TT Thuyền Ấn

4/- Pháp Hoa Bộ: Trọn bộ Pháp Hoa: TT Trí Tịnh

5/- Hoa Nghiêm bộ:

- Đại phương Quảng Phật Hoa Nghiêm (81 cuốn): TT Trí Tịnh đã dịch. Xin nhận tái kiểm.

6/-Bảo Tích bộ:

- Đại Bảo Tích Kinh (120 cuốn); Phật Thuyết Vô Lượng Thọ Kinh (2 cuốn): TT Trí Tịnh

- Bạt nhứt thế nghiệp chướng căn bản đắc sanh Tịnh độ Đà la ni (chú): TT Thiên Tâm.

7/- Niết Bàn bộ:

- Đại Niết bàn (42 cuốn): TT Trí Tịnh (dịch rồi)

- Đại bi kinh: TT Huyền Vi

- Phật Thuyết Đương Lai Biến Kinh; Phật Thuyết Phật Diệt Tâm Kinh: TT Huệ Hưng

- Trung Ấm kinh: TT Thiền Tâm

8/- Đại Tập bộ:

- Đại phương đẳng đại tập kinh (Tăng Tựu tập hợp): TT Trí Tịnh

- Quán hư không tạng Bồ tát kinh (Đàm Ma mật đa dịch): TT Thuyền Ấn

Đến đây, Đại hội đồng ý giao phó việc làm tiếp phần mục lục kinh điển phải phiên dịch cho TT Trí Tịnh.

Về thể thức nộp bản, bởi Hội đồng kiểm duyệt không ở gần nhau, Đại hội đồng ý nên nộp thành 3 bổn (đánh máy) cho HĐKD. Về HĐKD, TT Thiện Siêu đề nghị 3 vị thuộc thành phần Chủ tọa đoàn trong kỳ đại hội này (TT Trí Tịnh, TT Minh Châu, TT Quảng Độ) đảm nhận tạm với "ý nghĩa" chịu trách nhiệm mọi công việc điều hành gần giống như công việc của HĐKD.

Sau khi thảo luận, đề nghị trên được chính 3 vị này đồng ý nhưng chỉ với danh nghĩa "Uỷ ban thường trực tại Trung ương" của Hội đồng phiên dịch, thay vì mang tên Hội đồng Kiểm duyệt.

Bởi tính cách quan trọng và cấp thiết của HĐKD, có vị yêu cầu nên gấp rút thành lập HĐKD để dễ dàng cho việc tiến hành dịch và xuất bản.

TT Trí Thành:

Nên làm nhẹ công việc kiểm duyệt bằng cách chư vị "tham khảo" đọc trước, sửa chữa Việt ngữ cùng ý nghĩa, đồng chịu trách nhiệm trước HĐKD. Có như vậy, các vị trong HĐKD tại Trung ương sẽ đỡ tốn thì giờ hơn.

Đại hội đồng ý sẽ bầu HĐKD bằng cách mời những vị có khả năng nhiều nhận lãnh nhiệm vụ đó trong một kỳ Đại hội ông lớn hơn vào một dịp thuận tiện (chưa định ngày).

- Thời hạn giao hoàn bản nộp "ủy ban thường trực" tại Trung ương phải thực hiện trong vòng 1 tháng kể từ ngày nhận nộp bản. Nếu gởi bằng bưu điện, thời hạn sẽ tính theo nhật ấn của bưu điện được đóng trên bì thư.

Về những bản kinh còn lại thuộc 8 bộ vừa nêu ở trên, Đại hội đồng ý cho văn phòng Hội đồng Phiên dịch tại trung ương sẽ gởi mục lục kinh và biên bản đến các vị nào vắng mặt trong buổi họp này để các vị ấy tùy nghi bổ túc phần của mình. Và để tránh sự trùng dịch, yêu cầu các vị ấy phải gởi danh sách những kinh mình định dịch để văn phòng tiện sắp xếp.

Buổi họp kết thúc vào lúc 18 giờ ngày 21.10.1973.

Làm tại Saigon, ngày 21 tháng 10 năm 1973

Người lập biên bản   Chủ tọa đoàn

Thư ký đoàn

HỘI NGHỊ
TOÀN THỂ HỘI ĐỒNG PHIÊN DỊCH TAM TẠNG

———————— ❖ ————————

BIÊN BẢN

Phiên họp thứ tư

<u>Thời gian:</u> Từ 16 giờ đến 18 giờ 20 ngày 22.10.1973.

<u>Địa điểm:</u> Chùa Vạn Đức, Thủ Đức

<u>Hiện diện:</u>

Thượng tọa Trí Tịnh, Minh Châu, Quảng Độ, Trí Nghiêm, Thiện Siêu, Huyền Vi, Trí Thành, Bửu Huệ, Thiện Tâm, Thuyền Ấn.

<u>Chủ tọa đoàn:</u>

Thượng tọa Trí Tịnh (Chánh), Thượng tọa Minh Châu (Phó), Thượng tọa Quảng Độ (Tổng Thư ký)

IV. <u>CÁC VẤN ĐỀ LINH TINH</u>

<u>TT Trí Tịnh:</u>

Trước khi đi vào vấn đề linh tinh, xin quý Thượng tọa bổ túc các vấn đề đã được bàn thảo trong những phiên họp trước nếu có những điểm chưa hoàn hảo.

<u>TT Thiện Tâm:</u> Xin đảm nhận thêm:

- Sử truyện bộ

- Tam bảo cảm ứng bộ

<u>TT Bửu Huệ:</u>

Lãnh trách nhiệm dịch bộ Tăng Nhất A Hàm thay thế Thượng tọa Thanh Từ (TT Thanh Từ chuyển lại).

Mời thêm Pháp sư gia nhập Hội đồng

<u>TT Thuyền Ấn:</u>

Xin đề nghị mời thêm các vị bên Theravada vào Hội đồng, đặc biệt là TT Hộ Giác.

Hội đồng đồng ý nên có một danh sách Pháp sư bổ túc cho Hội đồng Phiên dịch. Những Pháp sư được mời theo tiêu chuẩn thiện chí và khả năng của họ.

TT Huyền Vi: Đề nghị mời TT Trí Quảng

TT Thuyền Ấn: TT Hoàn Quang

Nhiều Thượng tọa: Đề nghị mời TT Đạo Quang

TT Thiền Tâm, Bửu Huệ: Đề nghị mời TT Tắc Phước.

Đại hội đồng ý mời TT Tắc Phước.

TT Trí Tịnh: Về việc mời Thầy Trí Quảng, nên yêu cầu đương sự trình trước cho Hội đồng một tác phẩm đã dịch xong.

TT Minh Châu: Xin ghi tên vị giới thiệu Pháp sư được mời. Vị này chịu trách nhiệm hoàn toàn trước Hội đồng. Xin vị đó liên lạc trước xem người được mời đồng ý không?

TT Thiện Siêu: Nên gởi những quy tắc của Hội đồng (dịch 100 trang một năm, thiện chí…) để xem họ có bằng lòng không?

Đề nghị của Thượng tọa Minh Châu và Thiện Siêu được hoàn toàn đồng ý.

TT Minh Châu: Việc mời thêm Pháp sư ngoài Hội đồng hiện hữu (gồm 16 vị) xin phải hết sức tế nhị. Đề nghị của chúng tôi không nhằm hạn chế số thành viên của Hội đồng, song chỉ muốn nguyên tắc giới thiệu phải được cẩn thận khi thực hiện để tránh những chuyện không hay có thể xảy ra.

Đại hội đồng ý.

TT Thuyền Ấn: Xin đề nghị Thầy Hộ Giác.

Nhiều Thượng Tọa: Thượng tọa có chịu trách nhiệm về việc giới thiệu không?

TT Thuyền Ấn: Chúng tôi không quen biết với Thầy Hộ Giác. Tuy nhiên tôi biết là Ngài Pàli rất giỏi, học bên Nam Vang.

TT Minh Châu: Vấn đề Thầy Hộ Giác, xin để chúng tôi liên lạc trước. Chúng tôi biết Thầy Hộ Giác rất nhiều thiện chí, rất tha thiết với vấn đề phiên dịch kinh điển.

TT Thiện Siêu: Vì cần phải liên lạc trước với Pháp sư mà chúng ta dự định mời, chúng tôi xin Hội đồng chỉ ghi lại ở đây danh sách những vị sẽ được mời.

Để tránh mất thì giờ, xin bàn đến vấn đề nộp bản. Nộp từng phần hay nộp toàn bộ?

Nộp bản

TT Quảng Độ: Xin nộp từng phần như chúng ta đã bàn lần trước, tức là mỗi năm nộp 100 trang đánh máy.

TT Trí Nghiêm: Nếu thế bộ tôi dịch phải 10 năm sau mới nộp hết được.

TT Thuyền Ấn: Xin nộp mỗi lần 2 cuốn để Hội đồng Phiên dịch Trung ương xem trước.

TT Trí Nghiêm: Số trang phải nộp, xin tùy theo từng bộ kinh.

<u>TT Quảng Độ</u>: Xin đồng ý với TT Trí Nghiêm.

Kiểm duyệt

<u>TT Minh Châu</u>: Chúng ta không làm công việc của kiểm duyệt. Chúng ta chỉ xem lại nhuận sắc bản dịch (và giao cho 1 vị giỏi về văn…)

<u>TT Trí Nghiêm</u>: Nếu thế, khi thấy có khuyết điểm, chúng ta có nên khuyến cáo không?

<u>TT Trí Tịnh</u>: Nên khuyến cáo.

<u>TT Quảng Độ</u>: Xin tóm tắt vấn đề nộp bản và kiểm duyệt:

- Xin dịch sư giữ lại bản thảo (viết tay) của mình.

- Gởi cho văn phòng Hội đồng 3 bản đánh máy.

- Có thể gởi mỗi năm 1 lần hay nhiều lần, số lượng nhiều hay ít tùy dịch phẩm (nhưng tối thiểu là 100 trang mỗi năm).

- Văn phòng nhận được những quyển đầu của một dịch phẩm dài, sẽ gởi lời khuyến cáo cho dịch sư (có nên tiếp tục không), sau khi xem lại.

Đại hội đồng ý.

Xuất bản, đánh máy

<u>TT Minh Châu</u>:

Từ hôm nay, nếu ai tiếp tục xuất bản những kinh đang dịch, Hội đồng có lo việc ấn loát cho họ sau khi đã xem lại không?

<u>TT Trí Tịnh</u>:

Chưa áp dụng được, vì phương tiện tài chánh. Xin tự lo việc xuất bản.

<u>TT Thuyền Ấn</u>:

Xin lập một ban lo việc ấn loát. Ban này hoạt động dưới danh nghĩa Hội động Phiên dịch.

<u>TT Trí Tịnh, Quảng Độ</u>:

Hiện tại, chúng ta chưa có tài chánh, vấn đề xin ghi nhận.

Đến đây, nhiều Thượng tọa đưa ra vấn đề đánh máy các bản dịch.

<u>TT Thiện Siêu</u>:

Vấn đề đánh máy, Trung ương không làm được. Mỗi người viết một kiểu chữ, nhiều khi rất khó đọc, bởi vậy, thư ký ở Trung ương sẽ đánh sai. Đề nghị dịch sư nên tự lo đánh máy.

<u>TT Quảng Độ</u>:

Thiếu phương tiện tài chánh để thuê đánh máy, có thể nhờ Trung ương tài trợ không?

<u>TT Trí Tịnh</u>: Trung ương chưa có tài chánh.

<u>TT Thuyền Ấn</u>: Có thể nhờ giáo hội địa phương giúp đỡ.

<u>TT Trí Nghiêm</u>:

Tôi đã có nhờ Giáo hội địa phương. Tuy nhiên, nếu được Trung ương giúp thêm thì được danh chánh ngôn thuận hơn, và nhờ đó, Giáo hội địa phương sẽ giúp đỡ nhiều hơn. Chẳng hạn có thể dành riêng một thư ký phụ trách đánh máy cho Pháp sư dịch kinh.

<u>TT Thiện Siêu</u>: Xin tự lo liệu theo phương cách riêng của mình.

Nguyên tắc tự túc này được Đại hội đồng ý.

<u>TT Thiện Siêu</u>:

Về việc ấn loát, xuất bản, xin đề nghị các phương thức sau: có hai trường hợp chính:

1. Trung ương ấn loát

2. Dịch giả hay địa phương xuất bản nhưng muốn mang danh nghĩa của HĐPDTT.

Cả hai trường hợp này đều phải tuân theo những nguyên tắc chung:

1. Bản dịch phải được Hội đồng xem lại và chấp thuận.

2. Phải tuân theo khuôn khổ đồng nhất do Trung ương đề ra.

Đại hội đồng ý.

<u>TT Trí nghiêm</u>:

Với danh nghĩa Hội đồng, chúng ta để trên dịch phẩm thế nào, Giáo hội Phật giáo Việt Nam xuất bản hay Hội đồng Phiên dịch Tam Tạng xuất bản?

<u>TT Thuyền Ấn</u>:

Để Viện Tăng Thống xuất bản, bởi HĐPDTT trực thuộc Viện Tăng Thống.

<u>Nhiều Thượng tọa</u>:

Nên để G.H.P.G.V.N.T.U, Viện Tăng Thống và dưới để H.Đ.P.D.T.T xuất bản.

Đại hội đồng ý.

<u>TT Trí Nghiêm</u>:

Xin quy định số lượng ấn hành và nộp bản. Một tác phẩm phải in tối thiểu mấy ngàn cuốn và nộp bao nhiêu cuốn cho Hội đồng? Còn nếu dịch sư muốn in nhiều hơn thì tùy khả năng của họ. Làm như thế để còn lưu trữ và tặng các cơ quan ngoại quốc.

<u>TT Minh Châu</u>:

- Dịch sư xuất bản: nộp cho Hội đồng 100 bản.

- Hội đồng xuất bản: tùy phương tiện tài chánh của Hội đồng và Hội đồng tùy nghi sử dụng.

<u>TT Thiện Siêu:</u>

Tự túc ấn loát số lượng tùy tiện. Nếu trung ương muốn bao nhiêu bộ thì phải nộp và phải báo trước số lượng mà Trung ương cần để dịch giả tiện xếp đặt.

<u>TT Trí Nghiêm:</u>

Như vậy muốn in bao nhiêu cũng được. Nếu sau này có thiếu thì in lại.

<u>TT Trí Tịnh:</u>

Ngoài số lượng Trung ương có thể mua, dịch giả phải nộp cho Trung ương một số nào đó để lưu trữ.

Đại hội chấp thuận ý kiến này và ấn định số lượng phải nộp là 10 bản.

<u>TT Minh Châu:</u>

Xin lưu ý Hội nghị là khi tái bản, chúng ta phải in theo lối offset (lối in lại tiện lợi nhất). Vì thế khi in lần đầu, quý Thượng tọa nên cho in thật cẩn thận. Ví dụ sách phải đẹp và rõ ràng.

<u>TT Thuyền Ấn:</u>

Xin lưu ý về bản quyền của dịch giả. Khi Trung ương muốn in lại một dịch phẩm, Trung ương phải trả tiền tác quyền.

Ban Bảo trợ xuất bản và phát hành

<u>Nhiều Thượng tọa:</u>

Nên lập một Ban Bảo trợ cho việc xuất bản và phát hành kinh điển.

<u>TT Minh Châu:</u>

Có nhiều cá nhân Phật tử có thể đảm trách việc này được, xin lưu tâm.

<u>TT Quảng Độ:</u>

Nên có văn thư của Viện Tăng Thống kêu gọi Phật tử phát tâm cúng dường và chỉ thị các chùa, các tu viện đặt một thùng công đức để dành riêng cho việc xuất bản Tam tạng kinh điển.

<u>TT Minh Châu:</u>

Kêu gọi Phật tử giúp đỡ, cúng dường hay đặt mua trước, sau đó lập danh sách những người có công đức ấn tống Tam tạng.

<u>TT Thiện Siêu:</u>

Phải lập một ban ấn hành Tam tạng. Phải có những người vận động tài chánh thật giỏi, ví dụ như Thầy Hải Tuệ hồi trước.

TT Minh Châu:

Rất nhiều Phật tử muốn phát tâm cúng dường kinh điển. Nếu chúng ta tổ chức thật đàng hoàng và làm việc thật đàng hoàng thì vấn đề sẽ không khó.

TT Thuyền Ấn:

Đề nghị Thượng tọa Huyền Vi làm Trưởng ban ấn hành Tam tạng. Với tư cách là Tổng vụ trưởng Hoằng Pháp, Ngài làm việc đó rất hợp tình hợp cảnh.

Rất nhiều Thượng tọa đồng ý với TT Huyền Vi làm Trưởng ban ấn hành. Tuy nhiên vì còn bận nhiều Phật sự khác và nhất là vì cần phải dành thì giờ để phiên dịch nên TT Huyền Vi không thể đảm nhiệm được, Thượng tọa đề nghị nên mời những vị ở ngoài Hội đồng Phiên dịch.

Đại hội đồng ý và sẽ bàn sau.

TT Minh Châu:

Kinh nghiệm cho thấy là chúng ta phải tự lo in cuốn đầu. Những cuốn sau có thể kêu gọi giúp đỡ dễ dàng hơn (có thể có những Phật tử lãnh in, xuất bản ủng hộ).

Chúng ta có nên làm một lễ ra mắt hay không - để tự giới thiệu và như thế ban bảo trợ ấn hành tam tạng dễ thành hình hơn.

TT Trí Tịnh:

Nên ra mắt ở đâu cho hợp tình hợp cảnh khi mình chưa có trụ sở.

TT Quảng Độ, Thuyền Ấn:

Đề nghị ra mắt ở trụ sở tạm (Đại học Vạn Hạnh).

TT Thiện Siêu:

Nên tổ chức lễ ra mắt, đồng thời (cùng lúc) cho cả Hội đồng phiên dịch và ban ấn loát để phổ biến danh sách những người lo việc in kinh. Phải chọn một ngày nhất định để việc tổ chức chu đáo hơn.

TT Trí Tịnh:

Khi ra mắt, đề nghị triển lãm tất cả những bản thảo của Hội đồng Phiên dịch.

Đề nghị của TT Thiện Siêu và Trí Tịnh được Hội đồng hoàn toàn đồng ý.

TT Minh Châu:

Nên chọn một ngày nào để làm lễ giới thiệu, xin đề nghị ngày rằm tháng 2 sang năm.

TT Thiện Siêu:

Nên tránh những ngày lễ, vì Phật tử cần đi làm lễ những ngày đó. Nên chọn một ngày Chủ nhật thuận tiện nhất.

TT Trí Tịnh:

Văn phòng sẽ chọn ngày và sẽ thông báo cho quý Thượng tọa sau.

TT Quảng Độ:

Khi nhận được thư, xin quý Thượng tọa về trung ương thật đầy đủ. Và nhớ mang tất cả các bản thảo mà quý Thượng tọa có.

TT Bửu Huệ:

Nên xây cất sơ sài trụ sở chính để giới thiệu. Nên trình bày đề án xây cất để Phật tử biết và đóng góp.

TT Minh Châu:

Cùng lúc, nên triển lãm tất cả kinh sách đã xuất bản tại Việt Nam, để Phật tử hiểu rõ tình hình điển tích Phật giáo nước nhà.

TT Trí Tịnh:

Đề nghị làm lễ giới thiệu ở chùa Ca Diếp, nơi mà Hội đồng sẽ làm trụ sở.

Đại hội đồng ý đề nghị này.

Hình thức của Đại tạng kinh

TT Trí Tịnh:

Về khuôn khổ của Đại tạng kinh, xin đề nghị một khổ duy nhất cho mỗi tập.

- Bề cao : 24 cm

- Bề rộng : … … …

- Bề dày : 3 cm

TT Thuyền Ấn:

Gặp một bộ kinh quá ngắn như Pháp cú mà phải in theo khổ đó thì chỉ có vài trang. Xin đề nghị hai khổ khác nhau. Khổ lớn để đưa vào tạng chính, khổ nhỏ hơn để dễ lưu hành.

Sau khi thảo luận một hồi, Ban chủ tọa đúc kết khuôn khổ đã được Hội nghị đồng ý.

Kinh điển phải in theo hai khổ … … … …:

1/ Khổ chính thức: cao 24 cm; rộng 15,5 cm; bề dày linh động (giống Trung Bộ Kinh của Thượng tọa Minh Châu).

2/ Khổ biệt hành: (Để phổ biến): cao 18,5cm; rộng 12,5 cm (giống Luật sa di và sa di ni của Thượng tọa Trí Quang).

TT Thiện Siêu:

Dịch phẩm được in theo lối biệt hành, dịch giả muốn in cả chữ Hán, Pàli… hay phiên âm cũng được. Khi được in vào tạng có in phiên âm và chữ Hán không?

Hội nghị biểu quyết:

Tam Tạng Việt ngữ chỉ in chữ Việt

TT Quảng Độ:

Về loại chữ, đề nghị loại dùng trong tạng Roman 12.

Hội nghị đồng ý

TT Trí Tịnh:

Giấy in tạng phải thật tốt để được lâu năm.

Hội nghị đồng ý

TT Thuyền Ấn:

Bìa Tam Tạng nên dùng ba loại màu khác nhau.

TT Trí Tịnh:

Kinh màu vàng, luận màu xanh, luật màu nâu.

TT Quảng Độ:

Nên dùng loại bìa cứng, ngoài có áo.

TT Thiện Siêu:

Chỉ nên dùng một màu duy nhất cho kinh, luật, luận, luận sớ…

Đại hội biểu quyết:

1. Dùng một màu duy nhất: Bleu Marine (xanh nước biển)

   - Bìa cứng (riêng cho Đại tạng).

   - Trên bìa để:

      a) Trên hết: Giáo Hội Phật Giáo Việt Nam Thống Nhất.

      b) Kế đó: Viện Tăng Thống.

      c) Ở giữa: Tên kinh.

      d) Dưới: Hội đồng phiên dịch Tam Tạng xuất bản.

e) Dưới hết: Phật Lịch – Năm Dương Lịch

f) Không để tên tác giả ngoài bìa.

- Trên gáy: tương tự nhưng viết tắt

<u>Lưu ý:</u> Đơn giản, trang nghiêm.

2. <u>Biệt hành:</u> Chỉ bắt buộc để danh nghĩa Giáo hội.

3. Về tên dịch giả, phải để giới phẩm mình đã thọ là Tỳ kheo, Tỳ kheo ni, Sa di, Sa di ni, Ưu bà tắc, Ưu bà di:

Ví dụ: Tỳ kheo Thích … … … dịch

Sa di Thích … … …..

Ưu bà tắc Tâm Ngộ dịch …

Ấn tín của Hội đồng sẽ ấn định sau.

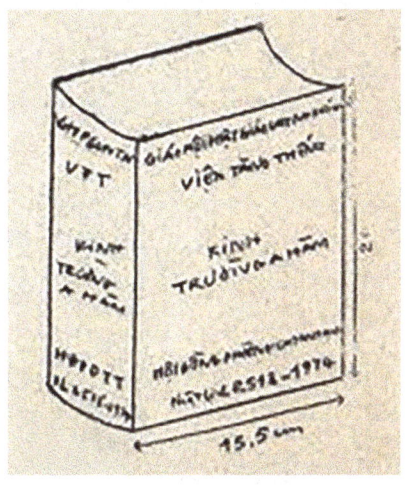

Hình cắt từ bản chính của Biên bản, ghi khổ kinh 24x15,5 cm

Trụ sở

Thượng tọa Chủ tọa trình bày về khoảng đất mà Hội đồng sẽ xây trụ sở. Khoảng đất này có diện tích 48.000 m², cách quốc lộ 1 200m và xa lộ Đại Hàn 150m. Trụ sở sẽ được xây theo hình chữ H, cao 3 tầng đối diện với một toà chữ H giống kích cỡ của tu viện. Mỗt nét của chữ H có bề dày 50m và rộng 15m.

Hòa thượng Thiện Hòa đã hứa là sẽ khởi công sau khi xây xong tháp ở Huệ Nghiêm. Vấn đề hoàn thành trụ sở sớm hay muộn còn tùy thuộc phương tiện tài chính. Kinh phí dự trù lên đến 1 tỷ bạc Việt Nam. (1.000.000.000 $) cho việc xây cất, không kể trang bị.

Trên cổng chính sẽ để như sau:

PHÁP BẢO VIỆN

Hội Đồng Phiên Dịch Tam Tạng

Chú ý: <u>chỉ để chữ Việt mà thôi.</u>

Đến đây, Ban Chủ toạ tuyên bố bế mạc Hội nghị, toàn thể Hội đồng Phiên dịch và buổi họp kết thúc vào đúng 18 giờ 20.

Làm tại Thủ Đức, ngày 22 tháng 10 năm 1973

Thư ký đoàn   Chủ tọa đoàn

HỘI ĐỒNG PHIÊN DỊCH TAM TẠNG NĂM 1973

HT Thích Trí Tịnh
(1917 – 2014)

HT Thích Minh Châu
(1918 – 2012)

HT Thích Quảng Độ
(1928 – 2020)

HT Thích Trí Quang
(1923 – 2019)

HT Thích Đức Nhuận
(1924 – 2002)

HT Thích Bửu Huệ
(1914 – 1991)

HT Thích Trí Thành
(1921 – 1999)

HT Thích Nhật Liên
(1923 – 2010)

HT Thích Thiện Siêu
(1921 – 2001)

HỘI ĐỒNG PHIÊN DỊCH TAM TẠNG NĂM 1973

HT Thích Huyền Vi
(1926 – 2005)

HT Thích Đức Tâm
(1928 – 1988)

HT Thích Huệ Hưng
(1917 – 1990)

HT Thích Thuyền Ấn
(1927 – 2010)

HT Thích Trí Nghiêm
(1911 – 2003)

HT Thích Trung Quán
(1918 – 2003)

HT Thích Thiền Tâm
(1925 – 1992)

HT Thích Thanh Từ
(1924 -)

HT Thích Tuệ Sỹ
(1943 -)

CÔNG TRÌNH PHIÊN DỊCH
ĐẠI TẠNG KINH VIỆT NAM

❀ TRÍ SIÊU – TUỆ SỸ

I. SƠ LƯỢC
QUÁ TRÌNH PHIÊN DỊCH

Trước khi nhập Niết-bàn, đức Phật có di giáo tối hậu cho các chúng đệ tử: *"Pháp và Luật mà Ta đã thuyết và qui định, là Đạo Sư của các ngươi sau khi Ta diệt độ."* Phụng hành di giáo của đức Thế Tôn, các vị Trưởng lão A-la-hán đã thực hiện cuộc kiết tập lần thứ nhất tại thành Vương Xá, cùng hòa hiệp phúng tụng tất cả những điều đã được Phật giảng dạy trong suốt bốn mươi lăm năm giáo hóa; nền tảng của văn hiến Phật giáo mà về sau được gọi là Tam tạng được thành lập từ đó.

Kể từ đó, giáo pháp của đức Thích Tôn theo bước chân du hóa của các Thánh đệ tử lan tỏa khắp bốn phương. Nơi nào Giáo pháp được truyền đến, nơi đó bốn chúng đệ tử học tập và hành trì theo phương ngôn của bản địa, như điều đã được đức Phật chỉ giáo: *anujānāmi, bhikkhave, sakāya niruttiyā buddhavacanaṃ pariyāpuṇitun'ti.* "Này các Tỳ kheo, Ta cho phép các ngươi học Phật ngôn bằng chính phương ngữ của mình." Y cứ theo lời dạy này, ngay từ khởi thủy Phật ngôn đã được chuyển thể qua nhiều phương ngữ khác nhau.

Khi các bộ phái Phật giáo phát triển, mỗi bộ phái cố gắng thành lập Tam tạng Thánh điển theo phương ngữ của địa phương được xem là căn cứ địa. Khi mà hệ thống văn tự tại Cổ Ấn Độ chưa phổ biến, sự lưu truyền Thánh điển bằng khẩu truyền là phương tiện chính. Do khẩu truyền, những biến âm do khẩu âm của từng địa phương khác nhau thỉnh thoảng cũng ảnh hưởng đến một vài thay đổi nhỏ trong các văn bản. Những biến thiên âm vận ấy trong nhiều trường hợp dẫn đến những giải thích khác nhau về một điểm giáo nghĩa giữa các bộ phái. Tuy nhiên, nhìn từ đại thể, các giáo nghĩa trọng yếu vẫn được hiểu và hành trì như nhau giữa tất cả các truyền thống, Nam phương cũng như Bắc phương. Điều có thể được khẳng định qua các công trình nghiên cứu tỉ giảo về văn bản trong hai nguồn văn hệ Phật giáo hiện tại: Pali và Hán tạng. Các bản Hán dịch xuất xứ từ A-hàm, và các bản văn Pali hiện đọc được, đại bộ phận đều nhất trí. Do đó, những điều được cho là dị biệt giữa hai truyền thống Nam và Bắc phương, mà thường hiểu lệch lạc là Tiểu thừa và Đại thừa, chỉ là sự khác biệt bởi môi trường lịch sử văn minh theo các địa phương và dân tộc. Đó là sự khác biệt giữa nguyên thủy và phát triển. Phật pháp truyền sang phương Nam, đến các nước Nam Á, nơi đó sự phát triển văn minh và các định chế xã hội chưa đến mức phức tạp, nên giáo pháp của Phật được hiểu và hành gần với nguyên thủy. Về phương Bắc, tại các vùng Đông Bắc Ấn, và Tây Bắc Trung Quốc, nhiều chủng tộc dị biệt, nhiều nền văn hóa khác nhau, và cũng do đó cũng xuất hiện nhiều định chế xã hội khác nhau. Phật pháp được truyền vào đó, một thời đã trở thành quốc giáo của nhiều nước. Thích ứng theo sự phát triển của đất nước ấy, từ ngôn ngữ, phong tục, định chế xã hội, giáo pháp của đức Phật cũng dần dần được bản địa hóa.

Thánh điển Tam tạng là nguồn suối cho tất cả nhận thức về Phật pháp, để học tập và hành trì, cũng như để nghiên cứu. Kinh tạng và Luật tạng là tập đại thành Pháp và Luật do chính đức Phật giảng dạy và quy định, là sở y cho tri thức và hành trì của Thánh đệ tử để tiến tới thành tựu cứu cánh Minh và Hành. Kinh và Luật cũng bao gồm những diễn giải của các Thánh đệ tử được thân truyền từ kim khẩu của đức Phật. Luận tạng, theo truyền thống Thượng tọa bộ Nam phương, và cũng theo truyền thống Hữu bộ, do chính đức Phật thuyết. Nhưng các đại luận sư như Thế Thân (Vasubandhu), cũng như hầu hết các nhà nghiên cứu Phật học trên thế giới hiện đại, đều không công nhận truyền thuyết này, mà cho rằng đó là tập đại thành các công trình phân tích, quảng diễn, và hệ thống hóa những điều đã được Phật thuyết trong Pháp và Luật. Kinh và Luật tạng được thành lập trong một khoảng thời gian nhất định, trực tiếp hoặc gián tiếp từ kim khẩu của Phật, và là sở y chung cho tất cả các bộ phái Phật giáo, bao gồm cả Phật giáo Đại thừa, mặc dù có những sai biệt do vấn đề truyền khẩu với các khẩu âm và phương ngữ khác nhau, theo thời gian và địa vực. Luận tạng là bộ phận Thánh điển phản ánh lịch sử phát triển của Phật giáo, bao gồm các phương diện tín ngưỡng tôn giáo, tư

duy triết học, nghiên cứu khoa học, định chế và tổ chức xã hội chính trị. Tổng quát mà nói, đó không chỉ là phản ánh lịch sử phát triển của nội bộ Phật giáo, mà trong đó cũng phản ánh toàn bộ văn minh tại những nơi đạo Phật được truyền đến. Điều này cũng được chứng minh cụ thể bởi lịch sử Việt Nam.

Mỗi bộ phái Phật giáo tự xây dựng cho mình một nền văn hiến Luận tạng riêng biệt, tập hợp các luận giải giáo nghĩa, bảo vệ kiến giải Phật pháp của mình, bài trừ các quan điểm dị học. Đây là nền văn hiến đồ sộ, liên tục phát triển trên nhiều khu vực địa lý khác nhau. Cho đến khi Hồi giáo bành trướng tại Ấn độ, Phật giáo bị đào thải. Một bộ phận văn hiến Phật giáo được chuyển sang Tây Tạng, qua các bản dịch Phạn Tạng, và một số lớn nguyên bản Phạn văn được bảo trì. Một bộ phận khác, lớn nhất, gần như hoàn chỉnh nhất, văn hiến Phật giáo được chuyển dịch sang Hán tạng, bao gồm hầu hết mọi xu hướng tư tưởng dị biệt của Phật giáo phát triển trong lịch sử Ấn Độ, từ Nguyên thủy, Bộ phái, Đại thừa, cho đến Mật giáo. Truyền thuyết ghi rằng Phật giáo được truyền vào Trung Hoa dưới đời Hán Minh đế, niên hiệu Vĩnh Bình thứ 10 (tl. 65), và bản kinh Phật đầu tiên được dịch sang Hán văn là kinh *Tứ thập nhị chương*, do Ca-diếp Ma-đằng và Trúc Pháp Lan. Nhưng truyền thuyết này không được nhất trí hoàn toàn giữa các nhà nghiên cứu lịch sử Phật giáo Trung Quốc. Điều chắc chắn là Khang Tăng Hội, quê quán Việt Nam, xuất phát từ Giao Chỉ (Việt Nam), đã đưa Phật giáo vào Giang Tây, miền Nam Trung Hoa. Các công trình phiên dịch và chú giải của Khang Tăng Hội đã chứng tỏ rằng trước đó, tức từ năm thứ 247 kỷ nguyên Tây lịch, thời gian được nói là Tăng Hội vào đất Kiến Nghiệp, quy y cho Tôn Quyền, Phật giáo đã phát triển đến một hình thái nhất định tại Việt Nam, cùng một số kinh Phật được phiên dịch. Điều này cũng được củng cố thêm bởi những điều được ghi chép

trong *Mâu Tử Lý hoặc luận.* Có lẽ do hậu quả của thời kỳ Bắc thuộc, hầu hết những điều được tìm thấy trong hành trạng của Khang Tăng Hội và trong ghi chép của Mâu Tử đều bị xóa sạch. Chỉ tồn tại những gì được ghi nhận là truyền từ Trung Quốc.

Dịch giả Phạn Hán đầu tiên tại Trung Quốc được khẳng định là An Thế Cao (đến Trung quốc trong khoảng tl. 147 – 167). Tất nhiên trước đó hẳn cũng có các dịch giả khác mà tên tuổi không được ghi nhận. Lương Tăng Hựu căn cứ trên bản Kinh lục xưa nhất của Đạo An (tl. 312 – 385) ghi nhận có chừng 134 kinh không rõ dịch giả; và do đó cũng không xác định trước hay sau An Thế Cao. Sự nghiệp phiên dịch Phật kinh Phạn Hán liên tục từ An Thế Cao, cho đến các đời Minh, Thanh được tập thành trong 32 tập của Đại chính, bao gồm Thánh điển nguyên thủy, Bộ phái, Đại thừa, Mật giáo, 1692 bộ. Những trước tác của Trung Hoa, từ sớ giải, luận giải, cho đến sử truyện, du ký, v.v..., tập thành từ tập 33 đến 55 trong Đại chính, gồm 1492 tác phẩm. Số tác phẩm được ấn hành trong Tục tạng chữ Vạn còn nhiều hơn thế nữa. Đây là hai bản Hán tạng tương đối đầy đủ nhất, trong đó tạng Đại chính được sử dụng rộng rãi trên quy mô thế giới.

Sự nghiệp phiên dịch Kinh điển ở nước ta được bắt đầu rất sớm, có thể trước cả thời Khang Tăng Hội, mà dấu vết có thể tìm thấy trong *Lục độ tập kinh.* Ngôn ngữ phiên dịch của Khang Tăng Hội là Hán văn. Hiện chưa có phát hiện nào về các bản dịch Kinh Phật bằng tiếng quốc âm. Suốt trong thời kỳ Bắc thuộc, do nhu cầu tinh thông Hán văn như là sách lược cấp thời để đối phó sự đồng hóa của phương Bắc, Hán văn trở thành ngôn ngữ thống trị. Vì vậy công trình phiên dịch Kinh điển thành quốc âm không thể thực hiện. Bởi vì, công trình phiên dịch Tam tạng tại Trung Hoa thành tựu đồ sộ được thấy ngày nay chủ

yếu do sự bảo trợ của triều đình. Quốc âm chỉ được dùng như là phương tiện hoằng pháp trong nhân gian. Cho đến thời Pháp thuộc, trước tình trạng vong quốc và sự đe dọa bởi văn hóa xâm lược, văn hóa dân tộc có nguy cơ mất gốc, cho nên sơn môn phát động phong trào chấn hưng Phật giáo, phổ biến kinh điển bằng tiếng quốc âm qua ký tự La-tinh. Từ đó, lần lượt các Kinh điển quan trọng từ Hán tạng được phiên dịch theo nhu cầu học và tu của Tăng già và Phật tử tại gia. Phần lớn các Kinh điển này đều thuộc Đại thừa, chỉ một số rất ít được trích dịch từ các A-hàm. Dù Đại thừa hay A-hàm, các Kinh Luận được phiên dịch đều không theo một hệ thống nào cả. Do đó sự nghiên cứu Phật học Việt Nam vẫn chưa có cơ sở chắc chắn. Mặt khác, do ảnh hưởng ngữ pháp Phạn, các bản dịch Hán hàm chứa một số vấn đề ngữ pháp Phạn Hán khiến cho ngay cả các nhà chú giải Kinh điển lớn như Cát Tạng, Trí Khải cũng phạm phải rất nhiều sai lầm. Chính Ngạn Tông, người tổ chức dịch trường theo lệnh của Tùy Dạng đế đã nêu lên một số sai lầm này. Cho đến Huyền Trang, vì phát hiện nhiều sai lầm trong các bản Hán dịch nên quyết tâm nhập Trúc cầu pháp, bất chấp lệnh cấm của triều đình và các nguy hiểm trên lộ trình.

Ngày nay, do sự phát hiện nhiều bản Kinh Luận quan trọng bằng tiếng Sanskrit, cũng như sự phổ biến ngôn ngữ Tây Tạng, mà phần lớn Kinh điển Sanskrit được phiên dịch, nên nhiều công trình chỉnh lý được thực hiện cho các bản dịch Phạn Hán. Thêm vào đó, do sự phổ biến ngôn ngữ Pali, vốn được xem là ngôn ngữ Thánh điển gần với nguyên thuyết nhất, một số sai lầm trong các bản dịch A-hàm cũng được chỉnh lý, và tỉ giảo, khiến cho lời dạy của Đức Thích Tôn được thọ trì một cách trong sáng hơn.

Trên đây là những nhận thức cơ bản để Ban phiên dịch Đại tạng kinh Việt Nam y theo đó mà thực hiện các bản dịch. Trước hết, là bản dịch các kinh A-hàm đang được giới thiệu ở đây. Các kinh thuộc bộ A-hàm được dịch sang Hán rất sớm, kể từ thời Hậu Hán với An Thế Cao. Nhưng phần lớn các truyền bản này đều phát xuất từ Tây vực, từ các nước Phật giáo thịnh hành thời đó như Quy-tư, Vu-điền. Do khẩu âm và phương ngữ nên trong các truyền bản được nói là Phạn văn đã hàm chứa khá nhiều sai lạc. Điều này có thể thấy rõ qua sự so sánh các đoạn tương đương Pali, hay các dẫn chứng trong Đại Tì-bà-sa, Du-già sư địa. Thêm vào đó, các dịch giả hầu hết đều học Phật và học tiếng Sanskrit tại các nước Tây vực chứ không trực tiếp tại Ấn Độ như La-thập và Huyền Trang, nên trình độ ngôn ngữ Phạn có hạn chế. Các vị ấy khi vừa đặt chân lên Trung Hoa, do khát vọng thâm thiết của các Phật tử Trung Hoa, muốn có thêm kinh Phật để học và tu, cho nên trong khi chưa tinh thông tiếng Hán, mà công trình phiên dịch lại được thôi thúc cần thực hiện. Vì không tinh thông Hán ngữ nên công tác phiên dịch luôn luôn qua trung gian một người chuyển ngữ. Quá trình phiên dịch đi qua nhiều giai đoạn mà chính người chủ dịch không thể quán triệt, cho nên trong các bản dịch hàm chứa những đoạn văn rất tối nghĩa, và nhiều khi nhầm lẫn. Trong tình hình như vậy, một bản dịch Việt từ Hán đòi hỏi rất nhiều tham khảo để hy vọng tiếp cận với nguyên bản Sanskrit đã thất lạc, và cũng từ đó mà hy vọng có thể tiếp cận với lời Phật dạy hơn, điều mà các bản Hán dịch do trở ngại ngôn ngữ đã không thể thực hiện được.

Đại Tạng kinh Việt Nam chủ yếu căn cứ trên Đại chánh Đại tạng kinh, Nhật Bản, gồm 100 tập, được biên tập khởi đầu từ niên hiệu Đại chánh (Taisho) thứ 11 (tl. 1922), cho đến niên hiệu Chiêu Hòa (Showa) thứ 9 (tl. 1934), tập hợp trên 100 nhà nghiên cứu Phật học hàng đầu của Nhật Bản, dưới sự chủ trì của Cao Nam Thuận Thứ Lang (Takakusu Junjiro) và Độ Biên Hải Húc (Watanabe

Kaigyoku). Để bản sử dụng là bản in của chùa Hải Ấn, Triều Tiên, được gọi là bản Cao-lệ. Công trình chỉnh lý văn bản căn cứ các khắc bản Tống, Nguyên, Minh, cùng một số khắc bản và thủ bản tại Hoa và Nhật khác như tả bản Thiên Bình, bản Liêu của Cung nội sảnh, bản chùa Đại Đức, bản chùa Vạn Đức, v.v… Một số bản văn được phát hiện tại các vùng trong Tây vực như Vu-điền, Đôn Hoàng, Quy-tư, Cao Xương, cũng được dùng làm tham khảo. Nhiều đoạn văn từ Pali và Sanskrit cũng được dẫn dưới cước chú để đối chiếu đoạn Hán dịch mà người biên tập nghi ngờ là không chính xác hoặc thuộc về dị bản nào đó.

Nội dung Đại tạng Đại chánh được phân làm ba phần chính: phần thứ nhất, gồm 32 tập, là các bản dịch Phạn Hán bao gồm Kinh, Luật, Luận, được thuyết bởi chính kim khẩu của Phật, hay được kiết tập bởi các Thánh đệ tử, hoặc được trước tác bởi các Luận sư. Phần thứ hai, từ Đại chánh tập 33 đến tập 55, trước tác của Trung Hoa, bao gồm các sớ giải Kinh, Luật, Luận, và luận thuyết riêng biệt của các tông phái Phật giáo Trung Hoa, các sử truyện, truyện ký, du ký, truyền kỳ; các bản Hán dịch thuộc ngoại giáo như Thắng luận, Số luận, Ba tư giáo, Thiên chúa giáo, các tập ngữ vựng Phạn Hán, giáo khoa Phạn Hán, các Kinh lục. Phần thứ ba, từ tập 56 đến 85, tập họp các trước tác của Nhật Bản, gồm các sớ giải Kinh, Luật, Luận, phần lớn căn cứ trên các bản sớ giải Trung Hoa mà giải nghĩa rộng thêm, và các luận thuyết của các tông phái tại Nhật Bản. Còn lại 12 tập sưu tập các đồ tượng, tranh ảnh, phần lớn là các đồ hình mạn-đà-la của Mật tông. Ba tập cuối, tổng mục lục, liệt kê nội dung các bản Đại tạng lưu hành.

II. ĐẠI TẠNG KINH VIỆT NAM

ĐẠI TẠNG KINH VIỆT NAM là một tập hợp các bản dịch Việt Đại tạng kinh Phật giáo từ truyền bản tiếng Trung Quốc, có tham cứu các truyền bản tiếng Phạn, Pali và Tây Tạng.

Do đó, nó bao gồm toàn bộ các kinh điển Phật giáo đã được dịch ra tiếng Việt đã và đang lưu hành từ trước tới nay. Chúng ta đều biết, ngay từ thời kỳ Phật giáo truyền vào Việt Nam dưới triều đại Hùng Vương, đã có một số kinh điển được dịch ra tiếng Việt từ các truyền bản tiếng Phạn hay Pali. Những bản kinh tiếng Việt đầu tiên này tuy ngày nay đã tán thất qua thời gian, nhưng một số cấu trúc ngữ pháp tiếng Việt vẫn còn tồn tại trong các bản kinh tiếng Trung Quốc được dịch từ các văn bản tiếng Việt này, như *Lục độ tập kinh, Cựu tạp thí dụ kinh*, v.v… Những thế kỷ tiếp theo, truyền thống dịch kinh ra tiếng Việt này vẫn được tiếp tục mà dấu vết có thể tìm thấy qua một bài thơ ngũ ngôn của nhà thơ nổi tiếng thời Đường là Trương Tịch (750-820). Nhưng do thiên tai lẫn địch họa, bản kinh tiếng Việt đầu tiên hiện còn lại là một bản dịch vào thế kỷ 15, được biết dưới tên *Đại báo phụ mẫu ân trọng kinh*, của thiền sư Viên Thái (1380-1440).

Qua thế kỷ 16 ta có bản dịch Quan Âm chân kinh, thường được biết dưới tên *Truyện Phật Bà Quan Âm* (khoảng 1585- ?). Đến thế kỷ 17 ta có một loạt các bản dịch giải của Minh Châu Hương Hải mà chúng ta hiện đã tìm thấy, như *Diệu pháp liên hoa kinh, A-di-đà kinh, Ma-ha-bát-nhã ba-la-mật-đa tâm kinh* v.v…

Thế kỷ 18 chứng kiến sự xuất hiện các bản dịch Luật tạng như *Sa-di quốc âm thập giới* của Như Trừng (1690-1780), *Oai nghi diễn âm* của Như Thị (1680-1740?), v.v…

Qua thế kỷ 19 ta có bản dịch *Pháp hoa quốc ngữ kinh* do Pháp Liên thực hiện năm 1852 (hay 1856?). Từ đây trở đi kinh điển Phật giáo bằng tiếng Việt càng ngày xuất hiện càng nhiều. Cho nên, Đại tạng kinh Việt Nam là một tập hợp những bản kinh đã được dịch ra tiếng nước ta từ các truyền bản tiếng Trung Quốc và một số tiếng khác như Phạn, Tây Tạng. Riêng bản dịch tiếng Việt của kinh điển Phật giáo từ các truyền bản tiếng Pali thì chúng tôi cho in riêng, theo tiêu chuẩn quốc tế, và được đặt tên là Đại tạng kinh Nam truyền. Do đó ĐẠI TẠNG KINH VIỆT NAM không bao gồm các bản kinh tiếng Việt được dịch từ các truyền bản Pali.

Trên đây là giới thiệu sơ bộ vài nét chính của Đại tạng kinh Việt Nam, được biên dịch và ấn hành với mục đích cung cấp cho các Phật tử và người nghiên cứu Việt Nam những bản kinh tiếng Việt hình thành qua lịch sử. Các bản kinh nào chưa được dịch hoặc dịch chưa hoàn chỉnh, chúng tôi sẽ tuần tự cho dịch lại để in vào bộ Đại tạng kinh này.

Bản dịch Đại tạng kinh Việt Nam chọn *Đại chánh tạng* làm để bản, phiên dịch tất cả tác phẩm được ấn hành trong đó. Phàm lệ để thực hiện bản dịch tạm thời được quy định như sau:

1. Đại tạng kinh Việt Nam bao gồm tất cả các bản dịch tiếng Việt của Tam Tạng Kinh Điển Phật giáo đã xuất hiện ở nước ta từ trước đến nay, qua các thời kỳ với nhiều dịch giả khác nhau, để cho thấy quá trình hình thành Đại tạng kinh Việt Nam qua lịch sử.

2. Về bản đáy, bản dịch Việt căn cứ trên ấn bản Đại chánh tân tu Đại tạng kinh 100 tập, mỗi tập trên dưới 1000 trang chữ Hán cỡ 10pt và sẽ được đánh số theo thứ tự của số ghi trong bản in Đại chính. Mỗi trang của bản in Đại chánh được chia làm ba cột: a, b, c. Số trang và cột này đều được ghi trong bản dịch để tiện tham khảo.

3. Vì thế, một bản kinh chữ Hán có thể có nhiều bản dịch tiếng Việt, nên sau số thứ tự của Đại chính, sẽ đánh thêm các mẫu tự A, B, C… để phân biệt các bản dịch tiếng Việt khác nhau của cùng một bản kinh chữ Hán đó.

4. Về xử lý văn bản trong khi phiên dịch, phần lớn căn cứ công trình hiệu đính và đối chiếu của bản Đại chánh. Ngoài ra, tham khảo thêm các công trình hiệu đính và đối chiếu khác.

5. Giữa các ấn bản có những điểm khác nhau, bản Việt sẽ lựa chọn hoặc hiệu đính theo nhận thức của người dịch.

6. Trong bản Hán, nếu chỗ nào xét thấy văn dịch hay từ ngữ không phù hợp với giáo nghĩa truyền thống phổ biến, người dịch sẽ tham khảo các Kinh, Luật, Luận cần thiết để hiệu chính. Những hiệu chính này được giải thích ở phần cước chú.

7. Bản Hán dịch thực hiện căn cứ phần lớn trên sự truyền khẩu. Do đó những từ phát âm tương tự dễ đưa đến ngộ nhận, như sam Pāli hay *sama* và *samyak*; *cala* và *jala*; *muti* và *muṭṭhi*, v.v... Trong những trường hợp này, người dịch sẽ tham chiếu các kinh tương đương, các bản Hán biệt dịch, suy đoán tự dạng nguyên thủy có thể có trong Phạn bản để hiệu chính. Những hiệu chính này đều được ghi ở phần cước chú.

8. Do các truyền bản khác nhau giữa các bộ phái, để có nhận thức về giáo nghĩa nguyên thủy, chung cho tất cả, cần có những nghiên cứu đối chiếu sâu rộng. Công việc này ngoài khả năng hiện tại của các dịch giả. Tuy nhiên, trong trường hợp có thể, những điểm dị biệt giữa các truyền bản sẽ được ghi nhận và đối chiếu. Những ghi nhận này được nêu ở phần cước chú.

9. Bản Hán dịch được phân thành số quyển. Bản dịch Việt không chia số quyển như vậy, nhưng sẽ ghi ở phần cước chú mỗi khi bắt đầu một quyển khác.

10. Các từ Phật học trong một số bản Hán dịch nếu không phổ biến, do đó có thể gây khó khăn cho việc đọc và nghiên cứu, trong các trường hợp như vậy, tuy vẫn giữ nguyên dịch ngữ của bản Hán, nhưng dịch ngữ tương đương thông dụng hơn sẽ được ghi trong phần cước chú. Trong trường hợp có thể, sẽ ghi luôn dịch giả của những dịch ngữ này và xuất xứ của chúng từ bản dịch nào để tiện việc tham khảo.

11. Các kinh sách tham khảo trong cước chú đều được viết tắt theo qui định phổ thông của giới nghiên cứu quốc tế; xem qui định về viết tắt ở cuối mỗi tập của Đại tạng kinh Việt Nam.

III. PHƯƠNG ÁN THỰC HIỆN

Dự án thực hiện bao gồm các công trình phiên dịch, biên tập, và ấn hành, một Hội Đồng phiên dịch Đại tạng kinh Việt Nam được thành lập, được điều phối bởi Tổng biên tập, với các nhiệm vụ được phân phối như sau:

1. Ủy ban Phiên dịch. Để hoàn tất một bản dịch, các công tác sau đây cần được thực hiện:

a. Phiên dịch trực tiếp. Các văn bản lần lượt được phân phối đến các vị có trình độ Hán văn tương đối, kiến thức Phật học cơ bản, và khả năng ngôn ngữ cần thiết, phiên dịch trực tiếp từ Hán sang Việt.

b. Hiệu đính và chú thích. Nhiệm vụ chủ yếu của phần hiệu chính là đọc lại bản dịch thô và bổ túc những sai lầm có thể có trong bản dịch. Trong thực tế, người hiệu đính còn phải làm nhiều hơn thế nữa.

Trước hết là phần chỉnh lý văn bản. Phần này đáng lý phải thực hiện trước khi phiên dịch. Việc chỉnh lý văn bản thoạt tiên có vẻ đơn giản, vì người dịch chỉ lưu ý một số nhầm lẫn trong việc khắc bản của để bản. Những

điểm khác nhau giữa các bản khắc hầu hết được ghi ở cước chú trong ấn bản Đại chánh, người dịch chỉ cần hiểu rõ nội dung đoạn dịch thì có thể lựa chọn những từ thích hợp trong cước chú. Tuy nhiên, do hạn chế về trình độ Phật pháp và khả năng tham khảo nên đa số người dịch không chọn được từ chính xác. Mặt khác, ngay cả các từ trong cước chú không phải hoàn toàn chính xác. Ngay cả Đại sư Ấn Thuận cũng phạm phải một số sai lầm khi chọn từ, vì không tìm ra các đoạn Pali hoặc Sanskrit tương đương nên phải dựa trên ức đoán. Những ức đoán này phần nhiều là sai.

Mặt khác, nhiều sai lầm không phải do tả bản hay khắc bản, mà do chính từ truyền bản. Bởi vì, kinh điển từ Ấn Độ truyền sang hầu hết đều do khẩu truyền. Những biến đổi trong khẩu âm, phát âm, khiến nhầm lẫn từ này với từ khác, làm cho ý nghĩa nguyên thủy của giáo lý sai lạc. Người dịch từ Hán văn mà không có trình độ Phạn văn nhất định thì không thể phát hiện những sai lầm này. Điều đáng lưu ý là những sai lầm này xuất hiện rất

nhiều và rất thường xuyên trong nhiều bản dịch Phạn Hán.

Phần hiệu đính tập trung trên cú pháp Phạn mà ảnh hưởng của nó trong các bản dịch khiến cho nhiều khi ngay cả những vị tinh thông Hán ngữ, các nhà chú giải kinh điển nổi tiếng, cũng phải nhầm lẫn.

Để hiểu rõ nội dung bản dịch Hán, cần thiết phải tìm lại nguyên bản Phạn để đối chiếu. Đại sư Cát Tạng đã vấp phải sai lầm khi không có cơ sở để phân tích mệnh đề Hán dịch là năng động hay thụ động, do đó đã nhầm lẫn người giết với kẻ bị giết. Đó là một đoạn văn trong *Thắng man* mà nguyên bản Phạn của kinh này đã thất lạc, nhưng đoạn văn tương đương lại được tìm thấy trong trích dẫn tập *Sikṣasamuccaya* của Sāntideva. Nếu không tìm thấy đoạn Sanskrit được trích dẫn này thì không ai có thể biết rằng Cát Tạng đã nhầm lẫn.

Rất nhiều kinh điển trong nguyên bản Phạn đã bị thất lạc. Ngay cả những tác phẩm

quan trọng như *Đại Tì-bà-sa* chỉ tồn tại trong bản dịch của Huyền Trang. Nhiều đoạn được trích dẫn trong bản dịch *Câu-xá*, mà Phạn văn đã được phát hiện, cũng giúp người đọc *Đại Tì-bà-sa* có manh mối để đi sâu vào nội dung. Đọc một bản văn mà không nắm vững nội dung của nó, nghĩa là chính dịch giả cũng không hiểu, hoặc hiểu sai, sao có thể hy vọng người đọc hiểu được đoạn văn phiên dịch? Do đó, công tác hiệu đính không đơn giản chỉ bổ túc những khuyết điểm trong bản dịch về lối hành văn, mà đòi hỏi công phu tham khảo rất nhiều để nắm vững nội dung nguyên tác trong một giới hạn khả dĩ.

Đại tạng kinh Việt Nam là bản dịch Việt từ Hán tạng, do đó không thể tự tiện thay đổi nội dung dù phát hiện những sai lầm trong bản Hán. Những sai lầm này mang tính lịch sử, do đó không được phép loại bỏ tùy tiện. Tuy vậy, bản dịch Việt cũng không thể bỏ qua những nhầm lẫn được phát hiện. Những phát hiện sai lầm cần được nêu lên, và những hiệu đính cũng cần được đề nghị. Những điểm này

được ghi ở phần cước chú để cho bản Việt vẫn còn gần với bản Hán dịch.

Trên đây là một số điều kiện tất yếu để thực hiện một bản dịch tương đối khả dĩ chấp nhận. Trong tình hình hiện tại, chúng ta chỉ có rất ít vị có thể hội đủ điều kiện yêu cầu như trên. Do đó, dự án thực hiện hướng đến chương trình đào tạo, không đơn giản chỉ là đào tạo chuyên gia dịch thuật, mà là bồi dưỡng những vị có trình độ Phật học cao với khả năng đọc và hiểu các ngôn ngữ chuyển tải Thánh điển, chủ yếu các thứ tiếng Pali, Sanskrit, Tây Tạng và Hán.

Trong tình hình nghiên cứu Phật học hiện tại trên thế giới, người muốn nghiên cứu Phật học mà không biết đến các ngôn ngữ này thì khó có thể nắm vững giáo nghĩa căn bản. Và đây cũng là điều mà Ngạn Tông đã nêu rõ trong các điều kiện tham gia dịch thuật trong việc phiên dịch được bảo trợ bởi Tùy Dạng đế, mặc dù Ngạn Tông chỉ yêu cầu hiểu biết Phạn văn nhưng đồng thời cũng yêu cầu kiến thức uyên bác không

chỉ tinh thông Phật điển mà còn cả thư tịch ngoại giáo.

Chi tiết chương trình đào tạo cần được trình bày trong một dịp khác.

2. Ủy ban Ấn hành. Công tác ấn hành gồm các phần:

a. Sửa lỗi chính tả của các bản dịch. Hiện tại lỗi chính tả trong các bản dịch do các Thầy, Cô, và Phật tử tự nguyện chỉnh sửa. Nhưng chỉ là công tác nghiệp dư, do không chuyên trách, và do đó cũng thiếu kinh nghiệm trong việc phát hiện lỗi, nên các bản in phổ biến tồn tại khá nhiều lỗi chính tả.

b. Trình bày bản in. Công tác này tùy thuộc điều kiện kỹ thuật vi tính. Sơ khởi, ban ấn hành chưa đủ điều kiện để có những vị thành thạo sử dụng kỹ thuật vi tính trong việc trình bày văn bản.

Công việc này hiện tại do các Thầy Cô phụ trách, với trình độ kỹ thuật do tự học, và tự phát. Vì vậy, trong nhiều trường hợp không khắc phục được lỗi kỹ thuật nên hình thức trình bày của bản văn chưa được hoàn hảo như mong đợi.

Sự nghiệp phiên dịch được định khoảng 15 năm, hoặc có thể lâu hơn nữa. Hình thức Đại tạng kinh do đó không thể được thiết kế một lần hoàn hảo. Trong diễn tiến như vậy, tất nhiên trình độ kỹ thuật được cải tiến theo thời gian, khiến cho hình thức trình bày cũng cần thay đổi cho phù hợp với thời đại. Hậu quả sẽ khó tránh khỏi là sự không đồng bộ giữa các tập Đại tạng kinh ấn hành trước và sau.

c. Ấn loát. Sau khi hình thức trình bày được chấp nhận, bản dịch được đưa đi nhà in. Trách nhiệm ấn loát được giao cho nhà in với các điều khoản được ghi thành hợp đồng. Vấn đề ấn loát như vậy tương đối ổn định. Tuy nhiên, cũng cần có người chuyên trách để theo dõi

quá trình ấn loát, hầu tránh những sai sót kỹ thuật có thể có do nhà in.

d. Phát hành, phổ biến và vận động. Một nhiệm vụ không kém quan trọng là phát hành và phổ biến Đại tạng kinh. Công việc này đáng lý do một ban phát hành chuyên trách, nhưng trong điều kiện nhân sự hiện tại, một ban như vậy chưa thể thành lập, do đó ban ấn hành kiêm nhiệm. Thêm nữa, công trình phiên dịch là sự nghiệp chung của toàn thể Phật tử Việt Nam, không phân biệt Giáo hội, hệ phái, do đó cần có sự tham gia và cống hiến của chư Tăng Ni, Phật tử, bằng hằng sản và hằng tâm, bằng tâm nguyện cá nhân hay tập thể dưới các hình thức hỗ trợ và bảo trợ bằng vật chất hoặc tinh thần, cống hiến bằng tất cả khả năng vật chất và trí tuệ. Công việc vận động này để cho được hữu hiệu với sự tham gia tích cực của nhiều chúng đệ tử cũng cần được chuyên trách bởi một ban vận động. Trong điều kiện nhân sự hiện tại, ban ấn hành kiêm nhiệm.

HẬU TỪ

Trải qua trên dưới hai nghìn năm du nhập, những giáo nghĩa căn bản mà đức Phật đã giảng được học và hành tại Việt Nam, đã đem lại nhiều an lạc cho nhiều cá nhân và xã hội, đã góp phần xây dựng tình cảm và tư duy của các cộng đồng cư dân trên đất nước Việt. Thế nhưng, sự nghiệp phiên dịch cũng như ấn hành để phổ biến Thánh điển, làm nền tảng sở y cho sự học và hành, chưa được thực hiện trên quy mô rộng lớn toàn quốc.

Sự nghiệp phiên dịch tại Trung Quốc trải qua gần hai nghìn năm, với thành tựu vĩ đại, tập đại thành và bảo tồn kho tàng Thánh điển thoát qua nhiều trận hủy diệt do những đức tin mù quáng, cuồng tín. Sự nghiệp ấy đại bộ phận do các quốc vương Phật tử tích cực bảo trợ, đã là sự nghiệp chung của toàn thể nhân dân theo từng giai đoạn đặc biệt của lịch sử.

Việt Nam tuy cũng có các minh quân Phật tử, nhưng do tác động bởi các yếu tố chính trị xã hội nên chưa từng được tổ chức quy mô dưới sự bảo trợ của triều đình. Chỉ do yêu cầu thực tế học và hành mà một số kinh điển được phiên dịch, nhưng chưa đủ để lập thành nền tảng tương đối hoàn bị cho sự nghiên cứu sâu giáo nghĩa.

Gần đây, vào năm 1973, một Hội đồng Phiên dịch Tam tạng lần đầu tiên trong lịch sử được thành lập, gồm Chủ tịch: Thượng tọa Thích Trí Tịnh, Tổng thư ký: Thượng tọa Thích Quảng Độ, với các thành viên quy tụ tất cả các Thượng Tọa và Đại Đức đã có công trình phiên dịch và có uy tín trên phương diện nghiên cứu Phật học, dưới sự chỉ đạo của Viện Tăng Thống, Giáo hội Phật giáo Việt Nam Thống nhất. Chương trình phiên dịch được soạn thảo trên quy mô rộng lớn, nhưng do hoàn cảnh chiến tranh nên chỉ mới thực hiện được một phần nhỏ. Một phần của thành quả này về sau được ấn hành năm 1993 bởi Viện Nghiên cứu Phật học Việt Nam, trực thuộc Giáo hội Phật giáo Việt Nam, dưới danh hiệu "Đại tạng Kinh Việt Nam". Thành quả này là các kinh thuộc bộ A-hàm được phân công bởi Hội đồng Phiên dịch Tam tạng, trong đó, *Trường A-hàm* và *Tạp A-hàm* do TT Thiện Siêu, TT Trí Thành và ĐĐ Tuệ Sỹ thuộc Viện Cao đẳng Phật học Hải Đức, Nha Trang; *Trung A-hàm* và *Tăng nhất A-hàm* do TT Thanh Từ, TT Bửu Huệ, TT Thiền Tâm thuộc Viện Cao đẳng Phật học Huệ Nghiêm, Saigon. Ngoài ra, một phần phân công khác cũng đã được hoàn thành như: TT Trí Nghiêm: *Đại Bát Nhã* (Huyền Trang dịch, 600 cuốn) thuộc bộ Bát-nhã. TT Trí Tịnh: kinh *Ma-ha Bát-nhã-ba-la-mật* (Đại phẩm) thuộc bộ Bát-nhã; kinh *Diệu pháp Liên hoa* (La-thập dịch), thuộc bộ Pháp hoa; kinh *Đại phương Quảng Phật Hoa nghiêm* (bản Bát thập) thuộc bộ Hoa nghiêm, và toàn bộ Đại Bảo tích. Các bản dịch này cũng đã được ấn hành nhưng do đệ tử của các Ngài chứ chưa đưa vào Đại tạng kinh Việt Nam.

Những vị được phân công khác chưa thấy có thành quả được công bố. Mặc dù với nỗ lực to lớn, nhưng do hoàn cảnh nhiễu nhương của đất nước nên thành tựu rất khiêm nhượng. Thêm nữa, các thành tựu này cũng chưa hội đủ điều kiện và thời gian thuận tiện để được hiệu đính và biên tập theo tiêu chuẩn nghiên cứu và phiên dịch Phật điển trong trình độ nghiên cứu Phật giáo hiện đại của thế giới, do đó cũng chưa thể được dự phần trong sự nghiệp phiên dịch và nghiên cứu Phật học trên quy mô quốc tế, như là cống hiến của Phật giáo Việt Nam cho cộng đồng nhân loại trong sự nghiệp hoằng dương Chánh pháp của toàn thể Phật tử thế giới vì lợi ích và an lạc của hết thảy mọi loài chúng sanh. Sự nghiệp như vậy không thể là cống hiến cá biệt của một cá nhân hay tập thể, của một Giáo hội hay hệ phái, mà là sự nghiệp chung của toàn thể Tăng tín đồ Phật giáo Việt Nam, không chỉ một thế hệ, mà liên tục trong nhiều thế hệ, cùng tồn tại và tiến bộ theo đà thăng tiến của xã hội và nhân loại. Trên hết là báo đáp ân đức của Phật Tổ, đã vì an lạc của chúng sanh mà trải qua vô vàn khổ hành, qua vô số a-tăng-kỳ kiếp. Thứ đến, kế thừa sự nghiệp hoằng pháp lợi sanh của Thầy Tổ để cho ngọn đèn Chánh pháp luôn luôn được thắp sáng trong thế gian.

Vì vậy, chúng tôi khẩn thiết, trên nương nhờ uy thần nhiếp thọ của Chư Phật và Thánh Tăng, cùng với sự tán trợ của chư vị Trưởng lão hiện tiền trong hàng Tăng bảo, kêu gọi sự hỗ trợ cống hiến bằng tất cả tâm nguyện và trí lực, bằng tất cả hằng sản và hằng tâm, của bốn chúng đệ tử Phật, để sự nghiệp hoằng pháp đệ nhất tối thắng này được tiến hành vững chắc và liên tục từ thế hệ này cho đến nhiều thế hệ tiếp theo, duy trì ngọn đèn Chánh pháp tồn tại lâu dài trong thế gian vì lợi ích và an lạc của hết thảy chúng sanh.

Mùa Phật đản 2552 – Mậu tý 2008
Trí Siêu - Tuệ Sỹ
cẩn bạch

THE INTRODUCTION TO THE VIETNAMESE
TRIPITAKA TRANSLATION PROJECT

❀ *Trans by* VIEN MINH

Yo vo, ānanda, mayā dhammo ca vinayo ca desito paññatto,
so vo mamaccayena satthā.

I. A BRIEF ACCOUNT OF THE VIETNAMESE TRANSLATIONS FROM THE TRIPITAKA

Before His reaching Nirvana, the Buddha had given the last admonition to His disciples that: "the Dharma which I have taught and the Fundamental Laws enacted, will be your guidance now that I no longer remain with you." To comply with the Lord Buddha's last teachings, the Elders Arahat assembled for the First Buddhist Council at Rajagrha, so that together they would come upon an agreement on reciting all of the Buddha's teachings during His 45-year lecturing to and educating His disciples. The foundation for Buddhist literature, which later was known as the Triple Buddhist Canon of Scriptures *(the Tripitakas or the Three Baskets)*, was then procreated.

From then, the sacred teachings of the Lord Buddha advanced with the traveling footsteps of His Great Disciples spreading to all four directions. Wherever these teachings were channeled, the followers learned and practiced them in their respective regional dialects, just as the Buddha has instructed: *anujānāmi, bhikkhave, sakāya niruttiyā buddhavacanaṃ pariyāpuṇitun'ti.* "I allow

you, oh Bhikkhus, to learn the word of the Buddha in your dialect." So from the beginning, according to this teaching, the Buddhist scriptures were modified into many different native tongues. When Buddhism developed into various schools, each of the branches tried to compile its own Sacred Scriptures in the native language where Buddhism arrived. When the Old Indian system of written language was not widely developed yet, Buddhist Scriptures were mainly passed down by way of oral recitation. This means of oral transmission, which caused a lot of disparities in pronunciation due to the diverse local dialects, sometimes affected the few modifications found in the writings. This phonological variation, in few instances, caused different exegeses among the sects regarding the meaning of the Teachings. However, from the perspective of the whole picture, the essential teachings remained the same in interpretation as well as in practice among all the schools, in both the Northern and the Southern traditions. This commonness can be validated through the ongoing research and comparative works of all the teachings recorded in the two main branches of Buddhist literature that are in existence: the Pali canon and the canon written in Chinese characters. The Chinese translation originated from the Agamas, and the Pali canon that still can be verified, are consistent with with each other in most of their contents. Hence, the differences that are known between the Northern and the Southern traditions – also incorrectly referred to as Theravada and Mahayana – are only slight diversifications in the historical and cultural backgrounds of each locality and ethnic race. That is the difference between primitive and later developments. The Buddhist teachings that arrived in the Southern countries were understood and practiced more in the original way, because the development, the civilization and the societal institutions of these nations were still rather simple and uncomplicated. On the contrary, societies in the north of India and northwest of China, have had more variant races and diverse cultures, thus they acquired more different societal and moral codes. Buddhism arrived in these nations, and after a time, often became the state religion of such countries. And the Buddha's teachings, likewise, were localized to be more suitable to the linguistic, traditional and social ways of life of that particular nation.

The sacred Triple Basket of Scriptures is the gateway to all understandings of the Dharma, a great source of knowledge for practice, as well as for study. The Vinaya Pitaka (The Basket of Discipline) and the Sutra Pitaka (The Basket of Sayings), a comprehensive collection of Dharma and Vinaya (Truth & Laws) that the Buddha had demonstrated and regulated, are the substantial ground for the Holy Disciples to learn and practice aiming at the ultimate goal of attaining the perfection of wisdom and virtue. These two Baskets also contained the interpretive explanations of the Great Disciples who heard the teachings directly from the Lord Buddha. The last of the Tripitakas, the Abhidharma Pitaka, according

to the traditions of the Theravada school in the South, and those of the Sarvastivada in the North, also came from the golden words of the Buddha. But there are some great Buddhist philosophers like Vasubandhu, along with most of the world's well known academic authorities on the Buddhist Canon of the present time, who don't acknowledge that the Abhidharma directly came from the Buddha Himself but rather these works are a collection of varieties of analyses, studies, interpretations, and systematization of what was taught by the Buddha from the first two Baskets – the Basket of Sayings and the Basket of Discipline. The Sutras and the Vinayas were construed during a determined time, gathered directly or indirectly from the golden words (verbatim) of the Buddha, and are the principal foundation for all schools of Buddhism, including the Mahayana school, regardless of the differences caused by the oral transmission over time, affected by the diverse dialectical accents.

The Abhidharma is the part of the Holy Scriptures that reflects the historical development of Buddhism in all aspects, including religious beliefs, philosophical thinking, scientific research, and jurisprudential, socio-political and cultural developments. Generally speaking, this Basket comprised not just the historical advancement within Buddhism itself, but also depicted the entire cultural change of the localities that the Buddha's teachings have reached. This same change was also substantially proven in the history of Vietnam.

Each of the Buddhist traditions created its own canonical literature, which depicted the best exegesis to thoroughly understand the scriptures' meaning, protected the comprehension and interpretation of the Canon, and refuted all heretic dogmas. This

massive literature continuously evolved across many diverse geographical zones. Not until the significant spread of Islam into India was Buddhism getting gradually eliminated. One part of this Buddhist literature was transferred to Tibet, through the Tibetan translations from the Sanskrit scriptures, and a great number of the Sanskrit originals have been well preserved until today. The other part of the historical literature – the largest and most comprehensive – was translated into Chinese and contained almost all of the different thought processes of Buddhism in the history of India, from the Primitive, Scholastics, Mahayana, and Mysticism.

Legend has it that Buddhism arrived in China under the reign of Emperor Mingdi of the Han Dynasty (bc 65), in the Era of Yungping. The very first Sutra that was translated to Chinese was the Sutra of Forty Two Sections by Kashyapa-maganta and Zhu Falan. This legend, however, is not unanimously agreed upon by all Chinese Buddhist scholars and historians. The only true account was that of Khang Tang Hoi (Ch. Kang Seng Hui) who was a Vietnam-born from Tonkin. He went to the Jiangzuo to become the first Buddhist propagator in southern China. All of his works in translating and commenting on the Buddhist texts can authenticate that before that time, from 247 CE, when Khang Tang Hoi entered the Jianye territory, taking in Sunquan as his disciple, Buddhism has already propagated to a fairly steady form in Vietnam, and many scriptural works were already being translated. This fact can also be further reinforced by the written essay of Mau Tu called Li Hua Lun (Mu-zu's Treatise on the Justified Doubts). Unfortunately, almost all of these literature works found in Khang Tang Hoi's biography and Mu-zu's record were missing, probably as a consequence of the Northern invasion.

What remained only was the work that was supposedly recognized as handed down from the Chinese translation.

The first Sanskrit-Chinese translator in China was known to be An The Cao (ch. Anshigao) (who came to China around 147-167 CE). Of course, there were other scholars before him but their names were not recorded or known anywhere in history. Luong Tang Huu (Ch. Liang Sengyou), based on the oldest texts of Dao An (Ch. Daoan) (312 385 CE), found that there were about 134 Buddhist texts that have no known author/ translator, therefore, it was hard to place a time when they were written, whether before or after the work of An The Cao.

The Chinese translations from the Sanskrit Scriptures, which continuously worked out from An The Cao to the time of Minh and Thanh dynasties, were compiled into the first 32 volumes of the Taisho Tripitaka, which included the scriptures of Theravada, Mahayana, and Mystic Buddhism, amounting to 1692 documents. Besides those, there were volumes 33 to 55 of the Taisho Tripitakas, which comprised 1492 Chinese texts ranging from exegetical essays and interpretive extracts, to historical stories, traveling anecdotes, etc... Other than the Taisho, the Swastika Extension of the Chinese Tripitaka contained even more known literatural works. These two Chinese Buddhist manuscripts held the most complete Buddhist philosophical materials, of which the Taisho Tripitaka is the widely implemented epitome on a larger scale internationally.

The Buddhist scripture translation history in Vietnam began very early, possibly even before the time of Khang Tang Hoi. Some of the subtle indications can be traced in the text named Collection of Sutras on the Six Paramitas (Ch.= Liu Du JiJing). Khang

Tang Hoi used the Sino-Vietnamese to translate. There are no known translation of the Buddhist scriptures using the national language (i.e. Vietnamese). During the entire period of Northern subordination, with the need to thoroughly master the Chinese language to perfection as immediate tactics to cope with this Northern influential monopoly, Chinese became the dominating language of our country. So the work to translate the sacred texts into our own language was impossible. The translation seen today of the Buddhist Scriptures in China was possible and tremendously successful only because it was sponsored by the ruling court of that time. The Vietnamese language was only used as a means to propagate Buddhism among the commoners.

Following the Chinese domination was the French colonization. Faced with the fall of the nation, and under the pressure of the invasive civilization, our traditional culture was on the brink of being uprooted. Accordingly, many monks were leaving their secluded mountain abodes to engage in mobilizing the movement of rejuvenating Buddhism, promoting the use of Buddhist texts in Vietnamese transcripted in Latin alphabets. The Buddhist literature in Chinese was subsequently converted into our national language, responding to the need of the Sangha members and lay Buddhist followers. The majority of these canonical texts belonged to the Mahayana tradition, only a small number of which could be accounted for from the Agamas (V. A Ham) translation. But whether they were from the Mahayana, or the Agamas, all the available texts did not follow any specific guidelines. Therefore, the studies of Buddhism had yet to have a substantial foundation.

On the other hand, because of the impact of the Sanskrit grammar in the Chinese translations, several grammatical problems were so unfamiliar that even some of the eminent exegetes like Jizang or Zhiyi often committed a lot of these misinterpretations. That made Ngan Tong, the organizer of the translation academy under the order of Emperor Sui Yangdi (605-618 AD), worried most about detecting many of these mistakes. Because of the discovery several of these errors, another famous scholar – Xuanzhuang – determined to venture into a pilgrimage to the West in search of the true Dharma, despite the imperial ban, and fatal dangers and difficulties along the trip.

Today, due to the discovery of many important original manuscripts in Sanskrit, and the readily available Tibetan texts that were translated directly from Sanskrit, the tedious work to correct and improve many Sanskrit to Chinese translations can finally be done. In addition, with the thriving Pali language, which has always been regarded as the closest to the sacred language of the Buddha, many of the errors found in the Chinese version of Agamas are being comparatively modified, so that the teachings of our Lord Buddha can be understood and absorbed more transparently.

The above-mentioned notes are the fundamental observations that the Committee of the Vietnamese Tripitaka Translation task force can apply as guidelines in working with this monumental task. First, there are the texts in the Agamas mentioned here. The Chinese versions from the Agamas were done very early in the Post-Han era (ca. 250-220 AD) by Anshigao. Most of these were introduced from the countries in the west where Buddhism flourished at that time such as Kucha, or Khotan. Due to the oral transmission and the different dialects, the Sanskrit scriptural version contained a lot

of mispronunciations leading to numerous misinterpretations. This can be confirmed by comparing the equivalent texts composed in Pali, or studying some quotations in the Great Commentary Mahavaibhasya or the Yogacarabhumi-sastra. Besides, unlike Kumarajiva and Xuanzhuang, and few others, most of the Chinese translators learned Sanskrit and practiced Buddhism in the western regions, and not directly in India, so their proficiency in Sanskrit was rather limited. As soon as their arrival in China, they were faced with the grave demand of having more Buddhist texts for Chinese Buddhists to study and practice. This pressured them to carry out instant translation, despite their weak expertise in the language. Their lack of proficient knowledge of the Chinese language usually required the aid of an outside interpreter. For this reason, the translating work went through many steps that even the main translator sometimes could not go through; as a result, the texts contained quite a few ambiguous and obscure sections and erroneous representations. Therefore, a Vietnamese translation from Chinese required lots of references, if an approach to the lost Sanskrit texts was expected, and consequently a deeper understanding into the Buddha's words was hopefully gained. That's what the Chinese translations could not carry out due to the language obstacles.

The Vietnamese Tripitaka is essentially based on the Taisho Tripitaka of Japan, which was initiated during the ruling era of Taisho 11 in 1922, and lasted until the ruling era of Showa IX in 1934. This massive compilation, comprised of 100 volumes, was assembled by the Taisho Tripitaka Publication Association that included over 100 leading Buddhist scholars of Japan during that time under the supervision of the internationally known Buddhist academics Takakusu Junjiro and Watanabe Kaigyoku. The master copy in use belonged to the Haein Temple of Korea, also called the Korean edition. The textural proofread was based mainly on the block-printed editions of Sung, Yuan, Minh dynasties, and a few other block-printed editions and manuscripts from China and Japan, such as the handwritten copy of Tenbin, the Liao edition of Kunaisho, the manuscript of Daitokuji Temple, or that of Mantokuji Temple, etc… Other manuscripts discovered somewhere in the Western countries such as Khotan, Dunhuang, Kucha, or Gaochang, also served as referential sources. Many citations from Pali and Sanskrit texts are also footnoted in comparison with the Chinese translation, in which the authoritative editors may have posed questionable suspicions on their accuracy, or that they may belong in certain unidentifiable texts.

The contents of the Taisho Tripitaka were divided into three main corpora: the First Corpus included 32 volumes that comprised the Sanskrit-to-Chinese versions of all three Baskets – the Sutras, the Vinaya, and the Abhidharma – that are either taught by the Buddha as verbatim texts, or revised by His Great Disciples during the assemblies, or later compiled by authoritative Buddhist Scholars. The Second Corpus, from Taisho vol. 33 to 55, written in Chinese, composed of commentaries on the Sutras, Vinaya, and Abhidharma, plus sectarian treatises of the Chinese Buddhism, historical accounts, narrative chronicles, travel anecdotes, and legendary narrations; also the non-Buddhist versions such as Vaisheshika, Sankhya, Zoroastrianism, Catholicism, and the Sanskrit – Chinese glossary, textbooks, and prayer books. The Third Corpus, from vol. 56 to 85, gathered together all the written works of the Japanese scholars, which included explanations of the Sutras, the Vinaya, and the Abhidharma themed on the existing commentaries in Chinese but with further clarification and connotations, plus the sectarian treatises of Japanese Buddhism. The next 12 volumes of the Taisho Tripitaka were found to have collections of religious iconography and illustrations, mainly those of various Mandala pictograms of Buddhist Mysticism. The very last 3 volumes were indexes listing the particulars of all existing and circulating Tripitakas.

II. THE EXISTING VIETNAMESE TRIPITAKAS

The Vietnamese Tripitakas, as being compiled up to now, is a comprehensive collection of Vietnamese translations of Buddhist Scriptures, based on the Chinese Canon, with extensive research into the Sanskrit, Pali, and Tibetan versions. Thus, our Tripitaka included inclusively all the known and widely circulated Buddhist works that were ever translated into Vietnamese throughout our history.

We all know very well, that ever since Buddhism was first propagated to Vietnam during the reign of Emperors Hung, there existed probably many Buddhist texts translated directly into Vietnamese. Of course these very first works were all lost and cannot be accounted for anywhere in literature, but deep research and side by side comparison have proven that many syntactic structures of the Vietnamese language can be readily found in some Chinese texts (probably translated directly from the Vietnamese versions), for example the *Collection of Sutras on the six Paramitas (Ch. Liu tu chi ching) or the Old Sutra on Miscellaneous Parables (Ch. Chiu tsa p'I yu ching)*. During the next few following centuries, the tradition of translating the Sutras into Vietnamese continued to prosper. Their traces could be found in the five-characters

verse of the famous Tang Poet Zhangji (750-820). Unfortunately, due to natural disasters and enemy devastations over time, these valuable works were destroyed. The earlier holy text in Vietnamese that still exists nowadays is a translation worked out in the 15th Century, by the Zen Master Vien Thai (1380-1440), known as Kinh Dai Bao Phu Mau An Trong Kinh *(The Sutra on the universal Acknowledgement of the Parents' Benevolence)*.

Then in the 16th Century, we have the Quan Am Chan Kinh *(True Sutra of the Bodhisattva Kwan Yin)*, that are more widely known as Truyen Phat Ba Quan Am (the Story of the She-Buddha Kwan Yin) which was written around 1585-... ?, not sure by which author.

In the 17th Century, Minh Chau Huong Hai (time unknown) translated and connotated many Sutras that we have found in existence and are still available, such as Dieu Phap Lien Hoa Kinh *(Sutra on the Lotus of the True Law)*, A-di-da Kinh *(the Amitabha Sutra)*, and Ma-ha-bat-nha ba-la-mat-da Tam Kinh *(the Heart sutra on the Maha Prajna Paramita)*, etc...

The 18th Century witnessed the appearance of the versions belonging to the Basket of Discipline, such as Sa-di Quoc Am Thap Gioi *(The Ten Precepts of Samanera in the national language)* by Nhu Trung (1690-1780), or Oai Nghi Dien Am *(Samanera's everyday Conducts Interpreted in the national language)* by Nhu Thi (1680-1740), etc...

At the turn of the 19th Century, we have the Phap Hoa Quoc Ngu Kinh *(The Lotus Sutra in Vietnamese)* by Phap Lien around 1852. From then on, Buddhist Scriptures in Vietnamese were translated and published in great numbers. Thus, we can

safely say that the Vietnamese Tripitaka is a monumental collection of Buddhist literature translated from Chinese versions, as well as from Sanskrit, and Tibetan languages. The direct Pali translation of the Buddhist Canon, however, was collected and printed separately according to the criteria known worldwide, and was named the Vietnamese TheravadanTripitaka *(Dai Tang Kinh Nam Truyen)*. Therefore, the Vietnamese Tripitaka does not contain the versions of the Sacred Scriptures from the original Pali language.

Above is a preliminary representation and some main characteristics of the proposed Vietnamese Tripitaka that should be compiled, edited, and published to provide a wealth of resources, a mine of information accomplished throughout history, to the academic scholars and prospective researchers, students and teachers of Buddhism, as well as interested non-academic readers and amateurish writers. The remaining versions that are not yet translated, or unaccomplished, will eventually be translated, compiled, and incorporated into the present Tripitaka.

The Vietnamese Tripitaka chose the Taisho Tripitaka as the master copy, in which every single word would be translated. The guidelines for performing this task would temporarily be specified as below:

1. The Vietnamese Tripitaka includes all translated versions from the Sacred Scriptures found in existence in our country throughout history, by numerous known scholars through the generations. This will help to get a general view over the progress of its compilation in the course of history.

2. With regards to the master copy, the Vietnamese translation would be based on the Taisho Tripitaka comprised of 100 volumes, with somewhere closed to 1000 Chinese characters of 10pt-size in each of the volumes. The seriel numbers would be coded after that of the Taisho. Each page in the Taisho is divided into 3 columns named a, b, and c. The number of pages and columns will also be notated in the translation for eeasy and coherent references.

3. Incidentally, each of the Chinese scriptural texts may even have many Vietnamese translated versions; so accordingly, each of the serial numbers of the Taisho would be tagged with A, B, C… as to differentiate the various translations of the same original in Chinese.

4. With regards to the correction of the master copy in the process of translation, the manipulation is mostly based on the Taisho, with further reference to other available sources.

5. With regards to the discrepancies among the various editions, it is the translator's discrete knowledge that will guide the selection of the alternatives.

6. The translator is suggested to research other Tripitakas and Scriptures, to adjust for words or sentences found in the Chinese version that supposedly contradict the well-established orthodox doctrine.

7. The Chinese translation was done based mainly on oral transmission and recitation. Consequently, lots of mispronunciations were found such as *Samin* Pali vs *samaand samyak*; *cala* vs *jala*; *muti* vs *muṭṭhi*, etc… In these cases, the translators will have

to consult the equivalent texts in other diverse Chinese versions, and sometimes make reference to the available Sanskrit texts to estimate these words' original forms, and propose the correct formats. These proposals would also be included in the footnote sections.

8. Due to the variety of texts in different Buddhist schools, we ought to have extensive comparative research to arrive at a true understanding of the orthodox meanings accepted by all Buddhist traditions. This requirement is beyond the existing capability of our translators. However, as the need arises, the different points of view found in these texts would be noted and compared, and their notations will also be represented in the footnotes.

9. The Chinese translated works are divided into many juans (books or volumes. The Vietnamese version will not be in such divisions, but the beginning of each Chinese volume will also be specified in the footnotes.

10. Buddhist terms in a number of the Chinese versions, in the case when not widely adopted and used, may cause difficulties in understanding and studying; they would be retained as such, but their equivalent – more popular and readily adaptable – would be included in the footnotes. In appropriate cases, the translator's name, and the original text containing these obsolete words, will also be notated for further reference.

11. All sutra and doctrinal works mentioned in the footnotes will be represented in the same universal formats currently used by international scholars; these regulated formats about abbreviations are always included at the end of each volume of the Vietnamese Tripitaka.

III. THE IMPLEMENTATION OF THE TRIPITAKA PROJECT

The implementation of the project developed through translating, editing, and publishing requires the establishment of a Council of the Vietnamese Tripitaka Project with a General Editor in charge, and with the major responsibilities assigned below:

1. The Translation Committee. To complete a translating work, these tasks have to be performed:

a. literary translation: the texts are distributed to scholars with relatively proficient Chinese, with at least a basic knowledge of Buddhist study, and with the linguistic ability needed to translate directly from Chinese to Vietnamese.

b. revision and commentation: the main purpose of this regulating person is to review the rough translation and improve or elaborate on the wording, and correct the mistakes possibly found in the translation. In reality the revision work requires much more than just that.

First of all, there is the correction of the texts. This should generally be done before the actual translation takes place. Correction of the texts at first may seem simple, because the translator just needs to note these erroneous typographical mistakes. Most of these errors are explained in the footnotes of the Taisho Tripitaka, the translator just needs to understand the content of the translating paragraph to select the appropriate characters from the footnote sections. However, due to

the limited understanding level of Buddhism and the inadequate research ability, most translators don't choose the correct characters. Even the great Scholar An Thuan committed many of these errors by selecting an inappropriate representation of characters; because of the lack of Pali or Sanskrit equivalent texts, guess-work was most often applied. And this guesswork is usually incorrect. Sometimes, errors are found not from re-written or block-printed editions, but the original works themselves. Because Buddhist doctrines from India were passed down from generation to generation mostly in the form of oral recitation. The language deviation and phonetic inaccuracy, which could mistake the pronunciation of one word with another, can create the erroneous understanding of the original teachings. The person who translates from Chinese to Vietnamese, but without a proficient knowledge of Sanskrit, would not be able to detect these subtle mistakes in the Chinese version. And it would be noteworthy to acknowledge that there are numerous and often occurring mistakes as such mentioned, in many Sanskrit to Chinese translations.

The needed revision focused on the Sanskrit Buddhist Canon. Its relevant influence in the translated documents oftentimes caused difficulties in even the most knowledgeable of Old Chinese, and errors and mistakes happened to some of the most respected commentators of Buddhist literature. To thoroughly understand the contents of the works to be translated, it usually was necessary to find the exact documents in Sanskrit to do the comparison. The most renowned Venerable Jizang made plenty of mistakes in his commentaries because he just did not have a comparable source to decipher whether the sentences were active or passive; so he did err on occasion, for example he had mistaken one who killed with the one being

killed in a certain section of the Srimaladevi Sutra; this particular Sanskrit version was lost, it was a discovery noted in the Siksasamuccaya of Santideva.

Many original Sanskrit texts were lost over the years. Even some of the more important ones like the Maha Vaibhasya only existed in the translated form by Xuanzhuang. Fortunately, the original text of Kosabhasya was found, in which many chapters in the translated text have related notations, so that students of the Mahavaibhasya at least have a chance to concur and understand deeper into the content of this notable document. Reading a text without having a strong grip of understanding its content, is probably because even the translator didn't even grasp the full content of a document or understood it incorrectly, how could one expect the readers to get the meaning of the translated text? Therefore, the task of revision is not simply just improving and correcting the insufficiencies in the grammatical errors of the translation, but it requires extensive research to understand the content of the original document in its limited possibilities.

The Vietnamese Tripitaka is a translation from the Chinese version. The translator should not just alter the content as needed, even if the mistakes were found in the Chinese texts. Because these errors still carried historical bearings, no one should take the liberty to change or delete anything from it. On the other hand, the Vietnamese Tripitaka should not just ignore these misrepresentations found in translated Chinese literature. These errors should always be indicated, and their revision should be suggested and denoted in the footnote area to clearly explain the difference so that the Vietnamese version can correlate well with the Chinese translation.

Above, we just pointed out the few particular requirements to proceed with the translation of Scripture in a relatively acceptable manner. In the present condition, we have very few individuals who are truly qualified with those specifications. Thus, the steps needed now are more indicative of a process to train more qualified translators, not just merely creating translating agents, but enriching those who already have an acceptable understanding of Buddhist philosophy together with an ability to read and understand all selected languages of the Sacred Scripture, namely Pali, Sanskrit, Tibetan, and Chinese. In the current translation work in the world, those who want to study Buddhism but do not know these old languages fluently, would not fare very well in understanding the basic canonical teachings. Anzong, the manager of the translation academy under the sponsorship of Emperor Sui Yangdi, also required such knowledge from his collaborators in hope of being admitted to the academy. Besides the need for profound knowledge of the Sanskrit language and Buddhist teachings, he requested a comfortable range of knowledge in matters outside of Buddhism.

More specifics in creating a department to help train more translators for the Tripitaka work will be presented in separate documentation at a later time.

2. The Publishing CCommittee. The areas in publishing the Tripitaka include:

a. the correction of all the spelling mistakes in the translated documents. Oftentimes, these errors are being corrected as needed when the readers noticed them while the documents are being used. These readers can be just regular monks, nuns, or just lay Buddhists, certainly not experts in the field, thus they are more apt to have less experience in discovering these errors. Even the so-called

already corrected texts that are in use, still contain many of these mistakes.

b. the presentation of the text. This task depends on the available computer technology. In the beginning, there are few experts in the field of computerized presentation and layout for publishing the finished texts into books. The task was done mostly by self-taught and self-produced individuals. Therefore, many do not master the technique available in the program enough to successfully employ the software's ability to its fullness to present the works to their perfection.

The translation of the Tripitaka is expected to take roughly 15 years or more to complete. Hence the entire setup cannot be created completely at one time. In that long-drawn-out period, of course technology continues to improve and the presentation method may vary accordingly. The resulting manuscripts that are done at various times during the process will reflect this unavoidable difference.

c. the printing process. After the presentation and layout work are accepted, the translated manuscript will be given to the printing companies that are contracted for this work. This final part at the printers is usually more stable. But there is still the need for someone to check in overtime on the printing process to ensure that technical difficulties do not result from it.

d. the distribution, marketing, and delivery. Distribution and delivery of the Tripitaka will not be an unimportant task. It should be done by a task force created specifically for this purpose, but for now the printing companies are in charge of this process because there is not enough manpower to provide a separate department. Besides, the Tripitaka translation task should be the mutual work of all Vietnamese Buddhists, no matter what

sects, traditions, schools, or groups. All sangha members should be involved and partook in the task force, whether it is by manual work, mental help or monetary contributions, individually or by groups. The marketing of the final and complete Vietnamese Tripitaka also requires a separate department to handle this task more effectively, but of course our manpower resource does not allow it, so once again, the work is now temporarily in the hands of the printing companies.

CONCLUSION

More than two thousand years since the fundamental teachings of the Buddha have arrived in Viet Nam. Buddhism has been practiced and applied by many generations. It has rewarded numerous individuals and societies with the feeling of peace and comfort in their lives. It has contributed in the development, growth, and success of many social groups, both sentimentally and intellectually. But so far, the tasks of translating, printing, and distributing Buddhist literature as the foundation on which to base our beliefs and practice, were never performed as a task force that really should encompass the entire nation.

The historical Chinese Buddhist translation also spanned almost two thousand years, but with the grand success of creating, maintaining, and saving the immense wealth of literature despite many close calls to being destroyed due to ignorance and fanaticism. The great success of the Chinese Tripitaka was partly due to the royal endorsement of many dynasties that believed in Buddhism, and due to the wholesome support of the people in various times in history. Vietnam also has had royal Buddhist believers, but because of many factors including political and social impacts, there was never a well-organized assembly supported by the royalty to take on the task of composing our Buddhist canon.

Just because of the need for their practice and learning, some of the Sutras were translated by individual monks throughout history, but those individual works were not enough to become the foundation on which to base the needed research and exploration deep into the teachings.

The most recent occasion was in 1973, when a historical first-ever committee of Tripitaka translators was formed, which included The Most Venerable Thich Tri Tinh as Chairman, the Most Venerable Thich Quang Do as Secretary-General, and many highly capable monks who already have plenty of experience in translating texts, and highly regarded in the research area of Buddhist literature. This committee was supported and overseen by the Executive Institute of the Sangha, a part of the Unified Buddhist Church of Vietnam. The slate for this committee was prepared on a grand scale, but again due to the war-torn situation in Vietnam at that time, only a very small portion of the work was finished. This meager accomplishment was later assembled and printed in 1993 by the Vietnamese Institute of Buddhist Research, under the guidance of the Vietnamese Buddhist Church, and was renamed "the Vietnamese Tripitaka." In this collection, the Agamas (kinh A Ham) was assigned by the Translation Committee into two parts: the Truong A Ham (The Long Agamas) and Tap A Ham (The Connected Agamas) were given to the Most Venerable Thich Thien Sieu, the Most Venerable Thich Tri Thanh, and the Venerable Tue Sy of the Hai Duc Institute of Higher Buddhist Studies located in Nha Trang. The second section, comprised of the Trung A Ham (The Medium Agamas) and Tang nhat A Ham (The Enumerated Agamas) was the responsibility of the Most Venerable Thich Thanh Tu, the Most Venerable Thich Buu Hue, the Most Venerable Thich Thien

Tam of the Hue Nghiem Institute of Higher Buddhist Studies of Saigon.

Besides the Agamas, other works were also accomplished, including:

Works by the Most Venerable Thich Tri Nghiem: The Mahaprajna Paramita Sutra (Chinese translation by Xuanzhuang) belonging to the Mahaprajna literature. This Sutra contains 600 volumes.

Works by the Most Venerable Thich Tri Tinh: 1/ The Maha Prajna Paramita Sutra (Chinese translation by Kumarajiva) belonging to the Mahaprajna literature.; 2/ The Lotus Sutra (Chinese translation by Kumarajiva)) belonging to the Pundarika literature; 3/ the Avatamsaka Sutra (Chinese translation by Śikṣānanda), and 4/ the Maharatnakuta.

These extra works of the two scholars mentioned above were assembled and printed by their own disciples, and were not yet incorporated to the Tripitaka of Viet Nam.

Others who were given parts of the work in the translation process but their results are not yet announced or seen.

Despite the good intention, the result is quite minimal due to the difficult situations of the country at that time. Additionally, this result also does not meet the qualifications and the customary time to perform the revision and editing according to the current international criteria for researching and translating Buddhist documents. So this work that was once started well-intentionally, still could not be accepted as the standardized Buddhist literature collections, as the proven Vietnamese contributions to the spreading of the Buddha's golden scripture to all followers and believers in the world as the way to seek peace and happiness for all sentient beings.

Such grand work cannot be the contributions of certain individuals or groups, nor a particular tradition or church, but it is the participating jobs of all Vietnamese Buddhist members as a whole; it cannot be of just one period of time, but spanning from generations to generations in existence and progressive improvement in this forever changing society. Such work is needed, first of all, to show profound gratitude to our many ancestors before us who have gone through numerous hardships, over countless asankhy time, with the sole purpose of seeking ways to bring peace and happiness to all sentient beings. Secondly, it is to continue the task of our ancestors and masters of propagating the teachings, which should be similar to a continuously well-lit Lamp of Dharma, for all the world to benefit from.

In summary, with the benediction of all Buddhas and all the Holy Disciples and Sages, and through the blessings of the present Most Venerable Elders in the Vietnamese Buddhist ranks, we are urgently pleading to all four assemblies of Buddha's disciples to generously help, with all your might and mental ability, in this most profoundly needed Tripitaka Project, so that it could be proceeded firmly and continuously from our present time to many generations to come, so that the Lamp of Dharma could forever shine in this world, for the beneficial inner peace and happiness of each and every one of us sentient beings.

The Vesak season of 2552
in the Buddhist calendar.
(in the year 2008 or Mau Ty)
Tri Sieu – Tue Sy.
Translated by Vien Minh

MỘT SỐ VẤN ĐỀ NGỮ PHÁP
TRONG CÁC BẢN DỊCH PHẠN HÁN

✿ TUỆ SỸ

I. LÝ LUẬN PHIÊN DỊCH

Nói một cách chung chung, do một sự tình cờ lịch sử nào đó mà một số người, cùng một hay nhiều huyết thống khác nhau, cùng tụ hội trong một phạm vi không gian, dần dần phát sinh những quan hệ gắn bó, hoặc vật chất hoặc tình cảm, để hình thành một cộng đồng xã hội. Mối dây ràng buộc các thành viên của cộng đồng tất nhiên phải là ngôn ngữ. Đó là tín hiệu truyền thông, trao đổi những biến cố, những hiện tượng thường nhật, phát sinh trong nội bộ cộng đồng, giữa các thành viên, hay từ thiên nhiên, môi trường trong đó họ hoạt động để sinh tồn. Mối quan hệ càng ngày càng phức tạp, do sự phát triển số lượng thành viên, do những phát hiện mới trong thiên nhiên, những phát minh mới về công cụ, kỹ thuật, để hỗ trợ, tăng hiệu quả lao động. Môi trường thiên nhiên có những ảnh hưởng nhất định lên tình cảm và tư duy của từng cá nhân. Thêm vào đó, những mâu thuẫn quyền lợi giữa các cá nhân trong sự chiếm hữu tài nguyên thiên nhiên để sinh tồn, rồi những xung đột tình cảm, và nhiều sự kiện, nhiều biến cố thường nhật khác nữa; tất cả tập hợp thành kho dữ liệu càng lúc càng phức tạp, để từ đó, một cách tự nhiên, cộng đồng nguyên thủy hay bán nguyên thủy ấy xử lý sao cho tiện lợi và hữu hiệu trong quan hệ hằng ngày. Nghĩa là xử lý thành một hệ thống tín hiệu nhạy bén

Ảnh tư liệu: HT Tuệ Sỹ dạy Câu-xá luận (Phạn-Hán-Anh đối chiếu) tại Quảng Hương Già-lam, 2006

để chuyển tải ý tưởng, thông tin những biến cố cho các thành viên. Hệ thống tín hiệu ấy là những quy định về ngữ vựng, ngữ pháp, sao cho khi phát biểu mà không gây hiểu lầm giữa người này với người khác.

Có lẽ trong chúng ta nhiều người đã chứng kiến, và cũng có người đã từng tham gia, khi bọn trẻ nít họp nhau thành một nhóm với những sinh hoạt cá biệt, chúng thường đặt ra một hệ ngôn ngữ riêng biệt, để khi cần thiết, thông tin cho nhau mà người lớn trong gia đình không hay biết. Chúng bảo vệ "cộng đồng nhí" của mình bằng một hệ thống tín hiệu đặc biệt. Tất nhiên, khi quan hệ với bên ngoài "cộng đồng nhí" của mình, chúng cũng phải dùng ngôn ngữ chung của gia đình, và của xã hội trong đó gia đình chúng đang tồn tại.

Cũng vậy, trong quá trình phát triển cộng đồng, ngôn ngữ với những quy định cá biệt trong nội bộ cộng đồng dần dần trở thành biểu hiệu cá tính hay ý thức cộng đồng, mà ở mức độ bình thường ta gọi là tinh thần cộng đồng, hay tinh thần xã hội. Khi cộng đồng ấy phát triển lớn mạnh thành một nước, thành một dân tộc, tinh thần ấy trở thành điều mà chúng ta gọi là tinh thần dân tộc. Ngôn ngữ bấy giờ không chỉ là công cụ chuyển tải, thông tin, mà đích thực là tín hiệu hay biểu hiện bản sắc của một cộng đồng, hay lớn hơn, của một dân tộc.

Do điều kiện lịch sử, mỗi dân tộc có tiếng nói riêng biệt của mình, mang bản sắc cá biệt của dân tộc mình. Khi có sự tiếp xúc giữa hai dân tộc, bên này muốn tìm hiểu bên kia, hiểu để sống chung hòa hiệp, phân phối đồng đều tài nguyên thiên nhiên, và trao đổi hữu ích các thành quả lao động, điều trước tiên cần làm là học ngôn ngữ.

Cho nên, người ta nói chắc chắn không sai lầm rằng, muốn hiểu được một dân tộc, với tất cả tình cảm, tư duy, cho đến mọi thứ phong tục, tập quán, của một dân tộc, thì điều kiện kiện tất yếu là phải hiểu được ngôn ngữ của dân tộc ấy. Nói cho chính xác, hiểu cho được bản chất hay yếu tính của ngôn ngữ ấy. Về điều này, chúng ta có thể nói gọn rằng, người ngoại quốc nào muốn hiểu rõ con người Việt Nam thì được khuyên là nên đọc và hiểu truyện Kiều của Nguyễn Du. Muốn hiểu được truyện Kiều của Nguyễn Du thì

nhất định phải nắm vững tiếng Việt, phải thâm nhập thể tính của ngôn ngữ ấy.

Để hiểu được như vậy thì chưa chắc gì chính người Việt đã làm được. Tất nhiên, không phải ai cũng có thể nói đúng rằng "Tôi hiểu rõ tôi là ai." Cho nên, nếu không thể trực tiếp, người có thể đi qua trung gian. Đó là thông qua thông ngôn, hay thông dịch.

Theo định nghĩa chung ngày nay, phiên dịch là sự chuyển dịch một ngôn ngữ này sang một ngôn ngữ khác. Tất nhiên trong Hán văn hai từ "dịch" trong đây cơ bản không đồng nghĩa. Chúng ta nói là chuyên dịch, vì quen với từ Anh *translation*, mà gốc La-tinh của nó, *translatio* là từ phái sinh từ phân từ thụ động quá khứ – *translatus*, của động từ *transfere* mà chúng ta tạm cho là tương đương với từ *chuyển dịch*. Nội hàm của từ ngữ như vậy cũng cho ta thấy rõ mục đích của công việc này và cách thức thực hiện. Về cơ bản, và có lẽ kể từ nguyên thủy, dịch là chuyển một vật từ ngôn ngữ này sang ngôn ngữ khác để người nghe đồng nhất nội hàm của hai từ khác nhau. Như khi một Phạn tăng muốn chuyển từ *āmra-vana* sang Hán, vì lúc bấy giờ đức Phật đang ở tại chỗ đó. Theo chứng kiến hiện trường, hay do mô tả chính xác, họ chuyển được từ *vana* sang từ *viên* là cái vườn, mặc dù nhiều khi họ phân vân giữa *viên* và *lâm*. Nhưng hiện trường không có vật gì tương đương với từ *āmra*, và cũng không thể mô tả để người Hán hiểu, đành phải phiên âm là *yêm-ma-la viên*. Hoặc giả khi họ phiên dịch những điều Phật quy định về thức ăn cho tỳ kheo. Họ đưa ra từ *khādanīya*. Sự kiện được đề cập này có thể mô tả xác thực, mà cũng có thể chứng kiến hiện trường. Nhưng trong Hán văn không hề có từ tương đương, vì người Hán không bao giờ nghĩ đến thực phẩm theo cách đó. Vậy lại phải phiên âm: *khư-đà-ni*, hay *khư-xà-ni*, hay tương tự, tất nhiên phát âm lơ lớ với nguyên ngữ.

Đó là trường hợp phiên chuyển những từ cụ thể, thấy được, sờ nắn được, mà vẫn vấp phải những điều bất khả. Trong trường hợp liên hệ đến ý tưởng, sự việc tất phải khó hơn. Nhưng cũng có thể dễ hơn. Vì người ta nói vẽ quỷ dễ hơn vẽ người.

Người Hán tự hào nền văn minh của mình, trình độ tư tưởng học thuật cao siêu, nhưng khi giao tiếp với hệ tư duy nhiều tưởng tượng siêu hình như Ấn-độ, họ vấp phải rất nhiều khó khăn. Ngay cả những từ thông thường, chỉ vào sự việc mà hầu như dân tộc tộc nào cũng có khái niệm đến, trong một trình độ văn minh nhất định. Như những từ liên hệ đến đạo đức: *thí* hay cho, *nhẫn* hay nhịn, và *giới* hay răn cấm. Nhiều dịch giả, kể cả những dịch giả lớn như Cưu-ma-la-thập, Huyền Trang, trong nhiều trường hợp đã không đồng ý dùng những từ này để dịch các từ Phạn mà trong giới hạn nào đó có thể tương đương như: *dāna*, phiên âm là *đàn-na* thay vì dịch là thí hay bố thí; *śīla*, phiên âm là *thi-la* thay vì dịch là *giới*. *kṣānti*, âm là *sẵn-để*, thay vì dịch là nhẫn. Đó là trong những ngữ cảnh mà các vị này cho là không thể có tương đương trong Hán; mặc dù trong nhiều nơi khác, trong ngữ cảnh khác, các vị cũng dịch sang các từ Hán tương đương.

Hoặc khi phiên âm, hoặc khi dịch nghĩa cùng một từ, các vị dịch giả này quả thật rất cẩn thận trong việc di chuyển ý tưởng từ một truyền thống tư duy này sang một truyền thống tư duy khác, cũng y như thể cây quít phương Nam được trồng sang đất Bắc, tất vị chua ngọt phải có thay đổi. Một nhà triết học

Tây-ban-nha đã cảnh giác điều này. Ông nói: Một ý tưởng không thể không thay đổi khi đi từ ngôn ngữ này sang ngôn ngữ khác.[1] Nói cách khác, như người ta thường nói: *dịch là phản*. Đó là cách nói của người Ý: *Traduttore traditore*. Một dịch giả là một kẻ phản bội.

Ý tưởng này vô tình mà lại trùng hợp với cách nghĩ của người Hán cách đây có lẽ cũng gần ba nghìn năm. Sách *Đại Đái Lễ ký*, thiên Tiểu biện chép: "Ai Công nói: Quả nhân muốn học tiểu biện... Khổng Tử đáp: ... Truyền lời bằng tượng, mà (những kẻ) "lật lưỡi" đều đến, có thể nói đã là giản rồi..."[2] "Những kẻ lật lưỡi" trong chữ Hán là 反舌 "phản thiệt"; từ ngữ có vẻ xem nhẹ các dân tộc mà tiếng nói không giống người Hán. Tất nhiên là vì thời đại quá xa nên chúng ta không chắc chắn trong ý nghĩ những người Đại Hán khi gọi các thứ tiếng không giống tiếng mình là loại "lật lưỡi" có mang ý khinh thị hay không. Trong đoạn văn khác của *Lữ Thị Xuân thu* thì hình như có ý này vậy. Thiên "Công danh" chép: "Người câu giỏi, cá dưới sâu mười *nhận* cũng ngoi lên; ấy là nhờ mối thơm. Người săn giỏi, chim bay trên cao một trăm *nhận* cũng rơi xuống; ấy là nhờ cung tốt. Người làm vua giỏi, bọn Man Di, *lật lưỡi*, phong tục khác, tập quán khác, cũng đến thần phục; đó là nhờ đức dày".[3]

Trong cách nói ấy, để chuyển ngôn ngữ của một chủng tộc bán khai sang một dân tộc được xem là văn minh hơn, người ta phải "lật lưỡi" để nói.

Bởi vì cái gì mà được lật mặt trái lên, thì mặt trái ấy tất xấu hơn rồi. Và đây cũng là ý tưởng bi

---

[1]   Miguel de Unamuno y Jugo (1864 - 1936), *Tragic sense of life*, transl. J.E. Crawford Flitch, Autor's Preface: "Whereby they emerge other than they originally were, for an idea does not pass from one language to another without change."

[2]   大戴礼记．小辨第七十四: 公曰: 寡人欲學小辨，以觀於政，其可乎？" 子曰: 否，不可。。。傳言以象，反舌皆至，可謂簡矣。

[3]   呂氏春秋．功名: 善釣者出魚乎十仞之下，餌香也；善弋者下鳥乎百仞之上，弓良也；善為君者，蠻夷反舌殊俗異習皆服之，德厚也。

quan đối với sự nghiệp phiên dịch, nói như nhà văn Anh J. Howell: "Một bản dịch là mặt trái của tấm thảm."[4] Theo cách nói này thì đẹp và trung thành là hai mặt không thể đi chung.

Vậy, bi quan mà nói, dịch là phiên dịch; phiên là phản. Nhưng cũng với ý tưởng "phiên phản" này, nhà sử học Phật giáo Trung Hoa đời Tống, Tán Ninh, khi luận về sự nghiệp phiên dịch Phạn Hán, lại có nhận xét khá lạc quan: Cổ đại, người Hán chỉ có từ đơn là "dịch". Kể từ khi kinh *Tứ thập nhị chương* được dịch từ Phạn sang Hán, bản dịch Phạn Hán được coi là đầu tiên, bấy giờ thêm vào từ "phiên" để gọi đủ là "phiên dịch." Sư nói: "Phiên 翻, như phiên (lật ngược) tấm lụa gấm, mặt lưng cũng là bông hoa. Duy có điều, xuôi ngược không giống nhau."[5]

Sư cũng đặt vấn đề về sự thông hành của từ "dịch." Vì, từ thượng cổ, đời nhà Châu trong khi giao tiếp với các dân tộc bốn phương, đã đặt ra bộ thông ngôn với bốn phòng chủ sự: phòng Tượng 象 tư thông tiếng nói sáu Man; Để 鞮 chủ sự bảy Nhung; Ký 寄 ty thông chín Di; và Dịch 譯 tri sự tám Địch.[6] Sách lược ngoại giao của người Hán cổ đại, để thu phục các dân tộc thiểu số Man Di, đã đặt vấn đề thông dịch lên hàng đầu, cho thấy họ đã ý thức tầm quan trọng của chức năng ngôn ngữ trong mọi giao tiếp. Muốn chinh phục người, cần phải hiểu người. Muốn hiểu được người, cần phải nắm vững ngôn ngữ mà người sử dụng. Người Hán khá tự hào về chính sách này. *Thượng thư đại truyện* chép: "Về phía nam

Giao Chỉ, có nước Việt Thường. Chu Công nhiếp chính được sáu năm. Chế lễ, làm nhạc; thiên hạ thái bình. Việt Thường mang theo ba người thông dịch, dịch qua nhiều lớp, mà đến hiến chim trĩ trắng."[7]

Các trích dẫn trên cho thấy "dịch" là một trong bốn chức quan thông dịch, đối tượng chính là các dân tộc Địch ở phương bắc. Khổng Dĩnh Đạt giải thích:[8] "Quan chức truyền thông truyền ngôn ngữ phương đông gọi là Ký, tức truyền ký (truyền đạt và gởi đi) ngôn ngữ trong và ngoài nước. Thông truyền ngôn ngữ phương nam gọi là Tượng, mô phỏng tượng trưng ngôn ngữ của trong nước và ngoài nước. Thông truyền ngôn ngữ phương tây gọi là Địch Để. *Để* nghĩa là *biết*; thông truyền ngôn ngữ của Di Địch cho người Trung quốc hiểu biết nhau. Thông truyền ngôn ngữ phương bắc gọi là Dịch. *Dịch* nghĩa là *trần* (trình bày), là trần thuyết lời nói của trong và ngoài nước."

Tán Ninh nói, trong bốn chức quan thông ngôn này, về sau chỉ có chức quan Dịch là thông dụng. Vì sao? Nghi là từ đời Hán về sau, nhiều sự biến xảy ra ở phương bắc, cho nên từ *dịch* trở thành quen thuộc. Sư cho rằng, dù quan Tượng tư giúp vua hiểu biết những việc xảy ra ở phương xứ, hay bằng phương ngôn – địa phương ngữ, để biết chuyện gần, đấy chẳng qua là tìm hiểu những phong tục khác lạ để thấu rõ tình phương mà thôi. Nói cách khác, đấy cũng chỉ là những giao tiếp thường nhật. Điều đáng nói là, "Trong biển Vô lậu mà

---

[4]   James Howell, *Poems of Translations* (1660), dẫn bởi Dictonaire des Proverbes, Larousse 1980: "Une traducion n' est que le revers d'une tapisserie."

[5]   沙門贊寧宋高僧傳卷第三：翻也者如翻錦綺背面俱花。但其花有左右不同耳。

[6]   禮記菁華錄　卷二侯官吳曾祺評註　王制第五：五方之民。言語不通。嗜欲不同。達其志。通其欲。東方曰寄。南方曰象。西方曰狄鞮。北方曰譯。

[7]   尚書大傳　卷四："交阯之南有越裳國。周公 居攝六年，制禮作樂，天下和平。 越裳 以三象重譯而獻白雉。"

[8]   禮記　王制　孔穎達　疏：其通傳東方之語官謂之曰寄，言傳寄外內言語。通傳南方語官謂之曰象者，言放象外內之言。其通傳西方語官謂之狄鞮者，鞮，知也；謂通傳夷狄之語與中國相知。其通傳北方語官謂之曰譯者，譯，陳也；謂陳說外內之言。"

nổi dậy âm vang sóng triều, thật là đáng kinh dị."[9] Nói cách khác, Giáo Pháp của Phật là pháp vô ngôn. Được phô diễn thành lời đã là sự lạ rồi, mà nay lại được dịch từ lời đó sang lời khác, thì thật đáng lạ hơn nữa. Đây là điểm mà các nhà phiên dịch Kinh Phật cũng như các nhà nghiên cứu Phật học Trung Hoa đều luôn luôn cảnh giác. Bởi vì, tình trạng tam sao thất bản, nhầm lẫn từ này với từ kia, ý nghĩa này với ý nghĩa khác, xảy ra không phải hiếm.

Như nhận xét của Tăng Hựu,[10] ngay trong sự lưu truyền chính thống của Thi Thư tại Trung quốc, được thầy truyền trò giữa các lễ sư, mà còn có sự nhầm lẫn giữa các từ 菟斯 *thố tư* với 菟鮮 *thố tiên*,[11] 孔子蚤作 *Khổng Tử tảo tác* với 作早.[12] Xem thế, sự sai sót, nhầm lẫn trong các bản dịch Phạn Hán là điều tất nhiên. Thế nhưng, đại bộ phận những vị đọc các bản dịch này không phải chỉ cốt tìm hiểu hay thưởng thức những gì hay đẹp, cao siêu từ một nguồn văn hóa văn minh khác lạ, mà mục đích là đọc và hiểu lời Phật, nhắm đến cứu cánh là giải thoát sinh tử cho chính mình, và có thể cho nhiều người nữa. Hiểu đúng hay hiểu sai từ các bản dịch không phải là chuyện trà dư tửu hậu của các văn sĩ, mà sinh tử đại sự của những người học Phật. Do đó, yêu cầu chính xác trong sự phiên dịch phải là tuyệt đối, mặc dù ai cũng biết rằng rất khó, và có thể là không bao giờ đạt đến mức hoàn hảo tuyệt đối.

Đạo An, người tham dự rất nhiều trong những công trình phiên dịch Phạn Hán đầu tiên, qua kinh nghiệm bản thân, đã nêu lên năm điều mất gốc và ba điều không dễ trong các bản dịch.[13] Trong đó, ba điều không dễ – *tam bất dị* – đề cập đến nội dung chuyển tải. Điều khó thứ nhất: Tâm của bậc Đại trí Tam minh, lời của đấng Giác ngộ đã khuất; những gì Thánh nói tất tùy thời. Thời gian, phong tục, tất có đổi khác; mà nay muốn chuyển dịch những điều cao nhã cổ xưa sao cho phù hợp với thời nay; đây là điều không dễ. Ngu và trí cách nhau trời vực. Thánh nhân há có thêm bậc, mà muốn đem lời ẩn áo trên nghìn năm trước truyền cho phù hợp với lịch đại đế vương xuống đến hạng mạt tục; đây là điều không dễ thứ hai. A-nan đọc lại Kinh, cách Phật không xa, thế mà Đại Ca-diếp còn yêu cầu năm trăm A-la-hán lục thông thay nhau thẩm định lại. Huống hồ cách nay hơn cả nghìn năm rồi; lấy ý gần của mình mà đắn đo, các vị A-la-hán còn thận trọng dè dặt như thế, thì những con người trong vòng sinh tử bình phàm như thế này, há lại không biết rằng sự thấu hiểu pháp là quan trọng hay sao? Đó là điều không dễ thứ ba.

Đó là ba điều không dễ. Về mặt hình thức, do vấn đề ngữ pháp, người dịch thường gặp phải năm trường hợp gọi là "mất gốc" – *ngũ thất bản*. Bản dịch có nhiều khi phản bội bản gốc. Năm trường hợp này sẽ được phân tích sau, khi dẫn chứng những điển hình về cú pháp Phạn-Hán.

Bản thân Đạo An không phải là nhà Phạn ngữ học, tinh thông Phạn ngữ. Ngài chỉ là

---

[9] 宋高僧傳 譯經篇 論曰。無漏海中震潮音而可怪。

[10] 釋僧祐 出三藏記集卷第一胡漢譯經音義同異記第四。

[11] 詩小雅：有菟斯首，炰之燔之。君子有酒，酌言獻之。 *Thi kinh Tập truyện II*, Tiểu nhã; Bộ Quốc gia giáo dục, Saigon 1969, tr. 130-11.

[12] 禮記檀弓上 孔子蚤作，負手曳杖，消搖於門，歌曰：「泰山其頹乎！梁木其壞乎！哲人其萎乎！

[13] 出三藏記集序卷第八 摩訶鉢羅若波羅蜜經抄序. T55n2145, tr. 52b24 Dẫn bởi 釋道宣 續高僧傳卷第二 彌天釋道安每稱。譯胡為秦。有五失本三不易也。T50n2060, tr. 438a19

người nghiên cứu Phật học và tu Phật. Thuyết "ngũ thất bản" và "tam bất dị" tuy có thể nói là nhận xét rất tinh tế về mối quan hệ Phạn Hán, nhưng đấy không phải do hiểu biết trực tiếp từ kinh nghiệm bản thân, mà là gián tiếp qua sự tham dự các công trình phiên dịch Phật Kinh đương thời. Sách sử chép Đạo An thông minh dị thường, kiến thức bác lãm. Nhưng không thấy đâu nói ngài học tiếng Phạn.

Điều có thể nói là "bức xúc" nhất của Đạo An trong việc phiên dịch Phạn-Hán, là cho rằng ngôn ngữ Phạn trọng chất, mà Hoa thì trọng văn. Để cho người Hán nghe mà thấy ưa thích, phi văn bất khả. Nhưng như thế thì phải bỏ mất cái trọng chất của Phạn. Như khi đọc bản dịch *Tỳ-kheo đại giới* của Đạo Hiền do Huệ Thường bút thọ, thấy văn dịch hoặc quá chất phác, hoặc trùng lặp dài dòng, đề nghị Huệ Thường cắt xén những chỗ xem ra nặng nề hay rườm rà. Huệ Thường kính cẩn đáp: "Rất không nên. Giới là lễ. Lễ thì chỉ có chấp hành chứ không có thắc mắc. Ở nước này, sách Thượng thư, Hà lạc, văn chất phác nhưng có dám đặt tay vào sửa đâu." [14]

Trong bài tựa cho bản dịch *Bệ-bà-sa luận*, Đạo An cũng nhắc đến phát biểu của Triệu Chính: "Từ trước, những người dịch kinh hiềm rằng tiếng Hồ chất phác, nên sửa đổi cho phù hợp thói quen ở đây. Nhưng điều ấy không nên. Truyền dịch Hồ thành Hán, vì không rành phương ngôn nên muốn tìm hiểu nơi lời hay mà thôi. Hiềm gì văn hay chất. Văn hay chất tùy theo thời. Không nên thay đổi. Nơi chất vốn đã có cái hay của kinh rồi, chỉ có

điều truyền thông sự thể không hết, đó là do lỗi của người dịch." [15]

Thật sự, chúng ta biết rằng cái gọi là chất hay văn trong ngôn ngữ không có tiêu chuẩn cố định cho tất cả mọi thứ tiếng. Tiếng nước này mà dịch sát từng chữ một qua tiếng nước khác, chắc chắn phần lớn sẽ lộ rõ nhiều điểm chất phác, "quê mùa". Bản thân Đạo An mặc dù tham dự nhiều công trình phiên dịch, nhưng không phải là người tinh thông Phạn ngữ, tất không thể thưởng thức được những nét duyên dáng trong tiếng Phạn, trái lại chỉ thấy nó quê mùa.

Nhận xét của La-thập về tiếng Phạn: "Nước Thiên trúc rất trọng văn chế (ngữ pháp). Âm vận phải phù hợp nhạc lý khả dĩ có thể tấu đàn được mới cho là hay. Phàm tham kiến quốc vương tất có ca tụng công đức. Nghi thức khi lễ kiến Phật, trọng ở chỗ tán ca, mà ta thấy rất nhiều kệ tụng trong kinh. Nếu sửa đổi Phạn theo Hán, tất mất hẳn vẻ đẹp của nó. Tuy có thể nắm được đại ý, nhưng văn thể quá cách biệt. Chẳng khác nào nhai thức ăn cho người khác. Không những nhạt nhẽo, mà có khi còn muốn ói nữa." [16]

Cho đến thời của Đạo An, Phật giáo truyền vào Trung quốc khoảng hơn 400 năm. Số lượng kinh được dịch, theo mục lục do Đạo An ghi và sau này Tăng Hựu sưu tập lại, trong đó được xếp vào loại "cổ điển" có 92 kinh, [17] gồm 92 quyển, và số kinh không rõ dịch giả có 134 kinh, gồm 147 quyển; [18] mục lục của những kinh được gọi là dị kinh ở Lương thổ gồm 59 bộ; [19] dị kinh ở Quan trung gồm 24

---

[14] 出三藏記集序卷第十一　比丘大戒序第十一　釋道安作　T55n2145, tr. 80b12

[15] 出三藏記集序卷第十鞞婆沙序　釋道安法師 T55n2145_p0073c15.

[16] 慧皎　高僧傳卷第二　鳩摩羅什：天竺國俗甚重文製。其宮商體韻以入絃為善。凡觀國王必有贊德。見佛之儀。以歌歎為貴。經中偈頌皆其式也。但改梵為秦失其藻蔚。雖得大意殊隔文體。有似嚼飯與人。非徒失味。乃令嘔噦也。T50n2059, tr. 332b24

[17] 出三藏記集錄中卷第三　新集安公古異經錄第一

[18] 出三藏記集錄中卷第三　新集安公失譯經錄第二

[19] 出三藏記集錄中卷第三　新集安公涼土異經錄第三

bộ;[20] và một số kinh được xếp vào loại nghi ngờ, gồm 26 kinh.[21] Riêng bản thân Đạo An cũng tham dự và viết tựa cho nhiều bản dịch. Nói chung, các vị dịch giả này là những người tiên phong trong lịch sử phiên dịch Phạn Hán trải dài trên một nghìn năm. Nói như Tán Ninh, *Tống Cao tăng truyện*, họ là "những Phạn khách Hoa tăng, nghe lời mà đoán ý, vuông tròn cùng nhau đẽo gọt, vàng đá khó phân... trong gang tấc mà cách xa nghìn dặm, nhìn mặt nhau không hiểu hết nhau." Đó là sự mô tả những giai đoạn đầu tiên của lịch sử phiên dịch Phạn Hán. Phạn khách đến Trung quốc, thời gian ngắn, tiếng Hoa chưa rành, cần Hoa tăng hỗ trợ. Hoa tăng học Phật, nhiều vị đương thời rất có uy tín, nổi danh Phật học uyên bác, nhưng không thông tiếng Phạn. Cho nên khó tránh trường hợp "trong gang tấc mà cách xa nghìn dặm.

Đại bộ phận trong số các Phạn tăng, trong hai triều đại Hậu Hán và Đông Tấn, khoảng 60 vị, không phải trực tiếp xuất phát hay xuất từ Ấn-độ, mà tại các nước thuộc Tây vực, như An-tức, Đại Nguyệt Chi, Khang Cư, với những tên tuổi như An Thế Cao, Chi Lâu-ca-sấm, Chi Khiêm, Khang Tăng Hội. Trong truyền bản mà họ có để phiên dịch, âm nghĩa không thể tránh khỏi sự tam sao thất bản. Thêm vào đó, về phần tinh thông Phạn ngữ, chúng ta không có cơ sở để nhận định, nhưng về Hán văn Hoa ngữ thì chắc chắn là họ chưa thể tinh thông. Vì vậy yêu cầu phẩm chất cao về văn cũng như nghĩa trong các bản dịch này thật khó mà như ý. Đấy thực sự là điều "bức xúc" của Đạo An.

Mối quan tâm này của Đạo An có thể được thấy khá cụ thể trong bài tựa mà ngài viết cho *Đạo hành bát nhã*, Hán dịch bởi Chi Lâu-ca-sấm.[22] Chỗ thâm diệu của Bát-nhã, như lời của Đạo An: Nương Chân như, dạo trong Pháp tính, mờ mịt mà vô danh, đó là căn nhà hun hút của Trí độ. "Bằng danh giáo mà đưa ý tưởng đến chỗ cao xa, đó là quán trọ của Trí độ..."[23] Bát-nhã Chân như vốn vô ngôn, vô tướng, nhưng ở đây Đạo An đã phải mượn cách nói của Lão Trang để phô diễn lời Phật, đó cũng là điều bất đắc dĩ nếu xét theo thuyết "tam bất dị" của chính ngài: hạ lời Phật xuống cho ngang tầm thời đại, để người đời có thể hiểu.

Trước *Đạo hành Bát-nhã* dịch bởi Chi Lâu-ca-sấm, đã xuất hiện *Đạo hành kinh*, hoặc gọi là *Đạo hành phẩm*, vì, như Đạo An nói, đây là bản toát lược của *Đạo hành*, chỉ gồm có một quyển. Đạo An đã dùng bản kinh toát lược để học Bát-nhã. Nguyên trong khoảng thời đại Hoàn Linh (Hán Hoàn đế, Linh đế, TL. 147-189), Trúc Sóc Phật (Phật Sóc) mang Phạn bản đến Kinh sư, rồi dịch ra Hán. Thuận bản gốc mà dịch, không trau chuốt văn từ. Bản kinh đã là tóm lược rồi, chữ nghĩa và phong tục Phạn Hán khác nhau, mà người dịch nếu không phải là bậc Tam Đạt (Tam minh A-la-hán), làm sao có thể nhất nhất theo sát nguyên bản? Hóa cho nên, trong bản dịch có nhiều chỗ khiến người đọc không hiểu đầu đuôi là thế nào.[24] Đạo An hâm mộ giáo nghĩa Bát-nhã, cảm nhận được ý chỉ vi diệu trong đó, nhưng rất ân hận là bản dịch không đủ sức chuyển tải nội dung để người đọc có thể hiểu sâu hơn nữa.

---

[20]　出三藏記集錄中卷第三　新集安公關中異經錄第四

[21]　出三藏記集錄下卷第五　新集安公疑經錄第二

[22]　道行般若經卷　後漢月支國三藏支婁迦讖譯　T 8 No. 224.

[23]　據真如、遊法性、冥然無名者，智度之奧室也。名教遠想者，智度之蘧廬也。T8n224, tr. 425a14

[24]　因本順旨，轉音如已，敬順聖言，了不加飾也。然經既抄撮，合成章指，音殊俗異，譯人口傳，自非三達，　胡能一一得本緣故乎？由是道行頗有首尾隱者，古賢論之，往往有滯。T8n224, tr. 425b9

Sau đó, Chi Lâu-ca-sấm cho ra bản dịch gọi là *Đạo hành phẩm kinh* gồm 10 quyển, được xem là toàn bản, nhưng Đạo An cũng than phiền là bị cắt xén nhiều chỗ. Về sau, nếu không nhờ có *Phóng quang Bát-nhã* để đối chiếu, thật khó mà hiểu nổi *Đạo hành*.

Đồng thời với Đạo An, Chu Sỹ Hành cũng hâm mộ giáo nghĩa Bát-nhã. Sư ở tại Lạc Dương thường dùng bản dịch của Sóc Phật để giảng. Nhưng cũng ân hận như Đạo An, ý nghĩa của Kinh bị ngưng trệ, đầu đuôi không phù hợp nhau. Do đó, Sư quyết chí đi tìm cho được nguyên bản. Vào khoảng TL 260 Sư khởi hành từ Ung châu, nay là huyện Cam Túc tỉnh Thiểm Tây, lên đường đi Tây Vực. Đến nước Vu-điền, gặp được bản Phạn, gọi là bản Hồ, gồm 90 chương, hơn 60 vạn lời, bèn sao chép, rồi mang về. Bấy giờ vào khoảng niên hiệu Thái Khang thứ 3 đời Ngụy (TL. 282). Sư khiến đệ tử là Phất Như Đàn mang kinh đến Lạc Dương. Mãi cho đến Thái Khang thứ 9 (TL. 291), Kinh mới được Vô-la-xoa cùng Trúc Thúc-lan phiên dịch, gọi là *Phóng quang Bát-nhã*.[25]

Từ đó về sau, trong vòng 15 năm, Đạo An chuyên giảng *Phóng quang*, mỗi năm có đến mấy lần.[26] Nhưng vẫn có nhiều chỗ tối nghĩa, chẳng hiểu đầu đuôi ra làm sao cả. Mỗi lần như vậy, Đạo An nói, "Buông quyển mà suy nghĩ, hận không gặp được Vô-la-xoa và Phật Hộ." Cho đến niên hiệu Kiến Nguyên 18 (TL. 382?), Tiền bộ vương nước Xa Sư khiến

Quốc sư đến châu, dâng tặng vua Tần Phù Kiên bộ *Đại phẩm* bằng Hồ bản. Tức thì, công tác phiên dịch được tiến hành. Sa-môn người Thiên-trúc Đàm-ma-tì đọc bản Phạn và Phật Hộ (Phật Niệm?)[27] dịch Hán thành *Ma-ha Bát-nhã sao kinh*.[28] Đọc bản dịch này, và đối chiếu với các bản dịch trước đây, Đạo An viết tựa trong đó nêu ra năm điểm mất gốc và ba điều không dễ, như đã đề cập trên.

Đương thời với Đạo An có Trúc Phật Niệm, người gốc Lượng châu, gia thế ở Hà Tây, biết rất nhiều phương ngữ do đó giao dịch được cả Hoa và Nhung tức các dân tộc thiểu số phía Tây Trung quốc. Nhờ khả năng biết nhiều phương ngữ nên đảm trách khá nhiều công tác phiên dịch Phật kinh.[29] Trong khoảng Kiến Nguyên thứ 20 (TL. 384), có Tăng-già-bạt-trừng, người nước Kế-tân, mang đến các Phạn bản *Tạp A-tì-đàm tì-bà-sa*, *Tăng-già-la-sát sở tập kinh*, và *Bà-tu-mật*. Theo yêu cầu của Đạo An và Triệu Chính, bấy giờ đang là Bí thư lang của Phù Kiên, Tăng-già-bạt-trừng miệng đọc Phạn văn, Phật-đồ-la-sát dịch Hán. Nhưng tiếng Hán của ngài chưa thông thạo, nên Đạo An và Triệu Chính phải mất rất nhiều thời gian để nhuận văn, gần một năm sau mới hoàn tất. Riêng bản văn *Bà-tu-mật* được yêu cầu Phật Niệm dịch. Phật Niệm cho rằng tiếng Hồ quá chất phác, mà người Hoa thì ưa văn hoa, do đó cắt xén, trau chuốt văn cú hoa lệ. Đạo An và Triệu Chính rất không hài lòng về chủ trương này của Phật Niệm.[30]

---

[25] 放光般若經 西晉于闐國三藏無羅叉奉 詔譯. T 8 No. 221.

[26] 出三藏記集序卷第八 摩訶鉢羅若波羅蜜經抄序 T55n2145, tr. 52b10

[27] Nguyên trong bài tựa nói là Phật Hộ. Các bản Kinh lục đều nói là Phật Niệm. Phật Hộ, tức Phật-đồ-la-sát, đồng thời với Đạo An; theo đề nghị của Đạo An và Triệu Chính, bấy giờ là Bí thư Lang trung của Phù Kiên, dịch Tạp A-tì-đàm tì-bà-sa luận, Tăng-già-la-sát sở tập kinh, do Tăng-già-bạt-trừng mang đến.

[28] 摩訶般若鈔經 秦天竺沙門曇摩蜱共竺佛念譯 T 8 No 226.

[29] 出三藏記集傳下卷第十五 佛念法師傳第五 T55n2145, tr. 111b8

[30] 出三藏記集序卷第十 僧伽羅刹集經後記 未詳作者：念迺學通內外才辯多奇。常疑西域言繁質謂此土好華。每存瑩飾文句滅其繁長安公趙郎之所深疾。T55n2145, tr. 71c2

Xem qua trên đây đủ thấy việc phiên dịch Phạn Hán cho đến thời Đạo An tuy được nói là có cơ sở khá vững do kinh nghiệm của nhiều lớp đi trước, nhưng vẫn còn nhiều khó khăn chưa thể vượt qua. Trong hai trích dẫn vừa rồi, một liên hệ đến bản dịch Bát-nhã, và một liên hệ đến Phật Hộ và Phật Niệm, cho thấy không phải người dịch nắm văn bản trong tay rồi dịch thẳng, mà phải qua trung gian. Phật Hộ là người ngoại quốc, tiếng Hán không rành nên phải có người nhuận văn. Nhưng người nhuận văn lại không rành tiếng Phạn, làm sao tin tưởng là nhuận sắc mà không làm lạc ý nguyên tác trong một vài chỗ? Trong khi đó, Phật Niệm là người Hán, học tiếng Phạn do giao tiếp rộng, nhưng không phải được đào tạo tại các trường Phật học chính thống như Cưu-ma-la-thập, Huyền Trang, hay Nghĩa Tịnh. Tiếng Phạn của sư cũng không mấy bảo đảm. Trong trường hợp mà nói dịch sát nguyên văn như Huyền Trang làm sau này thật là bất khả. Kinh nghiệm phiên dịch hiện tại cũng cho ta biết rằng, nếu không nắm vững ngôn ngữ gốc thì không thể dịch sát văn mà không mất nghĩa; do đó điều tốt nhất là đọc rồi cố gắng hiểu nghĩa đoạn văn, sau đó viết lại theo ý mình hiểu. Nói là dịch, nhưng phần lớn là diễn lại theo sự hiểu biết của mình. Duy có điều viết theo mạch lạc của bản gốc. Đọc các bản dịch *A-hàm* trong thời kỳ này tất sẽ có cảm giác này.

Cho nên, yêu cầu của Đạo An là trực dịch. Đó là yêu cầu của tất cả độc giả. Độc giả như chúng ta ngày nay cũng vậy, không phải chỉ với kinh điển, mà với nhiều loại tác phẩm. Nhất là những tác phẩm về văn học và tư tưởng. Bản dịch càng thoát, càng xa bản gốc, dù văn chương hay thế nào – giả thiết hay hơn bản gốc – cũng không hẳn được ưa chuộng. Vì người đọc muốn đi thẳng đến tác giả, nhưng vì khả năng ngôn ngữ của mình không đủ nên phải đọc qua bản dịch. Cho nên, yêu cầu của Đạo An không phải là dễ dàng cho dịch giả.

Chủ trương ý dịch và trực dịch có từ thời Đạo An và Phật Niệm, vẫn tiếp tục trong suốt lịch sử phiên dịch Phật điển tại Trung hoa. Mà đỉnh cao đối lập của hai chủ trương này là Cưu-ma-la-thập và Huyền Trang.

Các dịch giả lớn về sau, như La-thập và Huyền Trang, chủ trương ý dịch và trực dịch đối lập nhau rõ rệt, cả hai đều thông thạo cả Phạn và Hán. Huyền Trang người Hán, nhưng mười mấy năm trực tiếp học với các bậc thầy đệ nhất tại Ấn-độ, khả năng biện luận bằng tiếng Phạn cho đến các triết gia, các đại học giả Ấn-độ đương thời cũng phải chịu khuất phục. Huyền Trang chủ trương trực dịch. La-thập, dòng dõi quý tộc Ấn-độ, cha từng là Tướng quốc, nhưng tiếng Hán cũng rất thành thạo, làm thơ Hán cũng tuyệt vời như người Hán. La-thập chủ trương ý dịch.

Với La-thập, không thể dịch thẳng được vẻ đẹp, thâm thúy trong tiếng Phạn sang tiếng Hán mà không khỏi thành ngây ngô, có khi khiến người đọc phải "lợm giọng" vì người đọc bản dịch trong nhiều trường hợp chẳng khác nào ăn thức ăn do người khác nhai giùm cho. Đó chính là lời của La-thập đã dẫn trên.

Câu chuyện sau đây thường được viện dẫn mỗi khi đề cập đến phong cách phiên dịch của La-thập. Trong khi dịch kinh *Pháp hoa*, phẩm "Ngũ bách đệ tử thọ ký", đến đoạn văn mà trong bản dịch trước đó, *Chánh Pháp hoa*, Trúc Hộ dịch như sau: 天上視世間，世間得見天上，天人世人往來交接,[31] "Trên trời nhìn thấy thế gian, thế gian được thấy trên trời. Người trên trời và người dưới thế qua lại giao tiếp." La-thập cho rằng dịch như

---

[31]　正法華經卷第五，T9n263, tr.95c28.

vậy thì sát tiếng Phạn thật, nhưng nghe quê mùa. Nguyên đoạn này, theo bản Phạn mà chúng ta có ngày nay như sau: [*devavimānāni cākāśasthitāni bhaviṣyanti*] *devā api manuṣyān drakṣyanti manuṣyā api devān drakṣyanti*/[32] Chúng ta cần dẫn thêm một đoạn trước mới có thể nói đến ngữ khí trong tiếng Phạn của toàn đoạn. Đoạn văn này mà dịch sát sang tiếng Việt cũng có thể nghe khá ngây ngô. Có thể ví dụ như lời của một bản nhạc, hát lên nghe hay, nhưng lấy tiêu chuẩn văn viết mà thưởng thức, thì lời nhạc cũng rất ngây ngô. Cho nên, người không thưởng thức được "nhạc lý" trong tiếng Phạn thì cũng khó mà thưởng thức cái hay của những đoạn văn tương tợ. Thật sự Hán không sao có thể dịch sát đoạn Phạn này được. Vì trong đó có vấn đề số và biến cách các của từ, và thì thái của động từ. Nhưng nếu người mà cảm nhận trọn vẹn văn khí Phạn ở đây, và cũng hiểu được văn khí ngây ngô trong đoạn Hán dịch, thì đó phải là người thông thạo cả hai thứ tiếng.

Trong khi La-thập chưa biết nên dịch thế nào cho đúng ý nguyên bản mà cũng không nghe quê mùa trong tiếng Hán, bấy giờ Tăng Duệ đề nghị, "Há không phải muốn nói rằng 天人交接，兩得相見: trời người giao tiếp, hai bên thấy nhau. La-thập khen hay.[33] Trong trường hợp như vậy thì cần ý dịch. Nhưng trường hợp như vậy không phải là ít.

Mặt khác, La-thập truyền Phật giáo vào Trung Hoa, muốn người Trung Hoa hiểu Phật giáo theo truyền thống của chính người Hán, qua phong cách ngôn ngữ Hán, do đó chủ trương ý dịch. Quýt phương Bắc mang trồng phương Nam, ngọt có thể thành chua. Nhưng phân bón thế nào để giữ được vị ngọt. Tất nhiên không còn vị ngọt như phương Bắc nữa. Ngọt nhiều hơn hay ít hơn đều có thể xảy ra.

Trong khi đó, Huyền Trang là người Hán, muốn hiểu Phật pháp mà nguồn gốc từ Ấn-độ, hiểu Phật pháp từ Ấn-độ như chính người Ấn, do đó chủ trương trực dịch. Cả hai đều thành công, nhưng không cùng một hướng. Huyền Trang chỉ thành công trong việc truyền bá Du-già tông mà Phật giáo Trung Hoa gọi là Pháp tướng tông. La-thập thành công trong việc xây dựng điều mà Phật giáo Trung Hoa gọi là Pháp tính tông. Tính và Tướng, tuy một mà hai, tuy hai mà một. Trong điều gọi là Pháp tính tông gầy dựng cơ sở bởi La-thập, dấu vết Ấn-độ của Long Thọ hay Đề-bà mờ nhạt. Những ai nghiên cứu *Trung luận*, qua các bản tiếng Phạn, và bản dịch Tây Tạng, với các Luận của Long Thọ, Đề-bà, Phật Hộ, Thanh Biện, và cả Nguyệt Xứng sau này, tất thấy rõ điều này. Về phía kia, trong Duy thức truyền bởi Huyền Trang, bóng dáng của Vô Trước, Thế Thân còn có thể thấy rõ.

Nhưng trực dịch hay ý dịch thảy đều không phải là giải pháp lý tưởng để hiểu một hệ tư tưởng khác với truyền thống của mình. Cho nên, Ngạn Tông chủ trương, để có thể thấu hiểu Phật pháp, giải pháp tốt nhất là học tiếng Phạn.

Ngạn Tông sinh trước Huyền Trang khoảng gần nửa thế kỷ. Dưới thời Tùy, niên hiệu Đại Nghiệp thứ 2 (TL. 606), Dạng Đế lập Phiên dịch quán trong Thượng Lâm viên tại Lạc Dương để phiên dịch kinh điển. Ngạn Tông tham dự công tác phiên dịch, và cũng nhân đó học thông tiếng Phạn.

Năm đó Huyền Trang khoảng 6 tuổi. Chừng 25 năm sau, quyết chí liều mình Tây

---

[32] *Saddharmapuṇḍarīka-sūtram*, romanized and revised text of the Bibliotheca Buddhica Publication, Tokyo 1958; p. 178.

[33] 高僧傳卷第六T50n2059, tr. 364b02

du cầu pháp. Lý do sang Tây vực cầu pháp, như truyện nói, "Pháp sư sau khi đi tham khảo khắp tất cả bậc Thầy đương thời, thâu hóa đầy đủ thuyết của họ, suy khảo tường tận lý của họ, nhưng mỗi người đi theo con đường riêng của tông phái mình. Nghiệm Thánh điển, cũng có chỗ ẩn chỗ hiển, không biết theo vào đâu. Do đó, quyết chí Tây du để giải quyết những điều nghi hoặc."[34] Điều đó có nghĩa là qua các bản dịch Phật kinh hiện hữu đương thời, Pháp sư đã phát hiện nhiều điều không ổn, và không thể tham vấn bất cứ ai về điều nghi hoặc.

Về Ngạn Tông, sau khi học tiếng Phạn, đồng thời với kinh nghiệm có được trong khi tham dự phiên dịch dưới sự bảo trợ của Tùy Dạng đế, tổng kết kinh nghiệm của mình trong quá trình học và dịch Phạn Hán, Sư đề nghị tám tiêu chuẩn và mười trọng điểm, gọi là "bát bị, thập điều", để có thể có một bản dịch tương đối chấp nhận được.

Ngạn Tông cảm thấy tính bất khả sự phiên dịch Phật kinh. Viết *Biện chính luận*, trong đó chủ trương, đại ý: sau khi thuật lại thuyết của Đạo An về tam bất dị và ngũ thất bản, và nêu một số trường hợp sai lầm trong phiên dịch và giải thích, Ngạn Tông nói, "Tiếng Phạn có cái lý là có thể học, có gì lại không học? Vả lại, để khai cơ chỉ dạy cho người mới học mà chỉ bằng lòng với các bản dịch, chẳng khác nào dạy vẹt học nói; phải mất quá nhiều công sức để có thể hiểu được một từ, rồi trải qua rất nhiều năm mới mong đạo được rộng, mới hy vọng bao quát cổ kim, bao la thiên địa. Sự nghiệp như núi cao, văn loại như biển sâu, tiếng Phạn kia là quy mô của Đại Thánh. Nắm sơ lược chương bản thì có thể biết được thể thức. Lúc đó nếu

có công phu nghiên cứu, thì sự giải thích không bị vướng mắc."[35]

Về tám tiêu chuẩn hay bát bị: 1. Thành tâm thọ pháp, chí nguyện giúp ích cho người. 2. Trước khi bước vào giới trường, đôi chân phải vững vàng trên giới luật. 3. Văn, chuyển tải được Tam tạng; nghĩa, bao trùm cả năm thừa. 4. Cần phải tham bác thêm kinh sử (ngoại điển), trau dồi điển từ, không để cho quá vụng về, thô lậu. 5. Độ lượng khoan hòa, khí lượng bao dung, không câu nệ. 6. Hâm mộ đạo thuật, coi nhẹ lợi danh, không quáng mắt vì cao danh. 7. Tinh thông Phạn ngữ, nắm vững phương thức diễn đạt, không làm sai lạc ý nghĩa trong nguyên bản. 8. Bác lãm văn tự Trung hoa, các loại triện lệ.[36]

Tám tiêu chuẩn cho dịch giả như Ngạn Tông để trên, quả thật rất lý thú. Trước hết, vấn đề đạo đức của người dịch. Người thông dịch trung gian giữa người nói và người nghe, nếu không được hai bên chấp nhận, cơ bản là tin tưởng về tác phong đạo đức, để người ấy không xuyên tạc những lời được nói. Đây là điều rất thông thường, không cần thiết phải luận giải dài dòng. Nhưng, đối với người phiên dịch Thánh Điển mà thiếu nhiệt tình, không hâm mộ, không kính phục những điều mình dịch, bị quáng mắt bởi danh vọng, người ấy không thể trung thực với điều mình thông dịch. Hiểu được một người, tất yếu phải chí thành với người đó. Một bản dịch hay, người ta nói, vì dịch giả say mê nó, "ăn ngủ với nó." Người thế gian với nhau, cao thấp có giới hạn, dù cao cho bằng Hy mã lạp sơn, vẫn có người leo lên đỉnh được. Vậy mà trong sự phiên dịch còn đòi hỏi tâm tình chí thành nơi người dịch. Huống hồ, dịch giả kinh Phật,

[34] 大唐大慈恩寺三藏法師傳 法師既遍謁眾師。備湌其說。詳考其理。各擅宗途。驗之聖典。亦隱顯有異莫知適從。乃誓遊西方以問所惑。T50n2053, tr. 222c2

[35] 續高僧傳卷第二 T50n2060, tr. 438b26

[36] 翻譯名義 T54n2131, tr. 1067c5

tự đứng trung gian giữa Thánh và phàm, nếu không chí thành với lý tưởng, làm sao hiểu được bằng tất cả tâm trí của mình những lời mình muốn dịch?

Thế nhưng, chí thành với lý tưởng chưa đủ, nhóm yêu cầu thứ hai của Ngạn Tông là trình độ kiến thức của người dịch. Không phải chỉ thuộc kinh Phật là đủ, mà đòi hỏi "bác thông kinh sử." Trình độ kiến thức thấp kém, tất nhiên không đủ để lãnh hội một bản văn. Không hiểu, làm sao dịch?

Một vấn đề nữa, trong các yêu cầu của Ngạn Tông, là khả năng văn học. Đây hẳn là điều mà Ngạn Tông kinh nghiệm trong quá trình tham dự phiên dịch. Người dịch, trung gian giữa hai ngôn ngữ, yêu cầu phải nắm vững cả hai thứ ngôn ngữ đó.

Tám tiêu chuẩn theo Ngạn Tông cũng là điều áp dụng cho mọi dịch giả, không riêng gì người dịch kinh Phật, chỉ có điều thay đổi cách nói cho phù hợp.

Về mười trọng điểm, hay thập điều, đó là những điểm quan trọng cần phải lưu ý trong khi dịch: 1. cú vận, 2. vấn đáp, 3. danh nghĩa, 4. kinh luận, 5. ca tụng, 6. chú công, 7. phẩm đề, 8. chuyên nghiệp, 9. tự bộ, 10. tự thanh. Đây là những điểm đặc biệt trong ngôn ngữ văn học Phật giáo, hay nói chung là Phạn ngữ. Trong đó, những yếu tố cần nắm vững trước hết tất nhiên là ngữ pháp, bao gồm ngữ vựng và cú pháp. Những vấn đề này sẽ được phân tích trong phần sau.

Tóm lại, tuy Ngạn Tông, qua kinh nghiệm bản thân, cũng như tổng kết kinh nghiệm của các tiền bối, nêu lên thành khoa mục "bát bị thập điều" nhưng ở đây chúng ta có thể nói, theo quan điểm của Ngạn Tông, dù cho người có hội đủ cả các điểm nêu trong bát bị thập

điều, nhưng vị tất đã có thể hiểu hết kinh Phật, để có thể tin rằng mình dịch đúng. Như Đạo đã nhận xét: Trí và ngu cách nhau như trời với vực, mà cảnh giới của Thánh nhân thì không có thêm bậc cho ta leo. Đem vi ngôn của bậc Đại Giác đã trên nghìn năm mà hạ xuống cho ngang tầm thời đại, điều đó thật quá không dễ. Tiếp đến nhận xét của La-thập: đọc bản dịch, chẳng khác nào ăn thức do người khác nhai giùm cho. Vì vậy, Ngạn Tông chủ trương, người muốn nghiên cứu kinh Phật thì nên học tiếng Phạn để đọc thẳng tiếng Phạn. Chủ trương của Ngạn Tông được hưởng ứng như thế nào, không có sử mô tả. Nhưng phong trào học tiếng Phạn đời nhà Đường là điều dễ thấy. Đọc các luận sớ của Khuy Cơ, Phổ Quang, v.v., chúng ta thấy nếu không hiểu biết ngữ pháp không thể phân tích được cú pháp phiên dịch Phạn Hán như vậy, với ý nghĩa các biến cách, giải thích cấu tạo hợp từ, vai trò của giới từ biến đổi ý nghĩa của động từ căn. Những điểm ngữ pháp này hoàn toàn xa lạ với Hán văn.

Tuy nhiên, cũng có thể nói chắc rằng phong trào học tiếng Phạn không được phổ biến, vì nó quá khó đối với một người Hán. Dù vậy, nhu cầu học tiếng Phạn vẫn thỉnh thoảng được nhắc đến. Trên ba trăm năm sau Ngạn Tông, có Thiên Tức Tai nhân được Tống Thái Tông cử làm dịch chủ cho dịch trường Truyền pháp viện mà Hoàng đế lập và bảo trợ (niên hiệu Thái bình hưng quốc thứ 8 – TL 983), đã dâng sớ nêu rõ sự cần thiết học tiếng Phạn, và xin vua cho tuyển 50 đồng tử để huấn luyện cho Phạn ngữ. Vua y tấu, ra lệnh tập họp 500 đồng tử để sát hạch.[37] Trong số 50 đồng tử được huấn luyện Phạn văn có Duy Tịnh, về sau đã có những cống hiến quan trọng trong sự nghiệp phiên dịch Phạn Hán.

---

[37] 大中祥符法寶錄卷三, dẫn bởi 曹仕邦 中國佛教譯經史研究餘瀋

II. CẤU TẠO TỪ

1. Âm vận

Từ ngữ Phạn thuộc loại đa âm tiết, khác với Hán ngữ thuộc loại đơn âm. Trong tiếng Hán, một âm có thể cấu thành một từ, và một từ mang đầy đủ nội hàm để trỏ vào một vật, hay chuyển tải một ý tưởng. Trong tiếng Phạn, đại bộ phận từ cần phải có nhiều âm tiết liên tiếp nhau được phát lên mới thành một từ.[38] Một từ như vậy, gọi là một danh (*nāma*) theo *Đại Tì-bà-sa*,[39] có thể được cấu tạo bởi một âm tiết, hoặc hai âm tiết, hoặc nhiều âm tiết. Một âm tiết có thể do bởi một âm tố, hoặc hai, hoặc nhiều hơn. Từ âm tiết (syllable) ở đây, tiếng Phạn nói là *akṣara*, Hán dịch là tự, cũng có khi được xem đồng nghĩa với âm tố (phoneme),[40] tiếng Phạn nói là *vyañjana*, Hán dịch là văn. Khi nói tự *akṣara* đồng nghĩa với văn hay *vyañjana*, khi ấy *vyañjana* được hiểu là một *varṇa* (âm tố), chỉ cho các nguyên âm (*svāra*) như a, ā, i, ī..., định nghĩa bởi Câu-xá.[41]

Một âm tố (*varṇa*), nếu là một nguyên âm (*svāra*), tự nó đủ để có thể được phát âm. Khi đó văn tức là tự như được giải thích bởi *Đại-tì-bà-sa*, đã dẫn. Nhưng nếu là một phụ âm (*vyañjana*), bấy giờ tự nó chưa đủ để có thể

phát âm. Đây là trường hợp mà kinh *Đại Niết-bàn* gọi là "phân nửa chữ" (bán tự).

Theo ý nghĩa này, kinh *Đại Niết-bàn* phân giáo lý của Phật thành hai loại là "bán tự giáo", giáo lý chỉ được nói bởi một nửa chữ, chưa đủ nghĩa; và "mãn tự giáo" chỉ giáo nghĩa đã được nói đầy đủ. Kinh định nghĩa: "Nói rằng tự, là chỉ cho Niết-bàn. Vì là thường hằng, nên không lưu chuyển. Không lưu chuyển, tức vô tận.[42] Vô tận chính là thân kim cang của Như lai."[43] Như một người cha dạy cho con trẻ mới một nửa chữ (bán tự); cậu bé tất nhiên bằng chừng ấy nửa chữ chưa đủ để hiểu ngữ pháp cấu tạo từ (*Tì-già-la luận: vyākaraṇa*).[44]

Phẩm "Văn tự" trong kinh *Đại niết-bàn*,[45] luận giải về hệ thống ngữ âm học của tiếng Phạn, cùng nội hàm triết lý của các âm tố, bao gồm các nguyên âm và phụ âm, là cơ sở để các nhà Phật học Trung quốc tìm hiểu tiếng Phạn.

So sánh hệ thống ngữ âm Phạn và Hán, Huệ Hạo nói, "Ngữ âm tiếng Phạn có bán tự và mãn tự. Gọi là bán tự, vì ý nghĩa chưa đủ; do đó thể của tự thiếu một nửa, như chữ nguyệt 月 mà thiếu mất một nét biên. Gọi là mãn tự, vì lý đã được trọn vẹn."[46] Điều này chỉ thấy được trong cách viết chứ không chỉ

---

[38]　大毘婆沙論卷第十四，T27 No 1545, tr. 659c07：佛教名何法。答謂名身句身文身。次第行列。次第安布。次第連合。此則總顯。佛教作用。

[39]　op.cit. tr. 71b29.

[40]　ibid. 文即是字者。巧便顯了故名為文。此即是字無轉盡故。

[41]　Kośabhāṣya, k.ii. 47a-b: *vyañjanam akṣaram – tadyathā a, ā, ity evam ādi.* Sớ giải của Yaśomitra: *vyañjanam akṣaram iti, varṇa ity arthaḥ.*

[42]　Vô tận, là Hán dịch từ *akṣara*, do động từ căn √*kṣar*: *kṣarati*, trôi chảy, tan biến, tiêu diệt.

[43]　大般涅槃經卷第八，T12 No 374, tr. 413a06. Cf. 涅槃義記卷第四, T37n1764, tr. 707c09：字者外國名阿察羅此方義翻名為無盡。與彼涅槃常義相同故名涅槃。" Tự, (chữ), tiếng nước ngoài gọi là ác-sát-la (Skt. *akṣara*); tiếng phương này dịch là vô tận. Vì đồng với nghĩa thường hằng của Niết-bàn nên được nói là Niết-bàn."

[44]　大般涅槃經卷第五，T12n374, tr. 390c17; T12n375, tr. 630c26.

[45]　大般涅槃經卷第八，北涼天竺三藏曇無讖譯, T 12 No 374, tr. 413a2.

[46]　出三藏記集卷第一，T55n2145, tr. 4b19：又梵書製文有半字滿字。所以名半字者。義未具足。故字體半偏。猶漢文月字虧其傍也。所以名滿字者。理既究竟。

76

rõ thứ tự âm tiết để cấu tạo thành từ trong cách phát âm tiếng Phạn. Huệ Hạo còn cho thêm thí dụ, như chữ chư 諸 là mãn tự, trong đó gồm hai từ ngôn 言 và giả 者 là những bán tự. Thí dụ này không chính xác, vì ngôn và giả tự chúng đã có nghĩa. Khi ghép lại để thành chữ chư, chỉ là do nguyên tắc hài thanh.

Không hoàn toàn thỏa mãn với giải thuyết của Huệ Hạo, Huệ Lâm chỉ dẫn điển hình, như trong từ *tát-phạ* 薩嚩 (*sarva*), âm *ra* 囉 (*-r*) ở giữa hai âm *sa* 娑 và *phạ* 嚩 chính là bán tự. Trong cách viết chữ tất-đàm (*siddham*) hay devanāgārī, bán âm *r(a)* này được viết chồng lên âm *phạ* (*va*) như một móc câu hay hình trăng thượng huyền. Hoặc như trong từ *một-đà* 沒馱 (*buddha*), cuối từ có thể được thêm âm *na* 娜 (*m*, tị âm), nó là bán tự được viết thành một chấm đặt trên đầu chữ *đà*.[47] Theo giải thuyết này, một âm mà chưa được phát biểu trọn vẹn, gọi là bán tự.

Ngữ âm học được đề cập trong phẩm "Văn tự" của kinh *Đại niết-bàn* có thể được xem như có chịu ảnh hưởng từ truyền thống Vệ-đà, đặc biệt là các tập *prātiśākhya*, như *Taittirīya-prātiśākhya*,[48] thuộc bộ phận ngữ âm học của Yajurveda. Tập này bắt đầu bằng bảng liệt kê các âm tố (*atha varṇasamāmnāya*). Các âm tố này lại được phân loại thành 16 nguyên âm (*ṣoḍaśāditaḥ svāraḥ*) và còn lại là các phụ âm (*śeṣo vyañjanāni*). Đó cũng là nội dung thuyết minh về văn tự trong kinh *Niết-bàn*. Trước hết, giải thuyết 14 nguyên âm. Điều đáng lưu ý là trong *Taittirīya-prāśakhya* có 16

âm. Tăng Lượng, *Niết-bàn tập giải*,[49] cố gắng giải thích sự thiếu mất hai nguyên âm, điều mà *Thụy ứng bản khởi* có đề cập.[50] Tăng Lượng giả thiết hai âm này là hai chữ (tự) Niết-bàn, và cho rằng giả thiết này không chắc chắn, nhưng không rõ lý do. Điều này cho thấy các nhà chú giải Trung Hoa khó mà phân biệt âm tố âm tiết. Thế nhưng Tuần Luân, *Du-già luận ký*,[51] lại giải thích rất chính xác: hai âm thiếu đó là hai tổ hợp *aṃ* và *aḥ*. Tiếp theo là 33 phụ âm, điều mà *Taittirīya* nói là các phụ âm còn lại.

Văn học Ấn kể từ thời Vệ-đà thuộc loại truyền khẩu cho nên ngữ âm học (phonetics) chiếm vị trí rất quan trọng. Các tập *prātiśākhya* là những tài liệu tối cổ về ngữ âm học, đề cập các vấn đề phát âm thế nào cho chuẩn xác đối với các bản văn Vệ-đà. Kết luận của tập *Taittirrīya-prātiśākhya* nói: "Ai hiểu rõ đặc điểm của thứ tự cú pháp; ai thông thạo thứ tự các âm tố, ai hiểu rõ âm lượng và phối trí các nguyên âm, người ấy luôn luôn được ngồi gần Thầy."[52]

Về cơ bản, Kinh *Đại bát-niết-bàn* ở đây định nghĩa tự là hệ thống phát âm bao gồm 14 âm căn bản, tức 14 nguyên âm. Đó là những âm tố (phoneme, Skt. *varṇa*) mà kinh gọi là "bán tự" (phân nửa chữ). Tiếp theo, Kinh giải thuyết nội hàm triết lý của các nguyên âm này, cũng như các phụ âm gồm các phạm trù phát âm: hàng *ca* 迦 (*k-*, âm yết hầu, guttural), hàng *giá* 遮 (*c-*, âm khẩu cái, palatal), hàng *tra* 吒 (*ṭ-*, âm lưỡi, lingual), hàng *đa* 多 (*t-*,

---

[47] 一切經音義卷第二十五, T54n2128, tr. 470c20.

[48] Cf. *Taittirrīya-prātiśājhya*. Original text with translation by William Dwight Whitney (Journal of the American Oriental Society, 9, 1871). Proofread on the basis of Whitney's edition by Ramesh Srinivasan, August 2005.

[49] 大般涅槃經集解卷第二十一, T37 No 1763, tr. 464c02. Vấn đề cũng được nêu bởi Huệ Viễn, 涅槃義記卷第四, T37 No 1764.

[50] 太子瑞應本起經卷上, T3 No 185, tr. 474b11.

[51] 瑜伽論記卷第一, T42 No1828, tr. 331a05.

[52] ibid. 24.6.

âm răng, dental), hàng *ba* 波 (p-, âm môi, labial).[53]

Trong các hàng hay các phạm trù phát âm này, mỗi hàng có 5 âm. Tiếp theo các bán mẫu âm; các sát âm: ś-, ṣ-, s; âm hắt hơi: ḥ (*visarga*) và giọng mũi (*anusvāra*). Các âm tố này khi được liên kết với nhau trong một từ, tùy theo vị trí trước sau, tùy theo hàng hay phạm trù phát âm, đều chịu những biến đổi sao cho nghe thuận tai (*euphonic*).

Sự nghe thuận tai hay thuận âm (*euphony*) này tất nhiên không mấy ảnh hưởng đến dịch nghĩa Hán, nhưng nó bị chi phối bởi ảnh hưởng của khẩu âm địa phương, nên thường tạo ra những dị biệt trong các truyền bản Phạn. Chính Tán Ninh đời Tống cũng đã nhận ra điều này, về sự khác biệt trong hệ thống ngữ âm của nước Kiết-sương-na (Kuśana), và Thổ-hóa-la (Tokharistan, quốc gia Trung Á), cũng như khu vực phía Bắc và Nam Thông lĩnh. Tuy Tán Ninh chỉ ghi lại những điều đã được ghi chép trong *Tây vực ký* bởi Huyền Trang,[54] nhưng cũng từ đó mà Sư phân biệt các hệ ngôn ngữ Hồ và Phạn bất đồng để chỉ trích nhiều vị nghiên cứu Phật học đã đồng nhất một cách sai lầm Hồ với Phạn.[55]

Do tính chất bất đồng khẩu âm trong các địa phương khác nhau, ngay tại bản địa Ấn, và dọc theo dải Trung Á, nhiều từ bị biến đổi khiến cho cùng một từ Phạn mà nội hàm Hán

dịch khác nhau đến mức xa lạ giữa các dịch giả. Cụ thể như từ Phạn *damyasārathi* (Pāli: *dammasārathi*) thường được dịch là "Điều ngự" nhưng nhiều dịch giả, nhất là các dịch giả thời Đông Tấn, dịch là "Đạo pháp ngự." Rõ ràng các vị này phát âm là *dhammasārathi*, gần với Pāli, tức là thuộc một trong các loại Phạn văn hỗn chủng.[56]

Những nhầm lẫn do phát âm này không phải là hiếm thấy trong các bản dịch Phạn Hán. Nhất là các kinh thuộc A-hàm. Nổi bật nhất là dịch nghĩa kinh "Phạm động" bởi Phật-đà-da-xá (Buddhayaśa).[57] Phật-đà-thập (Buddhajīva), luật *Ngũ phần*,[58] tên kinh cũng dịch là Phạm động. Trong khi các dịch giả khác đều dịch là "Phạm võng"; như Chi Khiêm, *Phạm võng lục thập nhị kiến kinh*,[59] Tăng-già-bạt-đà-la (Saṅghabhadra), *Thiện kiến luật Tì-bà-sa*,[60] Cưu-ma-la-thập (Kumārajīva), luật *Đại trí độ*,[61] Huyền Trang, *Đại Tì-bà-sa*,[62] v.v. Các từ Hán dịch này đều tương đương Pāli *Brahmajāla*, cái lưới của Brahma. Hán dịch của Phật-đà-da-xá tương đương với Pāli hoặc Sanskrit *Brahmacāla*, sự dao động bởi Phạm thiên, do phát âm sai biệt giữa *c*- và *j*-, cả hai đều thuộc phạm trù ngạc âm (palatal) nhưng một điếc (surd) và một vang (sonant) khác nhau.

Luật Tứ phần,[63] bởi cùng một dịch giả, nên kinh vẫn được gọi tên là *Phạm động*. Phật-đà-da-xá nguyên người Kế-tân, tức

[53] 大般涅槃經集解卷第二十一, T 37 No 1763, tr. 464c7.

[54] 大唐西域記 T51n2087, tr. 871a11, 872a6.

[55] 宋高僧傳 T50n2061, tr. 723c7.

[56] Cf. Edgerton, BHS Grammar, 2.12: *my* to *mm*: *sammā* = Pali id., Skt. *samyak*.

[57] 長阿含經卷第十四 第三分梵動經第二 T1 No 1 tr. 88b12 tt.

[58] T22 No 1421.

[59] T1 No 21.

[60] T 24 No 1462.

[61] T25 No 1509.

[62] T27 No 1545.

[63] T22 No 1428, tr. 833b25, 968b15.

Kaśmir, thuộc dòng Bà-la-môn. Tuy sau này Sư dời sang nước Qui-tư, Trung Á, nhưng thiếu thời sống tại Ấn, và kinh điển mà Sư học tất nhiên đều bằng Phạn lưu truyền tại bản địa Ấn. Truyện cũng chép là Sư chuyên trì luật Đàm-vô-đức (Dharamagupta-vinaya) mà sau đó dịch thành luật *Tứ phần*.[64] Nhưng người cộng tác của Phật-đà-da-xá là Trúc Phật Niệm, người Lương Châu, Trung quốc; thiếu thời ưa du dịch nên biết nhiều ngôn ngữ trong vùng Trung Á.[65] Tiếng Phạn mà Trúc Phật Niệm học để sau này cộng tác với Phật-đà-da-xá không phải trực tiếp từ Ấn, mà qua trung gian các nước Tây vực, tất có chịu ảnh hưởng tỷ khẩu âm các vùng này. Vậy, sự nhầm lẫn, nếu xem đó là nhầm lẫn, do bởi truyền qua khẩu âm Tây vực, hay nó đã xuất hiện ngay trong truyền khẩu từ Ấn Độ trong hệ truyền thừa Đàm-vô-đức?

Phật-đà-thập cũng người Kế-tân, đồng hương với Phật-đà-da-xá, chuyên trì luật Ngũ phần của Hóa địa bộ (Mahīśāsaka). Bản dịch luật *Ngũ phần* mà Sư dịch do Pháp Hiển mang về từ Sư tử quốc (Tích lan ngày nay).[66] Trong bản dịch này cũng nói là *Phạm động*, thay vì *Phạm võng*.

Ở đây có thể dẫn một số điển hình về các trường hợp sai biệt khẩu âm này:

- *Trường A-hàm*, tr. 33b, Hán: vô si xuất gia 無癡出家. Tương đương Pāli: *amoghā pabbajjā avañjhā*, xuất gia không phải luống không, vô ích. Bản Hán đọc là *amohā*: vô si.

tr. 34c: Hán: vương chủng 王種. Có lẽ tương đương Pāli: *rattaññu*: (Phật tử) kỳ cựu; nhưng bản Hán đọc là *rājañña*: vương tộc.

tr. 121c: Tưởng 想 (địa ngục); Câu-xá: Đẳng hoạt 等 活; Skt., Pl.: *Saṃjīva*. Bản Hán đọc Skt. lā *Saṃjñī(va)*, hoặc Pl.: *Saññī(va)*.

- *Trung A-hàm*, tr. 553a: Chánh thân chánh nguyện 正身正願; Pāli: *ujuṃ kāyaṃ paṇidhāya*, ngồi thẳng lưng. Bản Hán, *paṇidhāya*, sau khi đặt để, được hiểu là *paṇidhāna*: ước nguyện.

tr. 692c: Tam thập lục đao 三十六刀. Pāli, M 137 (iii. 217): *chattiṃsa sattapadā*, 36 cú (phạm trù), hay dấu chân, của chúng sanh; 36 loại chúng sanh. Trong bản Hán, đọc là *sattha* (đao kiếm) thay vì *satta* (hữu tình). Tỳ-bà-sa 139 (No.1545, tr. 718a25): Tam thập lục sư cú 三十六師句. Pāli: *Sattapadā* (36 cú nghĩa, hay phạm trù, về chúng sanh). Cả ba bản đọc theo ngữ nguyên khác nhau. Pāli: *satta, chúng sanh*. Bản Hán này, *đao kiếm*: do Skt. *śastra* (Pāli: *sattha*), Tỳ-bà-sa; Skt. *śāstra*: đạo sư (Pāli: *sattha*).

- *Tạp A-hàm*, kinh 102: Hán: lãnh quần đặc 領群特: gã chăn bò. Pāli: *vasalaka*, gã tiện dân, người hèn hạ. Bản Hán đọc là *vacchalaka*.

tr. 35c: *Trú ư thiên trú* 住於天住; Pāli: *divaviharara*, an trú ban ngày tức nghỉ trưa, nhưng bản Hán đọc là *Deva-vihāra*: trú xứ của chư Thiên.

tr. 131a: Hán: bất tri… *tâm chi phân tế* 心之分齊. Pāli: *cetopariyañāṇa n'atthi*, "không có nhận thức về tâm tư…" Bản Hán đọc *ceto-paryanta* (giới hạn của tâm tư) thay vì *ceto-pariya* (động thái của tâm tư).

tr. 149b: *chi thanh* 支青, chi phần màu xanh. Pāli: *nelaṅga*, chi phần không khuyết điểm (Sớ giải: *niddoso*). Bản Hán đọc: *nīla*:

---

[64] 高僧傳卷第二 T50 No 2059, tr. 333c16 tt.

[65] 高僧傳卷第一 T50 No 2059, tr. 329a28 tt.

[66] 歷代三寶紀卷第十 T49 No2034, tr. 89b12.

màu xanh, thay vì nela: không khuyết điểm, không tội lỗi.

- *Tăng nhất A-hàm*, tr. 558b: Thiện Lai 善來. Pāli, A.i. 25: đệ nhất thiện xảo với hỏa giới tam-muội là Sāgata (*tejodhātukusalānaṃ yadidaṃ sāgato*). Bản Hán đọc là Sugāta. Tỳ-kheo này hàng phục được con độc long bằng hỏa quang tam muội.

tr. 559c: Sanh Lậu 生漏, bản Minh chép là Sanh Mãn. Có lẽ là Bà-la-môn Sanh Văn được thấy trong *Tạp*, kinh 737, 739, 757. Pāli: *Jāṇussoṇi*. Bản Hán đọc là *Jānāsava*.

Những nhầm lẫn nêu trên phần lớn do dị biệt bởi khẩu âm địa phương, nhưng trong nhiều trường hợp do yêu cầu phát âm thuận tai áp dụng theo quy luật liên thanh (*sandhi*) để phân tích từ không được đồng nhất giữa các dịch giả nên cũng dẫn đến các dịch ngữ Hán khác nhau cho một từ.

Chính do bởi luật liên thanh mà khi phân tích sự cấu tạo một từ Phạn đã khiến các nhà Phật học đưa ra những giải thích bất đồng, dẫn đến thành lập các giáo nghĩa khác nhau. Trường hợp đáng lưu ý là sự bất đồng của Thượng tọa bộ Pāli với Hữu bộ về vấn đề có hay không có trung hữu (*antarābhava*) do bởi giải thích khác biệt về một trong năm hạng Bất hoàn. Trong đó, hạng thứ nhất, Pāli và Sanskrit giống nhau về mặt ngữ âm: *antarābhava-parinibbāyin/parinirvāyin*; hạng thứ có sự khác biệt về ngữ âm: Pāli, *upahacca-parinibbāyin* được dịch là tổn hại bát-niết-bàn; Sanskrit, *upapadya-parinirvāyin*, được dịch là

sinh bát-niết-bàn. Cả hai Pāli và Sanskrit nhất định có gốc từ một nguyên ngữ hỗn chủng nhưng do áp dụng luật liên thanh bất đồng nên dẫn đến những giải thích khác nhau và do đó thiết lập hai từ khác nhau. Theo quan hệ ngữ âm học giữa Pāli và Sanskrit, cụm âm tiết -*acca*- trong Pāli thường tương đương với -*atya*- trong Sanskrit như các từ *paccaya* và *pratyaya* (duyên). Mặt khác, cụm âm tiết –*padya*- (Skt.) thường quan hệ với với cụm –*ajja*- (Pāli), như trong các từ *upapadya* và *upapajja*.[67] Nhưng, các âm –*cc*- và –*jj*- đều thuộc loại âm khẩu cái, phát âm từ vòm miệng, cho nên cũng dễ khiến đọc âm này thành âm kia.[68] Vả lại, kinh điển nguyên thủy thuộc ngôn ngữ khẩu truyền, do đó dị biệt trong các khẩu âm địa phương cũng có thể dẫn đến những giải thích khác nhau về nguyên dạng của từ. Sự khác biệt của hai từ Pāli *upahacca* và Sanskrit *upapadya* có lẽ chỉ có thể giải thích qua trường hợp này.

Trong trường hợp Sanskrit, *upapadya* có nghĩa là "sau khi tái sinh" do đó *upapadya-parinirvāyin* được hiểu là vị A-na-hàm nhập niết-bàn sau khi vừa tái sinh lên Tịnh cư thiên không bao lâu.[69] Vì vậy, theo thứ tự liệt kê, *antarābhavaparinirvāyin*, trung bát-niết-bàn, cần được hiểu là vị A-na-hàm nhập niết-bàn khoảng trung gian giữa hai hữu là tử hữu (*maraṇa-bhava*) và sinh hữu (*upapatti-bhava*). Đây là lập luận của Hữu bộ dẫn chứng theo giáo lý được Phật xác nhận để chứng minh sự tồn tại của trung hữu.[70]

Nhưng, căn cứ theo tự dạng *upahacca* vốn là động danh từ (gerundive) của động

---

[67] F. Edgerton, *BHS Grammar,* § 2.8, § 2.14: As in MIndic, assimilation of a dental ád a following *y* may yield a double palatal: *praccaya* = Pāli *paccaya*, Skt. *pratyaya*; *khijjati* = *khidyate*; *khajjati* = *khādyate*...

[68] 雲井昭善, パリ語佛教辭典: *upahacca* (*adv.*) [*ger.* of *upahanti* →*ger.* of *upapajjati* = *upapajja*, *upapacca*, *B. Skt.* *upapadya*] 生じて，再生して．

[69] 俱舍論卷第二十四 tr. 124b16言生般者。謂往色界生已不久便般涅槃。Kośabhāṣya, k. vi. 37a-b: *upapadyaparinirvāyī ya upannamātro na cirāt parinirvāti*...

[70] 俱舍論卷第八, tr. 45a07.

từ *upahanti*: phá hoại, tổn hoại, Sớ giải Pāli giải thích từ *upahacca-parinibbāyī* được nêu trong kinh *Saṅgīti*[71] rằng, vị A-na-hàm sau khi tái sinh Tịnh cư thiên, vượt qua phân nửa giới hạn tuổi thọ, tự làm tổn hại thọ hành để nhập niết-bàn. Như vậy, theo thứ tự liệt kê, *antarābhavaparinibbāyī* được giải thích là nhập niết-bàn vào khoảng giữa đời.[72] Giải thích này có thể không chính xác, vì theo ý nghĩa phổ biến được thừa nhận, *bhava* hay hữu chỉ cho ba hữu là Dục, Sắc và Vô sắc giới. Do đó, trung gian hữu cần được hiểu là khoảng giữa hai cõi hữu là Dục hữu (*kāmabhava*) và Sắc hữu (*rūpabhava*).

Sự phân tích các âm tiết trong cấu tạo từ theo quy luật liên thanh cũng thường dẫn đến nhầm lẫn ngữ nghĩa trong các bản Hán dịch. Như từ *thiền* và *bất thiền bà-la-môn* trong kinh *Tiểu duyên*, Trường A-hàm. Xét theo ngữ cảnh thì đây rõ ràng là sự nhầm lẫn của dịch giả khi áp dụng luật liên thanh nội của từ.

Đoạn kinh nói: "Nhưng trong đám Bà-la-môn có kẻ không ưa ở chỗ nhàn tịnh tọa thiền tư duy, mà chỉ ưa vào nhân gian chuyên nghề tụng đọc, và tự nói: 'Ta là người không tọa thiền.' Người đời nhân đó gọi là *Bất thiền Bà-la-môn*."[73] Tương tương đoạn văn này, Pāli nói: *na dānime jhāyantīti kho, vāseṭṭha, 'ajjhāyakā ajjhāyakā'*, "những người tụng đọc, vì những người này không thiền tứ."[74] Từ nguyên của *ajjhāyaka* là do động từ *ajjhāyati*: nó đọc. Tương đương Skt của nó là *ādhyāyika*, do gốc động từ *adhy-āya*: √*i*: tụng đọc. Về mặt âm vận học (phonology), các âm *-dhy-* trong Sanskrit thường biến đổi thành *–(j)jh-* trong

Pāli, như Skt. *adhyana* = Pāli *ajjhana*: học tập, nghiên cứu; Skt. *adhyāśaya* = Pāli *ajjhāsaya*: tăng thượng ý lạc. *Ajjhāyaka* (Skt. *ādhyāyika*) chỉ hạng Bà-la-môn chuyên tụng đọc và thông hiểu kinh văn Vệ đà.[75] Trong đoạn Hán dịch dẫn trên, từ này được hiểu là do động từ *jhāyati* (Skt. *dhyai: dhyāyati*): thiền tịnh hay tư duy.

Các trường hợp nhầm lẫn do bởi khẩu âm địa phương nêu trên không phải là các trường hợp hiếm thấy trong các bản dịch Phạn Hán trước thời La-thập, gây bối rối không ít cho các nhà nghiên cứu khi không tìm các đoạn văn Sanskrit hay Pāli tương đương. Tất nhiên, đây cũng là điều xảy ra thường xuyên trong các bản dịch Việt từ các bản dịch Phạn Hán này.

2. Ngữ nguyên

Trong các từ được nêu trên, khi nói về sự cấu tạo của chúng theo phương diện ngữ âm học, chúng ta thấy khi được định nghĩa, chúng luôn luôn được kéo về một gốc động từ nào đó. Các định nghĩa nầy được bắt gặp thường xuyên trong kinh điển. Điển hình như trường hợp định nghĩa từ Skt. *arhat*, hay Pāli *araha*(t) mà Hán thường phiên âm là a-la-hán. Hán dịch phổ thông là "ứng cúng" hay "ứng chân". Đây là hiểu theo gốc động từ √*arh*; xứng đáng. Từ này cũng được hiểu theo một gốc khác. Luận *Đại trí độ*, Hán dịch, nói: "*A-la* nghĩa là giặc. *Hán* nghĩa là phá. Do phá hoại tất cả mọi thứ giặc phiền não, nên được gọi là A-la-hán. Lại nữa, do A-la-hán là vị đã diệt sạch các ô nhiễm, xứng đáng được chư thiên và nhân loại tôn kính. Lại nữa, a nghĩa là không; *la-*

---

[71] D. iii. 238: *pañca anāgāmino– antarāparinibbāyī, upahaccaparinibbāyī, asaṅkhāraparinibbāyī, sasaṅkhāraparinibbāyī, uddhaṃsoto-akaniṭṭhagāmī.*

[72] DA.: *majjhaṃ upahacca atikkamitvā patto upahaccaparinibbāyī nāma.*

[73] 長阿含經卷第六, tr. 38c02.

[74] D 27 (R. iii 94).

[75] D. i. 114: *bhavañhi soṇadaṇḍo ajjhāyako, mantadharo, tiṇṇaṃ vedānaṃ pāragū ...*, "Tôn giả Soṇadaṇḍa là vị tụng đọc, ghi nhớ, tinh thông ba bộ Thánh điển Vệ-đà.

ha nghĩa là sinh; do không còn tái sinh đời sau nữa."[76]

Đại tì-bà-sa, Hán dịch, cũng đề xuất định nghĩa tương tự.[77]

Trong các định nghĩa này, từ Arhat là danh từ phái sinh do bởi các động từ căn √*arh*, xứng đáng; *ari* (kẻ thù) + √*han* (sát hại). Hai động từ căn này có thể tìm thấy trong tiếng Phạn tiêu chuẩn. Nhưng định nghĩa thứ ba nêu trên, "*la-ha*" (hay *la-hán*) có nghĩa là sinh, thì chưa tìm thấy động từ căn ở đâu.

Nói tóm, khi muốn tìm hiểu nội hàm của một từ, điều cần thiết là phải truy nguyên về gốc của nó, mà gốc chính là động từ căn. Đây là đặc điểm ngữ nguyên học được tìm thấy rất phổ biến trong các kinh luận.

Ngữ nguyên học, hay sự căn cứ trên quy luật cấu tạo từ để giải thích nội hàm căn bản của một từ, là môn học đã được phát triển ngay trong thời Phật tại thế. Từ vô ngại, tức sự thông suốt về ngữ nguyên, là một trong bốn vô ngại giải mà một vị A-la-hán đạt được.[78] Trong kinh *Akuppa* (Bất động) Phật nói, tỳ kheo thành tựu năm pháp không bao lâu sẽ chứng đắc bất động. Năm pháp đó là nghĩa vô ngại (*attha-paṭisambhidā*), pháp vô ngại (*dhamma-paṭisambhidā*), từ vô ngại (*nirutti-paṭisambhidā*), biện vô ngại (*paṭibhāna-paṭisambhidā*) và quán sát tâm như giải thoát

(*yathāvimuttaṃ cittaṃ paccavekkhati*).[79] Chính Xá-lợi-phất đã tự thuật rằng sau khi thọ giới cụ túc được nửa tháng thì đạt được bốn vô ngại giải, nhờ đó mà có thể giải thích các giáo thuyết một cách rõ ràng, có thể giải thích, quyết đoán cho những ai còn nghi hoặc, do dự về giáo nghĩa.[80] Trong đó, từ vô ngại (*nirutti-paṭisambhidā*) chính là sự thông hiểu về ngữ nguyên học, như được giải thích bởi sớ giải Pāli kinh *Ambaṭṭha*;[81] hay được định nghĩa bởi chính đức Phật: Từ biện, hay từ vô ngại, là thông hiểu các từ với trường âm hay đoản âm, giống đực hay giống cái, cùng với căn nguyên của chúng và ý nghĩa diễn đạt của chúng.[82] Điển hình như trong kinh *Khởi thế nhân bản*,[83] hay *Aggañña-suttanta*,[84] sự xuất hiện các giai cấp xã hội được giải thích bằng cách lý giải ngữ nguyên của các từ liên hệ.

Chẳng hạn, khi giải thích nguồn gốc của giai cấp bà-la-môn, kinh giải thích từ này theo ngữ nguyên của nó. Đoạn văn giải thích này theo Hán dịch như sau: "Thời gian sau, trong quần chúng độc nhất có một người[85] suy nghĩ như vầy: 'Nhà là đại hoạn, nhà là gai độc. Ta nên bỏ cư gia này mà sống một mình trên rừng núi nhàn tịnh để tu đạo.' Người ấy liền bỏ cư gia mà vào rừng, trầm lặng tư duy, đến giờ ăn thì cầm bát vào xóm khất thực. Mọi người trông thấy, thảy đều vui vẻ cúng dường, tán thán: 'Lành thay, người này đã lìa bỏ cư gia, một mình sống trong núi rừng, trầm lặng

[76] *Đại trí độ* 3, tr. 80b03.

[77] *Đại tì-bà-sa* 94, tr. 487b29.

[78] Milanda tr. 18: *saha paṭisambhidāhi arahattaṃ pāpuṇi.*

[79] A. iii. 120: *pañcahi, bhikkhave, dhammehi samannāgato bhikkhu nacirasseva akuppaṃ paṭivijjhati. katamehi pañcahi? ... atthapaṭisambhidāpatto, dhammapaṭisambhidāpatto, niruttipaṭisambhidāpatto, paṭibhānapaṭisambhidāpatto, yathāvimuttaṃ cittaṃ paccavekkhati.*

[80] A. ii. 169. Tham chiếu, *Tăng nhất* 18, tr. 639a24.

[81] DA. *sakkharapabhedoti sikkhā ca niruttica.*

[82] *Tăng nhất* 21, tr. 657a6.

[83] *Trường A-hàm* 6, kinh Tiểu duyên.

[84] D. 27.

[85] So Pāli: *sattānaṃ yeva ekaccānaṃ*, một số (nhiều) chúng sinh.

tu đạo, xa lìa mọi điều xấu ác.' Từ đó trong thế gian mới bắt đầu có tên Bà-la-môn." Đoạn văn Pāli tương đương: *"pāpake akusale dhamme vāhentī ti... brāhmaṇā brāhmaṇā*: do loại bỏ các pháp ác, bất thiện mà được gọi *Brāhmaṇā! Brāhmaṇā.*" Ở đây, từ *brāhmaṇa* có gốc từ động từ *vāhenti*: loại bỏ. *Vāheti* là dạng hỗn chủng của động từ căn Skt. √*bṛh*, cũng đọc là *vṛh*: nhổ bỏ, nhổ sạch gốc.

Đó là định nghĩa cá biệt của kinh Phật. Trong trường hợp này, động từ căn √*bṛh* được phân loại theo loại 6 (*tud-ādi*).[86] Nhưng theo phổ thông, nó được giải thích là do bởi động từ căn √*bṛh* (= *bṛṃh*) phân loại 1,[87] có nghĩa là tăng trưởng, phát triển.

Nhiều từ Sanskrit được kinh Phật giải thích với từ nguyên khác với giải thích phổ thông của Ấn độ giáo. Như từ *rājan* (vua) chẳng hạn.

Về mặt ngữ nguyên, quy ước tổng quát nói rằng mọi từ Sanskrit đều có gốc từ một động từ, với nội hàm cơ bản, rồi y trên động từ căn này các tiếp đầu hay tiếp vĩ được thêm vào để lập thêm nhiều từ mới. Như từ *prajñā*, phiên âm là bát-nhã.

Để giải thích từ *bát-nhã* trong kinh *Kim cang bát-nhã*, Từ Tuấn nói, "Nhã 若 là tự giới (*dhātu*, động từ căn √*jñā*). Ban 般 (*pra-*) và na 那 (*-na*) đều là tự duyên (*pratyaya*, trợ ngữ, tiếp đầu và tiếp vĩ). Nhã khi lấy *ban* làm trợ

ngữ (*pra+jñā*), có nghĩa là tuệ. Nhã khi lấy *–na* làm trợ ngữ (*jñā+ṇa*), có nghĩa là trí. Thông dụng nhiều khi không phân biệt, *trí* tức là *tuệ* và *tuệ* tức là *trí*, nên hai âm *bát* và *nhã* cũng dịch chung là *trí tuệ*." [88] Do quy luật cấu tạo từ nên để hiểu được một từ Phạn không thể không làm công việc phân tích như Từ Tuấn đã làm vừa dẫn.

Để cấu tạo một từ, động từ căn cần được hỗ trợ bởi các trợ ngữ, hoặc tiếp đầu hoặc tiếp vĩ. Quy tắc này được nêu bởi *Siddhāntakaumudi*, và *Candrakīrti* (Nguyệt Xứng) đã áp dụng nó để giải thích từ *pratītya-samutpāda* (duyên khởi) y trên từ nguyên học. Quy tắc này nói, dẫn bởi Candrakīrti: "Ý nghĩa của động từ căn bị chuyển dịch do bởi ảnh hưởng của trợ ngữ, như vị ngọt của nước sông Hằng trở thành nước mặn bởi biển."[89]

Quy tắc này cũng được Phổ Quang áp dụng để chú giải định nghĩa của Câu-xá về từ "căn" (*indriya*) trong 22 căn của Hữu bộ, dịch bởi Huyền Trang: *tối thắng tự tại quang hiển danh căn*.[90] Nguyên Phạn văn: *idi paramaiśvarye tasya indantīti indriyāṇi*.[91] Phổ Quang[92] giải thích: "Theo ngữ pháp của phương Tây, từ ngữ được cấu tạo gồm có tự giới (*dhātu*: động từ căn) và tự duyên (*pratyaya*: giới từ, hay trợ ngữ). Trong đây, "tối thắng tự tại" là tự giới; "quang hiển" là tự duyên. Do sự tổng hợp của tự giới và tự duyên này mà căn có nghĩa tăng thượng." Căn cứ theo *Thuận chính*

---

[86] Pāṇini 3. 1. 77: *tudādibhyaḥ śaḥ*.

[87] *Dhātupatha* xvii 85, William-Monier.

[88] 子璿, 金剛經纂要刊定記卷第二: 若 (*jñā*)字是字界。般 (*pra-*) 那 (*-na*) 都為緣。若以般為緣。助於若字。則名為慧 (*prajñā*)。若以那為緣。助於若字 (*jñāṇa*)。則名為智。常途亦有不分。以智即是慧。慧即是智。故般若二字。一往翻為智慧。

[89] *Prasannapadā*, p. 5: *upasargeṇa dhātvartho balād anyatra nīyate/gaṅgāsalilamādhuryaṃ sāgareṇa yathāmbhasā*.

[90] T29n1558, tr. 13b12.

[91] *Kośabhāṣya*, ii. 1.

[92] 俱舍論記卷第三, T 1821 tr.55c20.

83

lý[93], Phổ Quang nêu lên hai động từ căn (tự giới) khả dĩ của từ Phạn *indriya: y-địa* 伊地 √*id*, và *nhẫn-địa* 忍地 √*indh*. Theo đó, *y-địa* có nghĩa là "tối thắng tự tại 最勝自在"[94] và *nhẫn-địa* có nghĩa là "chiếu chước minh liễu 照灼明了".[95]

Cụm từ định nghĩa Sanskrit dẫn trên được Phổ Quang phiên âm Hán như sau: *ba-la-mê-thấp-phạt-la-duệ* 波羅迷濕伐羅曳, và giải thích: *ba-la-mê* có nghĩa là "tối thắng", *thấp-phạt-la-duệ* có nghĩa là "tự tại"; trong đó duệ chỉ biến cách thứ bảy (đệ thất chuyển thanh) có nghĩa là "ở trong". Giải thích này tuy khá rõ nghĩa nhưng vẫn không phân tích được quy luật sandhi trong cụm từ Sanskrit, theo đó: *paramaiśvarye = parama + aiśvarye*, là điều là khó tìm thấy tương đương trong ngữ pháp Hán.

Giải thích theo động từ căn *nhẫn-địa* (√*indh*), Phổ Quang nói: nguyên tiếng Phạn, *nhẫn-địa địa-bát-đáo* 忍地地般到 (Sk. *indhi dīptau*); trong đó, *địa-bát* nghĩa là "chiếu minh 照明", *đáo* là biến cách thứ bảy. Do trong nghĩa "chiếu minh" mà lập từ *nhẫn-địa*. Tổng hợp ý nghĩa của hai động từ căn, ta có ý nghĩa của từ *indriya* mà Hán dịch là "căn".

Các tự duyên hay trợ ngữ được thêm vào động từ căn, về cơ bản, là những điều mà nay chúng ta hiểu là các giới từ (preposition).

Ở đây chúng ta cũng nên dẫn đoạn giải thích từ ngữ trong *Câu-xá* qua Hán dịch của Huyền Trang để thấy tính phức tạp của vấn đề ngữ nguyên trong tiếng Phạn. Đoạn Hán dịch này được diễn ra tiếng Việt như sau: "Trong đây, duyên khởi hàm chứa ý nghĩa gì? *Bát-lặc-để* 鉢剌底 (Skt. Trợ ngữ *prati*) - nghĩa là *chí* 至 (đến). *Y-địa giới* 醫底界 (động từ căn √*i: eti*) có nghĩa là *hành* 行 (đi). Do từ trợ lực đi trước mà ý nghĩa của giới (động từ căn) bị thay đổi, cho nên *hành* do bởi *chí* mà chuyển biến thành *duyên* (pratītya). *Sâm* 參 (Skt., trợ ngữ *sam-*) có nghĩa là *hòa hiệp* 和合; *ốt* 嗢 (Skt. trợ ngữ *ut-*) có nghĩa là *thượng thăng* 上升 (đi lên); *bát-địa giới* 鉢地界(động từ căn √*pad*) có nghĩa là *hữu* 有 (có). *Hữu* do bởi (các trợ ngữ) *hiệp* và *thăng* mà chuyển biến thành *khởi* (samutpāda). Do *pháp hữu* này sau khi đến với *duyên* rồi *hòa hiệp* mà khởi lên, đó là ý nghĩa *duyên khởi*."[96]

Giải thích theo ngữ nguyên như vậy thật khá rõ nghĩa đối với những người biết tiếng Phạn, nhưng không dễ dàng lãnh hội cho những vị chưa quen với ngữ pháp Phạn. Đó là chưa nói đến các từ Phạn *pratītya* (duyên) và *samutpāda* (khởi) là những từ phái xuất y trên các ngữ cơ (verbal case) quá khứ và hiện tại khác nhau của động từ, khiến cho có sự phản đối của các nhà ngữ pháp về quy tắc cấu tạo từ để từ đó dẫn đến ý nghĩa đích thực của từ *pratītya-samutpāda* cần được hiểu như thế nào. Theo các nhà ngữ pháp, tiền tố *pratītya* thuộc loại phân từ quá khứ bất biến (ktvāvidhi), cần được hiểu là "sau khi đã đi đến với."[97] Cái đã đến, tất yếu đã tồn tại. Không

---

[93] 順正理論卷第九 T 1562 tr. 377b3.

[94] √*id = ind*, cf. William-Monier: √*ind,* cl. 1. P. *indati,* to be powerful, có uy lực.

[95] √*idh = indh*, cf. WÜilliam-Monie, √*indh,* cl. 7. A1. *inddhe,* to kindle, light, set on fire, thắp sáng.

[96] 俱舍論卷第九：此中[05]緣起是何句義。鉢06剌底是至義。醫底界是行義。由先助力界義轉變。故行由至轉變成緣。參是和合義。嗢是上[07]升義。鉢地界是有義。有藉合[＊]升轉變成起。由此有法至於緣已和合[＊]升起。是緣起義。Cf. Skt, Kośabhāṣya, K. iii. 28a-b: *atha pratītyasamutpāda iti kaḥ padārthaḥ/ pratiḥ prāptyartha eti gatyarthaḥ/ upasargavaśena dhātvarthapariṇāmāt prāpyeti yo'rthaḥ pratītyeti/ padiḥ sattārthaḥ samutpūrvaḥ prādurbhāvārthaḥ/ tena pratyayaṃ prāpya samudbhavaḥ pratītyasamutpādaḥ/*

[97] Cf. Pāṇini, 3.4.21: *samānakartṛkayoḥ pūrvakāle.*

thể nó *đã đến* trước khi hiện khởi. Thế Thân, trong *Câu-xá*,[98] cũng như Nguyệt Xứng,[99] đều nêu các giải thích chứng minh tính hợp lý trong sự cấu tạo từ duyên khởi này.

Tự giới và tự duyên, khi đứng riêng biệt, mỗi từ có nội hàm nhất định, nhưng khi kết hợp để chuyển tải một sự vật hay một ý niệm, cả hai do tác dụng hỗ tương mà thay đổi ý nghĩa. Sự thay đổi này thường dẫn đến các giải thích khác nhau về nội hàm mới. Như từ *upekṣā* là một thí dụ. Tương đương Pāli của từ này là *upekkha*, xuất hiện trong nhóm từ bốn vô lượng tâm, hay trong thiền thứ tư. Trong bốn vô lượng tâm, phổ thông nó được dịch là *xả*. Trong thiền chi của thiền thứ tư cũng vậy. Xả ở đây được định nghĩa là "tâm bình đẳng tính", tính bình đẳng của tâm.[100] Trong thiền chi, nó chỉ trạng thái quân bình của nội tâm. Định nghĩa này có thể lãnh hội qua phân tích cấu tạo từ, do giới từ hay tự duyên *upa*: gần, bên trên, tiếp cận; kết hợp với động từ căn √*īkṣ*: nhìn, ngắm, quan sát. Trong *Trường A-hàm, Tăng nhất A-hàm, Tứ phần luật*, và nhiều nơi khác, từ Sanskrit này được dịch là hộ, theo nghĩa giữ gìn. Do cách dịch này này mà cụm từ "xả niệm thanh tịnh"[101] trong thiền chi của thiền thứ tư, thay vì chính xác nên hiểu là "trạng thái thiền với sự thanh tịnh của xả và niệm" nhưng do Hán dịch nói "hộ niệm thanh tịnh" dễ khiến hiểu nhầm là "hộ trì chánh niệm thanh tịnh".

Nói tóm lại, mỗi từ đơn của Phạn do nhiều yếu tố cấu thành; mỗi yếu tố lại được liên kết bởi nhiều âm tiết, trong đó các âm tiết liên hệ nhau qua luật liên thanh (*sandhi*) cũng không kém phần phức tạp, mà trong các bản Hán dịch không thể phiên chuyển được. Ở đây có thể dẫn điển hình từ *Câu-xá luận ký* của Phổ Quang[102] khi giải thích từ thân (*kāya*), trong danh thân (*nāma-kāya*), cú thân (*pada-kāya*) và văn thân (*vyañjana-kāya*). Từ *thân* hay *kāya* trong nguyên định nghĩa của *Câu-xá* bởi Ngài Thế Thân, được xem là từ đồng nghĩa với tổng thuyết của các tưởng (*saṃjñādīnām samuktayo*). Theo đó, tổng thuyết (*samavāya*) hàm nghĩa hiệp tập, vì ốt-già giới 嗢遮界 (động từ căn √*uc*) hàm nghĩa hiệp tập.[103]

Căn cứ trên nguyên định nghĩa này, Phổ Quang giải thích thêm: Tiếng Phạn nói *tam-mộc-ngật-để* 三木訖底 (samukti), tiếng nhà Đường nói là *tổng thuyết* 總說. Nói rằng trong ý nghĩa hiệp tập mà thiết lập ốt-già giới (động từ căn √*uc*), đó là, theo quy tắc ngữ pháp Phạn, y trên ý nghĩa *tam-ma-bà-duệ* 三摩婆曳 (samavāye) mà thiết lập nghĩa của tự giới ốt-già. Tự giới hàm ý nghĩa gốc của từ. Thêm các tự duyên vào tự giới ốt-già để chuyển biên thành *tam-mộc-ngật-để* mà Hán dịch là tổng thuyết. Giải thích này càng làm cho người không biết ngữ pháp Phạn thêm khó hiểu. Trong từ Phạn *samukti* mà Hán âm là *tam-mộc-ngật-để*, do trợ từ *sam-*, kết hợp với động từ căn *vac*, trong dạng ngữ cơ yếu của nó là *uc*; sau đó nối tiếp tố *-ti* và để biến thành danh từ trừu tượng. Do luật liên thanh nên *uc* được đổi thành *uk* trước *–ti*.

---

[98] Kośabhāṣya, k. iii.28a-b; Hán dịch, Huyền Trang, *Câu-xá 5*, tr. 50b14.

[99] Candrakīrti, *Prasannapadā*, publiée par L. de la Vallée Poussin, p. 5f.

[100] *Câu-xá 4*, tr. 19b16: 心平等性無警覺性說名為捨. Kośabhāṣya k. ii. 25: *upekṣā cittasamatā cittānābhogatā*.

[101] Pāli: *upekkhāsatipārisuddhiṃ*.

[102] 俱舍論記卷第五 tr. 92c11.

[103] 俱舍論卷第五: 云何名等身。謂想等總說。言總說者是合集義。於合集義中說嗢遮界故。 Cf. Kośabhāṣya, k. ii. 47a-b: *eṣāṃ ca saṃjñādīnāṃ samuktayo nāmākāyāḥ/ uca samavāye paṭhanti*.

3. Hợp từ

Tự giới, với sự hỗ trợ của tự duyên, để cấu tạo thành một từ trỏ vào một vật hay một ý tưởng. Nhận xét trên phương diện triết lý ngôn ngữ, một từ Sanskrit mô tả một vật bằng vào tác dụng của nó. Nói cách khác, một vật chỉ có thể được nhận thức như là tồn tại, nếu tác dụng của nó được nhận thức. Cho nên, khi từ *vṛkṣa* trỏ vào hiện thực một thân cây, từ này được quy về động từ căn của nó là √*vṛh*, hay √*bṛh*: tăng trưởng, vì nó gợi cho ta ý niệm về sự tăng trưởng.

Đó là một từ đơn chỉ vào một vật. Nhưng một vật cũng có thể được mô tả bằng hình thái tồn tại của nó kết hợp với tác dụng của nó. Thí dụ, để chỉ "cây", thay vì bằng từ đơn như *vṛkṣa*, Sanskrit có thể thay thế bằng từ kép: *pādapā*, "vật uống bằng chân", do kết hợp từ *pāda*: chân, với từ *pā*: sự uống. Hoặc như từ *uraga*: "vật đi bằng bụng", tức chỉ con rắn, do kết hợp từ *ura*: bụng, với *ga* (√*gam*): sự đi. Một số Hán dịch gọi là "hung hành 胸行."[104] Tất nhiên người đọc đều hiểu là nó chỉ cho loài rắn.[105]

Trong nhiều trường hợp, một từ đơn không đủ để mô tả một vật hay một ý tưởng; khi ấy phải cần đến nhiều từ, ghép nhiều hình thái hay nhiều ý tưởng thành một. Đây cũng là quy luật chung cho các loại ngôn ngữ. Cho nên, trong Hán văn, không hiếm trường hợp một ý hay vật cần đến từ hai đến nhiều từ. Muốn hiểu nội hàm của một từ kép hay từ phức hợp, người ta cần phải phân tích mối quan hệ chức năng hay bản thể giữa các từ. Thí dụ từ "Phật pháp" trong Hán văn có chỉ

cho "pháp của Phật", do quan hệ sở hữu; hoặc có nghĩa là "pháp bởi Phật" tức pháp được nói bởi Phật, do quan hệ chủ khách; hoặc "pháp nơi Phật" tức pháp y cứ nơi Phật, do quan hệ sở y; v.v. Trong Phạn văn, có bảy trường hợp để hai từ quan hệ với nhau. Các quan hệ này được thực hiện do bởi biến đổi một từ bằng cách thêm đuôi vào ngữ cán. Thuật ngữ văn phạm cho quy tắc này được các nhà Phạn học Trung quốc gọi là tô-mạn-đa thanh 蘇漫多聲, phiên âm từ Phạn *subanta*.[106]

Giả sử tiếng Phạn *vijñaptimātra*, Hán dịch *duy thức*, là một từ kép nhưng chỉ một ý niệm đơn nhất, và tiếng Phạn *siddhi*, Hán dịch *thành* là một từ đơn. Hiệp cả hai, chúng ta có tên của một tác phẩm gọi theo tiếng Phạn là *Vijñaptimātrasiddhi*, Hán dịch là *Thành duy thức*. Để hiểu từ mới này chỉ cái gì, ta cần phân tích chúng theo mối quan hệ nào đó. Trong quy tắc cấu trúc từ của Hán, khi được kết hợp hay khi được phân ly, cả hai từ đều không thay đổi hình thức. Nhưng trong tiếng Phạn, khi kết hợp, chỉ từ sau cùng của hợp từ mới cần thay đổi để phù hợp với chức năng của nó trong quan hệ với các từ khác trong một mệnh đề. Khi phân ly, chúng phải chịu sự biến đổi từ dạng để xác định mối quan hệ của chúng. Như vậy, để giải thích nội hàm của hợp từ *Thành duy thức*, Khuy Cơ nói: "Sự thành tựu của Duy thức để nêu rõ ý chỉ của luận; trong *sa-ma-sa*, nó được lập theo quy tắc *y sĩ*; trong *tô-mạn-đa* thanh, nó chủ thuộc."[107] Tức là, như là một *samāsa*, từ *vijñaptimātrasiddhi* được thành lập theo quy tắc *tatpuruṣa* với từ thứ nhất thuộc biến cách thứ sáu (*ṣaṣṭhī*), sở thuộc cách (genetive). Giữa hai từ được hợp

---

[104] Cf. *Trung A-hàm* 29, tr. 608b14; *Luật Nhị thập minh liễu ...*

[105] Cf. *Tứ phần hành sự sao tư trì ký*, T40n1805, tr. 282a22.

[106] Pāṇini 1. 2.45.

[107] Khuy Cơ, *Thành duy thức luận thuật ký*, T43 No 1830, tr. 229b30: 三摩娑釋依士立名。蘇漫多聲 屬主。為目。Cf. *Thành duy thức luận chưởng trung xu yếu*, T43 No 1831tr. 609a16 其成唯識。唯 識之成。蘇漫多聲中第六屬主者。

thành theo quy tắc *tatpuruṣa*, có sáu trường hợp quan hệ khác nhau, được thể hiện bằng các biến cách mà thuật ngữ *Pāṇini* gọi là subanta, Hán dịch là *tô-mạn-đa*. Khuy Cơ nói, trong *tô-mạn-đa* thanh hợp từ này chủ thuộc, tức theo biến cách số sáu, thuộc cách cách (genetive), diễn thành ý nghĩa "sự thành tựu *của* Duy thức",[108] chứng minh hay thành lập chân lý Duy thức.

Một hợp từ Hán khi được phân tích thành các từ đơn, những từ này không thay đổi hình thái khi được kết hợp hay phân ly. Nhưng trong hợp từ Phạn thì chúng phải chịu thay đổi. Thí dụ, từ Hán: *tì tử* 婢子, hay *tì chi tử* 婢之子, không thay đổi tự dạng, nhưng trong Phạn ngữ, hợp từ *dāsīputra*, phân ly thành *dāsyāḥ putra*. Hoặc, thủ uẩn: uẩn phát sinh từ thủ, Skt. *upādānasambhūtā skandhā: upādāna-skandhāḥ*, các uẩn phát sinh từ thủ: thủ uẩn. Hoặc như từ *goratha*, Hán dịch "ngưu xa" (xe bò) khi được phân ly, các từ được biến đổi phù hợp bởi chức năng trong một mệnh đề, chuyển tải một ý tưởng. Yaśomitra diễn giải: *yathā gobhir yukto ratho gortha iti*, "xe được kéo bởi bò, nên gọi là xe bò." Trong đó, những từ trung gian bị lược bỏ để lập thành hợp từ *tatpurṣa*. Thành phần đầu của hợp từ là *go* (bò), khi phân ly nó được biến cách theo cách số ba: *gobhir*, nên hợp từ này cũng gọi là *tṛtīyā-tatpuruṣa*.

Được nói trên đây là loại hợp từ *tatpuruṣa*,[109] Hán dịch là y sĩ hay hay chủ;[110] loại hợp từ trong đó thành phần cuối được xác định bởi thành phần trước. Trong tiếng Phạn, có sáu loại hợp từ như vậy, gọi là "lục ly hiệp thích."[111] Khuy Cơ giải thích[112]:

"Tiếng Phạn nói là sát-tam-ma-sa (*samāsa*)... Những pháp nào có tên gọi hàm chứa ít nhất hai nghĩa đều cần được giải thích theo các quy tắc này. Nếu danh từ chỉ có một nghĩa thì không giải thích theo quy tắc này... Như từ *Phật-đà*, là danh từ hàm nghĩa *giác giả*. *Giả* hàm nghĩa chủ, thông với năm uẩn; *giác* là giác sát, chỉ thuộc trí. Đó là tách biệt để giải thích. *Giác giả* là danh từ chỉ *người có giác*. Đó là hiệp lại thành một từ, gọi là hiệp."

Giải thích của Khuy Cơ khá rõ, nhưng không hoàn toàn chính xác. Từ *buddha*, Hán âm là Phật-đà, có hai âm, nhưng là một từ đơn, hàm một nghĩa duy nhất. Phân tách thành như từ Hán thì vô nghĩa.[113] *Buddha* là từ phái sinh trực tiếp từ động từ căn √*budh*: tỉnh thức, thêm đuôi –*ta* là dấu hiệu của phân từ quá khứ, để lập thành phân từ thụ động quá khứ; sau đó dùng làm danh từ để chỉ người đã tỉnh thức.

Khuy Cơ được biết là đồ đệ của ngài Huyền Trang, tinh thông Phạn ngữ. Các

---

[108] Cf. Pāṇini 2.1.40: hợp từ với phần cuối là *siddha* (thành tựu), phần đầu thuộc cách số 7: "sự thành tựu ở trong..."

[109] Pāṇini 2. 1. 22.

[110] *Lục ly hiệp thích pháp thức phân biệt y sĩ* và *y chủ* khác nhau: trong hợp từ *nhãn thức*, gọi nó là y chủ như con được gọi theo tên của cha gọi nó là y sĩ, như cha được gọi theo tên của con. Phân biệt này chỉ có nghĩa trong hai từ Hán dịch khác nhau, không có nghĩa trong từ gốc Sanskrit.

[111] Cf. Phổ Thái, *Bát thức quy củ bổ chú*; Khuy Cơ, *Bách pháp minh môn luận chuế ngôn, Đại thừa pháp uyển nghĩa lâm chương*; Minh Dục, *Tướng tông bát yếu giải*; Trí Húc, *Tướng tông bát yếu trực giải*.

[112] *Đại thừa pháp uyển nghĩa lâm chương*, T45 No 1862, tr. 254c24 tt.

[113] Trí Húc, *Lục ly hiệp thích pháp thức lược giải*, tr. 487c7: thích từ phật-đà: giác giả, chỉ người có giác 即有覺之者... Từ giả chỉ người, từ giác chỉ pháp. Giác, chỉ chủ thể sở hữu (năng hữu chi nhân 指能有之人)... Giác, chỉ tái vật sở hữu (sở hữu chi tài 所有之財). Do đó, từ Phật-đà hay Giác giả thuộc nhóm hữu tài thích (*bahuvrīhi-samāsa*). Giải thích này cho thấy Trí Húc hoàn toàn không nắm rõ ý nghĩa ngữ pháp của quy tắc cấu tạo hợp thủ thuật lục ly hiệp thích.

chú giải *Thành duy thức*, hay *Biện trung biên*, chứng tỏ điều này. Có lẽ do ảnh hưởng bởi cấu trúc từ Hán, mỗi âm là một từ, và mỗi từ hàm một nghĩa, nên Khuy Cơ giải thích từ *Buddha* theo cấu trúc Hán, chứ không theo quy tắc ngữ pháp tiếng Phạn. Điều này cũng rất thường xảy ra cho các nhà chú giải Hán. Chẳng hạn, Viên Tắc,[114] giải thích "*duy thức tính* là tính của duy thức. Từ thuộc nhóm y sĩ thích." Từ Phạn *vijñaptimātratā* được cấu tạo bởi từ *vijñaptimātra*, Hán dịch *duy thức*, thêm đuôi *–tā*, lập thành danh từ giống cái, chuyển tải khái niệm trừu tượng. Đuôi *–tā* riêng biệt không trỏ vào một ý nghĩa gì.

Trong hợp từ *tatpuruṣa*, từ đi trước, để xác định từ đi sau, được biến đổi theo sáu cách (*kāraka*), theo đó hai từ không đồng cách. Khi hai từ này đồng cách, bấy giờ ta có hợp từ *karmadhāraya*, Hán dịch *trì nghiệp thích*.[115] Khuy Cơ giải thích: "*Trì nghiệp thích*, cũng gọi là *đồng y*. *Trì*, là nhiệm trì. *Nghiệp*, là nghiệp dụng; hàm nghĩa tác dụng. Do thể duy trì dụng nên nói là trì nghiệp thích. Nói đồng y; *y* là sở y. Hai nghĩa đồng một thể sở y, nên nói là đồng y thích." *Tì-bà-sa* định nghĩa từ *đại chủng*, Sanskrit *mahābhūta*, như sau: "Thế nào gọi là đại chủng? Vì chủng (*bhūta*) ấy là đại (*mahat*), nên nói là đại chủng (*mahābhūta*). Như nói đại địa (*mahāpṛthivī*), đại vương (*mahārājan*), nghĩa của hai từ (đại và chủng) khác nhau, nhưng thể của chúng là một. Đó là trì nghiệp thích."[116] Nói cách khác, *đại*

(*mahā = mahat*) và *chủng* (*bhūta*) là hai từ có nội hàm riêng biệt, nhưng *chủng* được mô tả bởi *đại*: *chủng* là *đại*, hai từ kết hợp để trỏ vào một tồn tại với tất cả đặc tính được mô tả của nó. Từ đó được gọi là hợp từ karmadhāraya.

Hợp từ tatpuruṣa khi có chức năng như một tính từ, hay phụ thuộc vào một từ khác, bấy giờ nó được gọi là *bahuvrīhi*, hữu tài thích.[117] Thí dụ, từ *hatāndhakāra* (= *hatam andhakāra*), Hán dịch *minh diệt*,[118] bóng tối bị diệt trừ; luận thích nói: *hatam asyāndhakāram anena veti*,[119] "vị mà đối với (= của) Ngài bóng tối đã bị diệt trừ", hay "vị mà bởi Ngài bóng tối đã bị diệt trừ". Tức hợp từ hatāndhakāra có thể được giải thích bằng hai loại *bahuvrīhi*. Thứ nhất, *ṣaṣṭhī-bahuvrīhi*, hợp từ với chức năng tính từ thuộc sở hữu một từ khác, từ này thuộc biến cách thứ sáu (*ṣaṣṭhī*): *hatāndhakāram* = *hatam andhakāraṃ yasya* (*tat-bhagavantam adhikṛtyāha*); đức Thế tôn ấy là vị mà đối với Ngài bóng tối đã bị diệt trừ. Hoặc *tṛtīyā-bahuvrīha*, cách thứ ba: *hatāndhakāram* = *hatam andhakāram yena*, (đức Thế tôn ấy là) vị mà bởi Ngài bóng tối đã bị diệt trừ.[120] Thông thường, phần tử cuối cùng trong hợp từ bahuvrīhi là một danh từ, và toàn bộ hợp từ là một tính từ. Thí dụ: *citragur devadattaḥ* = *citrā gāvo yasya* (Devadatta),[121] Devadatta là người có những con bò vằn. Trong đó, hợp từ *citragu* (con bò vằn) với phần tử cuối là danh từ, phụ thuộc vào một từ khác bên ngoài nó.

---

[114] *Giải thâm mật kinh sớ* 6, tr. 321b21: 唯識之性名唯識性。依士釋也。 Trong này, Khuy Cơ liệt kê trì nghiệp trước, kế đến y chủ; phù hợp với Pāṇini.

[115] Pāṇini 1.2.42: *tatpuruṣaḥ samānādhikaraṇaḥ karmadhārayaḥ.*

[116] *Đại tì-bà-sa* 127, T27n1545, tr. 663a11.

[117] Pāṇini 2.2. 24: *anekam anyapadārthe: anekaṃ subantaṃ anyapadārthe vartamānaṃ samasyate, bahuvrīhiś ca samāso bhavati.*

[118] Cf. *Câu-xá* 1, T29n1558, tr. 1a08.

[119] Kośabhāṣya, k.i. 1.

[120] Cf. Yaśomitra: *ṣaṣṭhībahuvrīhau mārgeṇa hatam iti kartṛbhūto mārgo'dhyāhāryaḥ. tṛtīyābahuvrīhau tu mārgeṇeti karaṇam adhyāhāryam.*

[121] R. N. Sharma, *The Aṣṭādhyāyī of Pāṇini*, vol. iii. p. 91.

Ý nghĩa này có thể thấy rõ hơn trong giải thích của Yaśomitra về một câu tụng của Kośa:[122] *tadvijñānāśrayā rūpaprasādāś ca cakṣurādayaḥ.* Trong đó, *tadvijñānāśraya* (sở y của thức) nếu là hợp từ bahuvrīhi, nó tất phụ thuộc và chỉ sở hữu của từ *prasāda* (minh tịnh) trong hợp từ tiếp theo. Từ *prasāda* cũng chỉ cho tịnh tín. Như vậy, ta sẽ có tịnh tín như là sở y của thức. Điều này vô nghĩa. Vì không có bất cứ pháp nào vốn là định sắc mà lấy các thức làm sở y[123] Do đó, từ *prasāda* trong bài tụng được xác định bởi *rūpa: rūpaprasāda,* đó là sự minh tịnh của sắc chứ không phải của tính. Sự minh tịnh đó (tịnh sắc) mới là sở y cho thức.

Trong hợp từ *tadvijñānāśraya,* có ba phần tử: *tad* (cái đó) chỉ cho các đối tượng của giác quan, tức các cảnh giới mà trong đó các thức hoạt động;[124] *vijñāna,* thức, chỉ năm thức; *āśryā,* sở y. Như vậy, hợp từ bahuvrīhi có thể có nhiều phần tử, như được lập quy bởi Pāṇini.[125]

Trên đây, trong hợp từ *dharmadhāraya,* phần tử cuối được mô tả bởi phần tử đầu; nói cách khác, phần tử đầu là một hình dung từ hay một từ có chức năng của hình dung từ. Nếu hình dung từ này là số từ, bấy giờ ta có hợp từ *dvigu* (có hai con bò, hợp từ bahuvrīhi),[126]

Hán nói là đới số thích. Thí dụ: *pañcaskandha,* ngũ uẩn; *triloka,* tam giới, *caturāryasatya,* tứ thánh đế.

Khi các từ độc lập, đồng cách, liên kết với nhau bằng các ý niệm "và" (Sk. *ca*)[127], "hoặc" (Sk. *vā*), bấy giờ ta có hợp từ dvandva,[128] Hán gọi là tương vi thích. Thí dụ, *sāsravānāsravaḥ* = *sāsravaś ca anāsravaś ca,* hữu lậu và vô lậu; *ṛddhivarapradāna-prabhāveṇa: tripado dvandvaḥ - ṛddhiś ca varapradānaṃ ca prabhāvaś ca,*[129] hợp từ dvandva gồm ba phần tử: thần thông, thí nguyện và oai đức.

Trong *Lục ly hiệp thích pháp thức,* hợp từ thứ sáu được gọi là lân cận thích.[130] *Pháp thức* giải thích: "Gọi là lân cận, vì từ chỗ gần. Như tứ niệm trụ (*catur-smṛtyupasthāna: catvāri smṛtyupasthānam*) lấy huệ làm thể, vì huệ cận niệm nên nói là niệm trụ. Đó là lân cận." Theo giải thích này, có hai loại lân cận: a. *Y chủ lân cận,* như người ở gần Trường an, gọi là Trường an trụ; lấy một phần của cái khác mà gọi tên. b. *Hữu tài lân cận,* như người Trường an, vì ở ngay tại Trường an; lấy toàn thể xứ mà gọi tên. Giải thích này khó lý giải thế nào là một hợp từ. Ở đây, trong *niệm trụ,* không có từ *huệ;* vì vậy khó xác định quan hệ giữa các từ trong một hợp từ.

[122] Kośabhāṣya, k.i. 7cd. Hán dịch, Huyền Trang: 彼識依淨色 名眼等五根.

[123] *Thuận chính lý* 1, T29n1562, tr. 333c5; cf. Yaśomitra, *Sphuṭārtha: na hi rūpam ayo'sti prasādo yasya tadvijñānāśrayāṇy āśrayatvena kalperan.*

[124] Yaśomitra: *tacchabdo'rthān apekṣate, teṣv artheṣu teṣāṃ vā vijñānāni tadvijñānāni.*

[125] Pāṇini, ibid.

[126] Pāṇini 2.1.52: *saṃkhyāpūrvo dvigu.*

[127] Khuy Cơ, *Biên trung biên luận thuật ký* 1 (T44, tr. 2a7), giải thích tụng 1: "Tiếng Phạn nói *giá* 遮 (Skt. *ca*), đây nói là *cập* 及 (và), chỉ ý nghĩa tương vi... Chữ *cập* trong bài tụng này chỉ rõ tương vi thích." Giải thích này không chính xác. Một hợp từ gọi là dvandva, khi phân ly, các phần tử nối liền nhau bằng giới từ *ca.* Tụng 1, *Biện trung biên,* bản Phạn, liệt kê 7 đề tài sẽ để cập, mà các từ độc lập liên kết nhau bằng giới từ *ca.*

[128] op.cit. 2.2.29: *cārthe dvandvaḥ.* Cf. Định nghĩa bởi Phổ Quang, *Câu-xá luận ký* 1 (T 41, tr. 10a24): "Thể của hai pháp riêng biệt, không lệ thuộc nhau."

[129] Kośabhāṣya k.i.1, Yaśomitra, *Sphuṭārtha.*

[130] Phổ Quang, *Câu-xá luận ký* 1 (T41, tr.. 10a24) , hợp từ thứ năm.

Khuy Cơ có thể cho ta ý niệm rõ hơn về trường hợp này, khi giải thích từ *tịnh tâm*, Skt. *prasādacetasas*.[131] Hợp từ này được gọi là lân cận thích, vì *tâm* và *tịnh* (cả hai đều là danh từ) cùng tồn tại đồng thời.[132] Rõ ràng hơn, trong *Đại thừa pháp uyển nghĩa lâm chương*, Khuy Cơ giải thích: pháp tồn tại đồng thời, nhưng do sự nổi bật của dụng, thể của cái này do bởi cái kia. Như nói *hữu tầm* và *hữu tứ* (*savitarka-savicāra*). Các pháp tương ưng với nhau đều có tự thể như vậy. Như niệm trụ (*smṛty-upasthāna*), cả hai đều có tự thể là huệ (*prajñā*), nhưng trong đó tác dụng của niệm (*smṛti*) nổi bật.[133]

Loại hợp từ lân cận thích này khó tìm thấy tương đương trong tiếng Phạn. Nó có thể thay thế cho hợp từ avyayībhava, nhưng theo các giải thích dẫn trên thì ý nghĩa có vẻ không phù hợp.

Avyayībhava là hợp từ mà trong đó phân tử đầu là một bất biến từ *avyaya* kết hợp với một từ khác để lập thành bất biến từ (trạng từ, adverb). Thí dụ, *upa-kumbhakam*: gần cái lu. Trong đó, *upa-* được hiểu là *samīpa*: lân cận.[134] Từ *niệm trụ* mà Khuy Cở giải thích là *lân cận* thích được lập theo ý nghĩa này. Nhưng trong Hán dịch, giới từ *upa-* biến mất, nên các nhà giải thích không nắm bắt được quy tắc thành lập từ. Các từ *hữu tầm* (*savitarka*) và *hữu tứ* (*savicāra*) mà Khuy Cơ dẫn làm thí dụ, cũng được lập theo quy tắc đó. Trong đó *sa-* được hiểu là *saha* (câu hữu), theo nghĩa *sādṛśya* (đồng dạng) và từ

này lại được hiểu theo nghĩa *tulyatā* (đồng đẳng).[135]

Như đã thấy trên, trong hầu hết các chú giải kinh luận của Hán, lục ly hiệp thích, hay sáu quy tắc cấu tạo hợp từ, thường xuyên được vận dụng để giải thích các từ Phật học dịch từ tiếng Phạn, nhờ vậy mà được rõ hơn. Thí dụ, *cakṣurvijñānam*, nhãn thức, là một hợp từ tatpuruṣa; nhưng trong sáu loại tatpuruṣa nó thuộc loại nào? Nếu là cách sáu, *ṣaṣṭhī-tatpuruṣa*, hợp từ này sẽ là *cakṣuṣo vijñānam*, thức của mắt. Hoặc cách thứ bảy, saptamī-tatpuruṣa: *cakṣuṣi vijñānam*, thức ở nơi mắt, nghĩa là thức y nơi con mắt, lấy mắt làm sở y.[136] Như vậy phù hợp với định nghĩa của *Câu-xá*: ... *vijñānānām āśrayabhūtā ye rūpātmikā prasādās...*,[137] các tịnh sắc (căn) là sở y của các thức. Hoặc nói *ālayavijñā*, a-lại-da thức hay tàng thức, theo nghĩa, nó là năng tàng và cũng là sở tàng, tức nó vừa là kho chứa và nó cũng chính là những hạt giống được chứa trong đó. Theo ý nghĩa như vậy, thì đây là một karmadhāraya, trì nghiệp thích: a-lại-da tức là thức, hay thức tức là a-lại-da.[138]

Hợp từ không phải là điều hiếm thấy trong các ngôn ngữ; trong Hán ngữ cũng vậy. Một từ đơn trong nhiều trường hợp không đủ để mô tả hay chuyển tải một ý tưởng, mà phải cần đến nhiều từ. Tuy vậy, chúng ta cũng có thể thấy nhiều nhà chú giải Trung quốc cổ đã không thể nắm bắt trọn vẹn quy tắc ngữ pháp này, đó là không quen với ngữ pháp Phạn,

---

[131] Cf. Sthiramati, *Triṃśatikā. Bhāṣya*, k. 10: *tatra śraddhā ... prasādaścetaso 'bhilāṣaḥ*.

[132] *Thành duy tức luận thuật ký* 6 (T43, tr. 434b25): 隣近釋者. 淨與心俱故.

[133] T45n1861, tr. 255b28: 隣近釋者俱時之法義用增勝. 自體從彼而立其名. 名隣近釋. 如說有尋及有伺等. 諸相應法皆是此體. 但尋伺增名有尋等. 亦如念住體唯是慧. 但念用增名為念住.

[134] Pāṇini 2.1.6 *avyayam vibhkatisamīpa...vacaneṣu*.

[135] ibid.: *avyayaṃ ... sādṛśya ... vacaneṣu*.

[136] *Thành duy thức luận thuật ký* 2, tr. 304a10.

[137] k.i. 9.

[138] *Thành duy thức luận thuật ký* 4, tr. 377b.

vốn rất khác biệt với Hán văn. Chẳng hạn như từ Sanskrit *Vijñaptimātrasiddhi*, Hán dịch *Thành duy thức*, trong đó vị trí các từ được thay đổi.[139] Trong Hán dịch, thành đương nhiên có chức năng như động từ, và duy thức là tân ngữ (object). Theo Hán dịch như vậy, từ Sanskrit *vijñaptimātrasiddhi* được hiểu là hợp từ tatpuruṣa thứ hai.[140] Nhưng theo ngữ pháp Pāṇini, nó cũng có thể được giải thích như là hợp từ với biến cách thứ bảy để có ý nghĩa "sự thành tựu trong duy thức." Khuy Cơ giải thích nó là hợp từ tatpuruṣa với biến cách thứ sáu.[141]

Ngoại trừ các đồ đệ của ngài Huyền Trang như Phổ Quang, Pháp Bảo, Khuy Cơ, có lẽ là những vị được trực tiếp truyền dạy, phần lớn các nhà chú giải khác y trên các giải thích của những vị này. Những nhà chú giải đời Minh hầu như y trên tác phẩm *Lục ly hiệp thích pháp thức*. Tác phẩm này được in trong phần phụ lục của *Bát thức quy củ bổ chú*, Phổ Thái đời Minh[142] soạn. Nó cũng được kể là một trong tám tác phẩm chính của Pháp tướng tông Trung quốc,[143] với tiêu đề phụ là *Thông quan*,[144] xem như quan ải dẫn vào Pháp tướng. Trong bài tựa cho *Lục ly hiệp thích pháp thức thông quan*, Hựu Phạm, Nhật bản, nói: Sát-tam-ma-sa thích (*samāsa*) được truyền vào Trung quốc do Huyền Trang sau khi Tây du; kể từ đó các nhà Pháp tướng học Trung quốc không ai không nhắc đến khi giải thích những từ cú uẩn áo trong Tam tạng.

Tuy được vận dụng nhiều như vậy, nhưng lục ly hiệp thích ở đây cũng chỉ được áp dụng để giải thích các từ kép, và các phần tử của từ kép này cũng chỉ liên hệ nội bộ với nhau mà thôi. Hợp từ tiếng Phạn, hay các quy tắc samāsa, không chỉ là sự liên kết các từ ngữ để thành một từ. Ngoài ý nghĩa như một từ, các hợp từ này còn có chức năng như mệnh đề, hoặc độc lập, hoặc phụ thuộc, hoặc liên hệ.

Như hợp từ *chandasamādhipradhāṇasaṃ skārasamanvāgato ṛddhipādaḥ*. Hán dịch là "dục tam-ma-địa thắng hành thành tựu thần túc".[145] Hoặc "dục tam-ma-địa đoạn hành cụ túc thần túc."[146] Hoặc "dục định diệt hành thành tựu tu tập thần túc."[147] Hợp từ này có thể diễn dịch thành một mệnh đề. Đó là cách dịch trong *Bát-nê-hoàn kinh*:[148] *tư duy dục định, dĩ diệt chúng hành, cụ niệm thần túc.* Cách dịch này là theo thứ tự trong hợp từ mà diễn thành ý: tư duy dục định để diệt các hành, đầy đủ niệm thần túc. Dịch giả có vẻ không hiểu hết ý nghĩa của hợp từ này.

Cách dịch khác của Pháp Hộ, ... *đoạn trừ chư hành nhi năng cụ túc tu tập dục thần túc*

---

[139] Minh Dục, *Thành duy thức luận tục thuyên* 1, tr. 516a: Tiếng Phạn nói tì-nhã-để 毗若底 (Skt. *vijñapti*: thức) ma-đát-lặc-đa 麼怛喇多 (Skt. *mātratā*: duy) tát-để 悉底 (Skt. *siddhi*: thành) xa-tát-đát-la 奢薩怛羅 (Skt. *śāstra*: luận). Hán dịch đúng là *Thức duy thành luận* 識唯成論. Nhưng dịch là *Thành duy thức luận* 成唯識論 cho phù hợp với ngữ pháp của phương này (Trung quốc)."

[140] dvitīya-tatpuruṣa, cf. Pāṇini 2.1.24.

[141] Xem cht. 107 trên.

[142] Trong niên hiệu Hoằng trị, khoảng tl. 1488—1505.

[143] Xem, Minh Dục, *Tướng tông bát yếu*. Minh Vạn lịch (tl.1573-1620): *Lục ly hiệp thích pháp thức*, khuyết danh tác giả và dịch giả. Cũng có thể là do người Trung quốc soạn.

[144] 六離合釋法式通關

[145] Huyền Trang, *Pháp uẩn túc luận*, T26, tr. 471c15.

[146] Thi Hộ, *Đại tập pháp môn kinh*, T1 tr. 228b25.

[147] Phật-đà-da-xá, *Trường A-hàm*, T1 tr.

[148] Khuyết danh, *Bát-nê-hoàn kinh*, T01n6, tr. 181b17: 思惟欲定。以減眾行。具念神足。

định[149]: do đoạn trừ các hành mà có thể đầy đủ tu tập định của dục thần túc.

Hợp từ này là một tatpuruṣa biến cách ba, nghĩa là phần tử đầu của nó thuộc biến cách thứ ba. Phần tử đầu này lại là một hợp từ khác, cũng là một tatpuruṣa gồm hai phần tử: *chandasamādhi* và *pradhānasaṃskāra.* Theo giải thích của *Pháp uẩn,*[150] sau khi đã thành tựu *chandasamādhī* (dục tam-ma-địa), tiếp đến là pradhānasaṃskāra (thắng hành). Tức là sau khi tập trung trên một ước muốn, rồi tiến hành nỗ lực để đạt được ước muốn ấy, tức khiến cho ước muốn trở thành hiện thực. Như vậy có thể nói đây là một hợp từ dvandva (tương vi thích) trong đó phần tử chính yếu đi trước, phần tử thứ yếu đi sau. Nghĩa là, có dục tam-ma-địa rồi mới có thắng hành.

Phần tử sau, *pradhānasaṃskāra,* Hán dịch là thắng hành, hay đoạn hành, như giải thích bởi *Pháp uẩn,* đều chỉ cho sự tinh cần, với bốn trường hợp tinh cần. Trong đó, *pradhāna* có nghĩa là bộ phận quan trọng, phần tinh yếu. *Pháp uẩn* giải thích, nó chỉ cho Thánh đạo tám chi. Từ Sanskrit này nơi khác Hán dịch là đoạn, tức nguyên dạng là *prahāṇa*: loại bỏ. Từ *saṃskāra*: hành, nhiều nơi khác nó chỉ cho pháp hữu vi, hay sự tác thành của pháp hữu vi. Trong ngữ cảnh này, nó chỉ cho sự chuẩn bị, hay sự huấn luyện thuần thục.

Phần tử chính của hợp từ và *samanvāgata,* Hán dịch là thành tựu, hay cụ túc. Theo định nghĩa của Câu-xá, cái đã sở hữu mà chưa mất,

gọi là *samanvāgata:*[151] thành tựu. Nó là một phân tử quá khứ thụ động có chức năng như một hình dung từ làm định ngữ cho từ theo sau là *ṛddhi.*

Nói tóm lại, như các nhà chú giải duy thức đã lưu ý, lục ly hiệp thích, hay các quy tắc cấu tạo hợp từ samāsa, là công cụ vô cùng cần thiết để hiểu và giải thích các từ Phật học. Đây cũng không phải đơn giản là một hợp từ khép kín với các phần tử cấu thành nó. Một hợp từ thường kết hợp nhiều từ; chúng có những quan hệ nội bộ với nhau như là từ với từ hay từ với mệnh đề; một hợp từ còn có những quan hệ ngoại tại, với các từ khác, với chức năng là những từ phẩm định, hay mệnh đề phụ thuộc.

Thêm nữa, để hiểu một từ, ta cần phải truy nguyên về gốc của nó, mà đại bộ phận là động từ căn, gọi là *dhātu* hay tự giới. Động từ căn kết hợp với các trợ ngữ, gọi là *pratyaya,* hay tự duyên, để biến đổi thành một từ phái sinh. Sự kết hợp và biến đổi cũng phải tuân theo các quy tắc của từ thái học (morphology).

Sớm nhất có lẽ cũng phải đến thời nhà Đường, sau khi Huyền Trang Tây du trở về, các nhà nghiên cứu Phật học Trung quốc mới lưu ý đến các quy tắc tạo từ và tạo cú trong tiếng Phạn, với các khái niệm ngữ pháp rất chặt chẽ, mặc dù trong nhiều trường hợp vẫn còn những giải thích mơ hồ vì bản chất dị biệt giữa Hán và Phạn.

---

[149] Đại thừa Bồ-tát tạng Chính pháp kinh, 32, T11, tr. 865b20: 斷除諸行。而能具足修習欲神足定。

[150] ibid.

[151] Kośabhāṣya k.ii.36: *prāptilābhena ca samanvāgamaḥ.* Huyền Trang, *Câu-xá* 4, tr. 22a13: 得已不失成就。

PHÀM LỆ

❀ TRÍ SIÊU và TUỆ SỸ

1. Đại Tạng Kinh Việt Nam bao gồm tất cả các bản dịch tiếng Việt của Tam Tạng Kinh Điển Phật giáo đã xuất hiện ở nước ta từ trước đến nay, qua các thời kỳ với nhiều dịch giả khác nhau, để cho thấy quá trình hình thành Đại Tạng Kinh Việt Nam qua lịch sử.

2. Về bản đáy, bản dịch Việt căn cứ trên ấn bản Đại Chính tân tu Đại tạng Kinh 100 tập, mỗi tập trên dưới 1000 trang chữ Hán cỡ 10pt và sẽ được đánh số theo thứ tự của số ghi trong bản in Đại chính. Mỗi trang của bản in Đại chính được chia làm ba cột: a, b, c. Số trang và cột này đều được ghi trong bản dịch để tiện tham khảo.

3. Vì thế, một bản Kinh chữ Hán có thể có nhiều bản dịch tiếng Việt, nên sau số thứ tự của Đại chính, sẽ đánh thêm các mẫu tự A, B, C... để phân biệt các bản dịch tiếng Việt khác nhau của cùng một bản Kinh chữ Hán đó.

4. Về xử lý văn bản trong khi phiên dịch, phần lớn căn cứ công trình hiệu đính và đối chiếu của bản Đại chính. Ngoài ra, tham khảo thêm các công trình hiệu đính và đối chiếu khác.

5. Giữa các ấn bản có những điểm khác nhau, bản Việt sẽ lựa chọn hoặc hiệu đính theo nhận thức của người dịch.

6. Trong bản Hán, nếu chỗ nào xét thấy văn dịch hay từ ngữ không phù hợp với giáo nghĩa truyền thống phổ biến, người dịch sẽ tham khảo các Kinh, Luật, Luận cần thiết để hiệu chính. Những hiệu chính này được giải thích ở phần cước chú.

7. Bản Hán dịch thực hiện căn cứ phần lớn trên sự truyền khẩu. Do đó những từ phát âm tương tự dễ đưa đến ngộ nhận, như *sam* Pāli hay *sama* và *samyak*; *cala* và *jala*; *muti* và *muṭṭhi*, v.v… Trong những trường hợp này, người dịch sẽ tham chiếu các Kinh tương đương, các bản Hán biệt dịch, suy đoán tự dạng nguyên thủy có thể có trong Phạn bản để hiệu chính. Những hiệu chính này đều được ghi ở phần cước chú.

8. Do các truyền bản khác nhau giữa các bộ phái, để có nhận thức về giáo nghĩa nguyên thủy, chung cho tất cả, cần có những nghiên cứu đối chiếu sâu rộng. Công việc này ngoài khả năng hiện tại của các dịch giả. Tuy nhiên,

trong trường hợp có thể, những điểm dị biệt giữa các truyền bản sẽ được ghi nhận và đối chiếu. Những ghi nhận này được nêu ở phần cước chú.

9. Bản Hán dịch được phân thành số quyển. Bản dịch Việt không chia số quyển như vậy, nhưng sẽ ghi ở phần cước chú mỗi khi bắt đầu một quyển khác.

10 Các từ Phật học trong một số bản Hán dịch nếu không phổ biến, do đó có thể gây khó khăn cho việc đọc và nghiên cứu, trong các trường hợp như vậy, tuy vẫn giữ nguyên dịch ngữ của bản Hán, nhưng dịch ngữ tương đương thông dụng hơn sẽ được ghi trong phần cước chú. Trong trường hợp có thể, sẽ ghi luôn dịch giả của những dịch ngữ này và xuất xứ của chúng từ bản dịch nào để tiện việc tham khảo.

11. Các Kinh sách tham khảo trong cước chú đều được viết tắt theo quy định phổ thông của giới nghiên cứu quốc tế; xem quy định về viết tắt ở cuối mỗi tập của Đại Tạng Kinh Việt Nam.

12. Quy ước các danh từ viết hoa.

* Các từ gốc Sanskrit/Pāli:

a. Từ thường phiên âm: tất cả viết thường với gạch nối. Như śūnyatā = thuấn-nhã-đa tính, kṣatriya = sát-đế-lợi. Trừ các từ tôn kính, theo ngữ cảnh; như: Nirvāṇa = Niết-bàn; Ācārya = A-xà-lê; Bhikṣu = Tỷ-kheo v.v…

b. Từ đặc hữu (nhân danh, địa danh): Chữ đầu hoa, còn lại thường, với gạch nối. Như Śariputra = Xá-lợi-phất, Śrāvastī = Xá-vệ, Kapilavastu = Ca-tì-la-vệ.

c. Trường hợp vừa âm vừa nghĩa, phần phiên âm chữ đầu hoa, còn lại thường với gạch nối; phần nghĩa viết Hoa, như Śariputra = Xá-lợi Tử.

* Các từ thuần Việt, chưa có quy tắc chính thức, nhưng theo cách viết phổ thông hiện nay:

a. Từ phổ thông: tất cả không hoa, trừ trường hợp tôn kính hay đặc biệt.

b. Từ đặc hữu, nhân danh, địa danh: tất cả viết hoa.

Vạn Hạnh, Pl. 2550 -Dl. 2006
Trí Siêu và Tuệ Sỹ cẩn chí

PHẦN II

CÁC VĂN KIỆN & TƯ LIỆU
VỀ VIỆC THÀNH LẬP
HỘI ĐỒNG HOẰNG PHÁP

"

Trong một bối cảnh xã hội có thể diễn ra, tám muôn bốn nghìn pháp uẩn mà Đức Thế Tôn đã truyền dạy cần được diễn giải như thế nào, bằng các phương tiện và kỹ thuật hiện đại như thế nào, để các thế hệ tương lai có thể tiếp thu và hành trì một cách có hiệu quả, vì lợi ích và an lạc của các cộng đồng dân tộc, trong một thế giới hòa bình, bao dung và nhân ái.

Với sứ mạng hoằng dương Chánh pháp, Chư tôn Trưởng lão lãnh đạo Giáo Hội Phật Giáo Việt Nam Thống Nhất tại các châu lục, ngày 20/4/2021, cùng hội họp qua mạng trực tuyến viễn liên, với sự tán trợ của Viện Tăng Thống theo di chúc của Đức Đệ Ngũ Tăng Thống, đồng thanh quyết định thiết lập Hội Đồng Hoằng Pháp GHPGVNTN..."

Thông bạch thỉnh cử Hội Đồng Hoằng Pháp

GIÁO HỘI PHẬT GIÁO VIỆT NAM THỐNG NHẤT
VIỆN TĂNG THỐNG
VĂN PHÒNG VIỆN TĂNG THỐNG

PL: 2564   Số: 10/VTT/VP

Thông bạch

Kính gởi:

Chư Tôn Trưởng lão Hội đồng Giáo phẩm Trung Ương GHPGVNTN tại các Châu lục; Chư Hòa Thượng, Thượng Tọa, Đại Đức Tăng-già nhị bộ; cùng bốn chúng đệ tử, xuất gia và tại gia.

Nhận xét rằng,

Chúng ta đang đứng trước một khúc quanh gấp của lịch sử nhân loại. Đại dịch Covid-19 đã khép kín mỗi cá nhân trong một không gian chật hẹp, cách ly xã hội, cô lập cá nhân, cách ly cả những người thân yêu. Nó đã tạo ra những khủng hoảng tâm lý trầm trọng trong nhiều thành phần xã hội. Một số đông bị quẫn bức, không thể tự kềm chế, bỗng chốc trở thành con người bạo lực, gieo kinh hoàng cho xã hội. Một số khác, có lẽ là số ít, mà phần lớn trong đó là thanh thiếu niên, khởi đầu cũng chất đầy oán hận trong lòng, nhưng rồi trước ngưỡng sinh tử sự đại, tự mình phấn đấu tự kềm chế, cuối cùng đã khám phá chính mình, trong trình độ nào đó, với những giá trị nhân sinh chỉ có thể tìm thấy trong những cơn tư duy thầm lặng. Giá trị nhân sinh không thể tìm thấy bằng những cao trào kích động của tuổi trẻ. Thế hệ ấy sẽ làm thay đổi hướng đi của lịch sử Đông Tây qua hai nghìn năm kỷ nguyên văn minh Cơ-đốc, khi mà tín đồ có thể liên hệ trực tiếp với đấng Chí Tôn của mình qua mạng truyền thông, không cần qua trung gian các giáo sĩ, trong các Thánh lễ phụng tự. Khi mà trẻ nhỏ, lên năm lên bảy, có thể biết rõ trên sao Hỏa có gì, lên tám lên mười, có thể biết rõ tuổi nào được tính là thế hệ X, thế hệ Y, thế hệ Z, và cá tính của các thế hệ này là gì, và tuổi nào sẽ là thế hệ thế Alpha. Các nhà kinh tế học, các chủ doanh nghiệp sản xuất, đang nghiên cứu sản phẩm nào thích hợp cho thế hệ này, thế hệ kia, hiện tại và tương lai.

Trong một bối cảnh xã hội có thể diễn ra, tám muôn bốn nghìn pháp uẩn mà Đức Thế Tôn đã truyền dạy cần được diễn giải như thế nào, bằng các phương tiện và kỹ thuật hiện đại như thế nào, để các thế hệ tương lai có thể

tiếp thu và hành trì một cách có hiệu quả, vì lợi ích và an lạc của các cộng đồng dân tộc, trong một thế giới hòa bình, bao dung và nhân ái.

Với sứ mạng hoằng dương Chánh pháp, Chư tôn Trưởng lão lãnh đạo GH-PGVNTN tại các châu lục, ngày 20/4/2021, cùng hội họp qua mạng trực tuyến viễn liên, với sự tán trợ của Viện Tăng Thống theo di chúc của Đức Đệ Ngũ Tăng Thống, đồng thanh quyết định thiết lập Hội đồng Hoằng pháp GHPGVNTN, y cứ trên hai nguyên tắc khế lý và khế cơ.

1. Về khế lý: Thành lập **Ban phiên dịch & trước tác**, tiếp nối sự nghiệp phiên dịch Thánh điển của Hội đồng Phiên dịch Tam tạng dưới sự chỉ đạo của Viện Tăng Thống GHPGVNTN, được tổ chức qua hội thảo của Chư tôn Trưởng lão tại Viện Đại học Vạn Hạnh, ngày 20 - 22/10/1973 *(tham khảo tài liệu đính kèm)*. Do hoàn cảnh chiến tranh và những chướng ngại bởi ngoại duyên, Phật sự trọng đại này bị gián đoạn. Trong tình trạng hiện tại, Việt Nam chưa có một bộ Tam tạng Việt ngữ chuẩn mực, làm sở y cho bốn chúng đệ tử tu học, đồng thời giúp các học giả, các nhà nghiên cứu trong các lĩnh vực khoa học, văn hóa, giáo dục, kinh tế, xã hội, v.v..., bằng ngôn ngữ, văn cú chuẩn mực hàn lâm qua bản dịch Việt ngữ, có thể tìm thấy những tinh hoa giáo nghĩa, gợi cảm hứng cho công trình nghiên cứu của mình, từ đó có thể để khởi những giá trị nhân sinh và đề xuất những giải pháp khả thi cho trật tự và tiến bộ của dân tộc, và đóng góp cho sự thăng tiến xã hội trong các cộng đồng dân tộc trong một thế giới hòa bình, an lạc.

2. Về khế cơ: Thành lập **a. Ban Truyền bá giáo lý** (Giảng sư và Giáo thọ) **b. Ban Báo chí & Xuất bản, c. Ban Bảo trợ**. Các ban này, cùng với sự đóng góp của các Cư sĩ, có phận sự nghiên cứu tập quán và xu hướng tư duy của các thành phần xã hội thay đổi do ảnh hưởng bởi các biện pháp chống dịch, đồng thời đề xuất các phương tiện truyền thông, các kỹ thuật hiện đại thích hợp để quảng diễn, phổ biến sâu rộng tinh hoa giáo nghĩa trong các cộng đồng dân tộc đa dạng về truyền thống văn hóa, tín ngưỡng tôn giáo, bản sắc dân tộc; dễ tiếp thu, và dễ hành trì, vì lợi ích và an lạc của mỗi cá nhân, vì thăng tiến của các cộng đồng xã hội.

Ngày 03/05/2021, HT Thích Như Điển, phụng hành ý chỉ của Chư tôn Trưởng lão qua cuộc họp viễn liên đã dẫn trên, gởi văn thư đến Chư Hòa Thượng, Thượng Tọa, Đại Đức Tăng Ni, và chư Đạo Hữu, Thiện hữu tri thức, mời họp để thảo luận các vấn để kiện toàn cơ cấu tổ chức, định hướng sinh hoạt.

Ngày 08/05/2021 lúc 08:50PM, tính theo giờ California, Mỹ, gồm Chư Tôn đức Tăng Ni và các Cư sĩ tại các châu lục: Canada, Hoa Kỳ, châu Âu, châu Úc-Tân-Tây-lan, một số vị vắng mặt vì bệnh duyên, và các duyên sự khác, đồng tham dự phiên họp đặc biệt trực tuyến để thảo luận các vấn đề như đã được đề xuất trong thư mời.

Buổi họp kết thúc lúc 11:26PM ngày 08/05/2021 giờ California, Hoa Kỳ nhằm 8:26 AM ngày 9 tháng 5 năm 2021 giờ Âu Châu. Hội nghị đã đồng thanh thỉnh cử:

I. Hội Đồng Chứng Minh Tăng-già Hoằng Pháp:

1. Hoa Kỳ: Trưởng lão HT Thích Thắng Hoan, HT Thích Tín Nghĩa, HT Thích Nguyên Trí.

2. Châu Âu: HT Thích Tánh Thiệt.

3. Châu Úc Tân-Tây-lan: Trưởng lão HT Thích Huyền Tôn, HT Thích Bảo Lạc.

4. Việt Nam: HT Thích Tuệ Sỹ.

II. Hội Đồng Hoằng Pháp: Cố vấn Chỉ Đạo HT Thích Tuệ Sỹ; Chánh Thư ký HT Thích Như Điển, Phó Thư ký HT Thích Nguyên Siêu.

Các Ban:

1. Ban Phiên dịch & Trước tác: Trưởng ban HT Thích Tuệ Sỹ, Phó ban HT Thích Thiện Quang (Canada); Phụ tá: TT Như Tú (Thụy Sĩ), ĐĐ Hạnh Giới (Đức), Sư Bà Thích Nữ Giới Châu (Hoa kỳ), NS Thích Nữ Diệu Trạm (Pháp), Sư cô Thích Nữ Giác Anh (Úc châu).

2. Ban Truyền bá Giáo lý: Cố vấn: Trưởng lão HT Thích Thắng Hoan. Phó ban: HT Thích Thái Siêu (Hoa Kỳ). Phụ tá: TT Thích Tuệ Uyển (Hoa Kỳ). Thư ký TT Hạnh Tấn (Đức).

3. Ban Báo chí & Xuất bản: Trưởng ban: TT Thích Nguyên Tạng (Úc châu). Phó ban: TT Thích Hạnh Tuệ (Hoa Kỳ), Cư sĩ Tâm Quang (Hoa Kỳ). Thư ký: Cư sĩ Tâm Thường Định (Hoa Kỳ).

4. Ban Bảo trợ: Trưởng ban: TT Thích Tâm Hòa (Canada). Phó ban Úc châu: TT Thích Tâm Phương; Phó ban Âu châu: TT Thích Quảng Đạo (Pháp); Ni Trưởng Thích Nữ Diệu Phước (Đức); Phó ban châu Mỹ: Ni Sư Thích Nữ Đức Nghiêm (Canada); Ni Sư Thích Nữ Nguyên Thiện (Hoa Kỳ).

Phật sự trọng đại này không thể đảm trách chỉ bởi một cá nhân, hay một hội đoàn riêng lẻ, mà phải là sự nghiệp chung của bốn chúng đệ tử. Vì lợi ích an lạc và cứu cánh giải thoát của mỗi cá nhân, tự mình học hỏi, thông hiểu giáo lý, tự mình tu luyện bản thân, và đồng thời trao truyền những ích lợi thiết thực mà bản thân đã thể nghiệm qua quá trình tu học, vì lợi ích và an lạc của nhiều người, của các cộng đồng dân tộc và xã hội.

Do vậy,

Từ Văn phòng Viện Tăng Thống, tuy chỉ tồn tại trên danh nghĩa, trong phận sự bảo trì ấn tín của Viện Tăng Thống, kế thừa tâm nguyện của Đức Đệ Ngũ Tăng Thống qua phú chúc di ngôn của Ngài trước ngày thị tịch; chúng tôi trên nương tựa uy đức Tăng già và đạo lực gia trì của Chư tôn Trưởng lão, kính gởi đến Chư tôn Hòa Thượng, Chư Thượng tọa, Đại đức Tăng-già nhị bộ, cùng tất cả bốn chúng đệ tử, tâm nguyện Bồ-đề được thể hiện qua các kỳ họp đã nêu, ước mong tất cả bằng Bồ-đề nguyện và Bồ-đề hành, bằng đức lực, trí lực, và tài lực, với hằng tâm và hằng sản, đồng tâm nhất trí góp phần công đức vào sự nghiệp hoằng pháp lợi sanh mà Chư Thánh Đệ tử, Lịch đại Tổ sư, bằng hùng lực và trí tuệ, bằng từ bi và nhẫn nhục, khoan dung, trải qua vô vàn gian nan chướng duyên trở ngại, đã mang ngọn đèn chánh pháp đến những nơi tăm tối, cho những ai có mắt để thấy, dựng dậy những gì đã sụp đổ, dựng đứng những gì đang nghiêng ngả.

Ngưỡng vọng Chư tôn Trưởng lão, Chư Hòa thượng, Thượng tọa, Đại đức Tăng-già nhị bộ, cùng tất cả bốn chúng đệ tử, chứng tri và liễu tri.

Nam-mô Công Đức Lâm Bồ-tát.

Phật lịch 2564, năm Tân Sửu;

Ngày 10 tháng 05 năm 2021

Bỉnh Pháp Tỷ-kheo Thích Tuệ Sỹ

Ghi chú của Văn phòng CTK HĐHP (15.11.21):

Vì một số lý do tế nhị nên sau buổi họp ngày 8/5/2021 quý Hòa thượng Thích Bảo Lạc, Hòa thượng Thích Tánh Thiệt, Hòa thượng Thích Tín Nghĩa và Hòa thượng Thích Nguyên Trí không tham gia trực tiếp trong Hội Đồng Chứng Minh.

THƯ CUNG BẠCH

của Phật tử Hộ trì Tam Bảo

Nam Mô Bổn Sư Thích Ca Mâu Ni Phật

Kính bạch chư Tôn Đức Tăng Ni,

Kính thưa quý Phật tử,

Với khát vọng chân thành về sự chuyển mình tích cực của đạo Phật Việt Nam trong một tương lai gần, những Phật tử với tín tâm và thiện hạnh cùng có chung niềm hoan hỷ và sự cảm nhận sâu xa khi biết rằng các bậc Tôn túc hàng Giáo phẩm và hiền Tăng đang tìm đến một nguồn chung làm căn bản định hướng cho tinh thần hóa giải, chung lòng và góp sức xây dựng Phật giáo Việt Nam Thống Nhất. Sự ra đời của Hội Đồng Hoằng Pháp là biểu tượng khơi nguồn cho tiến trình xây dựng nầy. Trí lực và pháp khí căn bản của đạo Phật thường hằng trên 2.500 năm nay vẫn là nội dung và phương tiện Hoằng Pháp.

Cuộc cách mạng khoa học kỹ thuật cuối thế kỷ 20 và đầu thế kỷ 21 đã đưa tâm thức nhân loại cũng như sinh hoạt xã hội con người đến những khúc quanh và những bước ngoặt mới. Quá trình chuyển hóa với tốc độ chóng mặt của các phương tiện truyền thông đại chúng và giao thông vận tải toàn cầu đã tạo ra nhiều thay đổi về nếp sống và sự dao động về tư tưởng cùng tình cảm là điều không thể nào tránh khỏi.

Song hành với tác động nhân tạo, những biến cố thiên nhiên và sinh thái chưa từng thấy như sự thay đổi khí hậu và đại dịch Covid-19 đã trực tiếp

hay gián tiếp lay động tận gốc rễ mọi lãnh vực của tâm linh và đời sống. Do đó, hiện tượng phân cực về khuynh hướng lãnh đạo hay phân hóa về sinh hoạt tôn giáo nói chung và đạo Phật Việt Nam nói riêng là hệ quả tất yếu của một quá trình biến động đầy thử thách về thể chất lẫn tâm hồn như thế. Hai thái độ cực đoan, bất chấp để nắm giữ quyền lực hay buông xuôi phó mặc, là những vấn nạn của thời đại đang lay động và thách đố tinh thần từ bi, trí tuệ và dũng mãnh của đạo Phật.

Đạo Phật Việt Nam trong nửa thế kỷ qua đã bị đặt trong một hoàn cảnh quá đặc biệt về địa lý cũng như hình thái sinh hoạt nhân văn. Trước nhu cầu tu học và an định tinh thần giữa thời đại mới đầy phân hóa và biến động, người Phật tử vừa ý thức và cũng vừa cảm nhận rằng sự hợp lực chung để xây dựng một phương thức làm chỗ dựa là điều kiện tiên quyết của chiếc thuyền tâm linh trong cơn gió bão. Thế hệ thuyền trưởng của chư Tôn Đức và quý Phật tử hàng trưởng thượng sắp đi qua để nhường lại cho một thế hệ kế thừa đang đến là dòng chảy khách quan và tự nhiên. Muốn cho chiếc thuyền chung thế hệ vượt sóng gió qua bờ an vui cần có sự chuẩn bị cẩn trọng.

Sự kỳ vọng về dấu hiệu chuyển mình tích cực của thế hệ Phật tử tiền bối dành cho hậu duệ đã được ghi dấu qua bản Thông bạch của Hội Đồng Hoằng Pháp Giáo Hội Phật Giáo Việt Nam Thống Nhất. Sự khuyến tấn tham gia và mở rộng phạm vi sinh hoạt cho toàn thể Phật tử bốn chúng vừa được Hội Đồng Hoằng Pháp xác định trong Thông bạch Thỉnh cử Hội Đồng Hoằng Pháp thuộc GHPGVNTN ngày 10-05-2021. Về mặt thời gian và nguyên tắc, chư vị quan tâm có thể xem đây là một pháp hội tinh thần và là dấu ấn tâm linh khởi đầu cho các sinh hoạt linh động của đạo Phật Việt Nam trước nhu cầu chấn chỉnh và sinh hoạt trong thời điểm hiện nay và mai sau.

Đồng ký tên trong Thư Cung Bạch này là những Phật tử khiêm cung tán trợ mục đích cùng phương tiện hoằng dương Chánh pháp trên căn bản Dân tộc trường tồn và Đạo pháp thống nhất theo tinh thần của Hội Đồng Hoằng Pháp.

Ngưỡng nguyện Hồng ân Tam Bảo độ trì cho Phật tử đồng tâm quy hướng thuận duyên, chung sức chung lòng hộ trì Phật sự sớm viên thành.

Ngày 20 tháng 5 năm 2021

Tâm niệm ghi danh:

(Liệt kê theo mẫu tự Pháp danh)

1. Chân Văn - Đỗ Quý Toàn
2. Chánh Tri - Lê Viết Yên
3. Chúc Phán - Đào Tăng Dực
4. Chúc Tiến - Donald Pham
5. Diệu Trang - Dương Mỹ Huyền
6. Đạo hữu - Bùi Chí Trung
7. Đạo hữu - Đặng Hoàng Lân
8. Đạo hữu - Đinh Trường Chinh
9. Đạo hữu - Lê Hân
10. Đạo hữu - Lê Ngộ Châu (Luân Hoán)
11. Đạo hữu - Nguyễn Mạnh Kim
12. Đồng Phúc - Hoàng Mai Đạt
13. Minh Tâm - Đoàn Viết Hoạt
14. Nguyên Đạo - Văn Công Tuấn
15. Nguyên Đức - Lê Đình Các
16. Nguyên Hạnh - Nhã Ca Trần Thị Thu Vân
17. Nguyên Không - Nguyễn Tuấn Khanh
18. Nguyên Kiên - Nguyễn Mậu-Trinh
19. Nguyên Minh - Nguyễn Minh Tiến
20. Nguyên Minh - Trần Thị Thức
21. Nguyên Thọ - Trần Kiêm Đoàn
22. Nguyên Toàn - Trần Việt Long
23. Nguyên Trí - Nguyễn Hòa (Phù Vân)
24. Nguyên Tú - Hoàng Ngọc-Tuấn
25. Nguyên Vinh - Nguyễn Ngọc Mùi
26. Như Hà - Hồ Khánh Lan
27. Như Ninh - Nguyễn Hồng Dũng
28. Nhuận Pháp - Trần Nguyễn Nhị Lâm
29. Pháp Trang - Trịnh Gia Mỹ
30. Phúc Bảo - Vũ Đình Trọng
31. Quảng Anh - Ngô Ngọc Hân
32. Quảng Hải - Phan Trung Kiên
33. Quảng Pháp - Trần Minh Triết
34. Quảng Thành - Bùi Ngọc Đường
35. Quảng Thiện - Đỗ Đăng Doanh
36. Quảng Trà - Nguyễn Thanh Huy
37. Quảng Tường - Lưu Tường Quang
38. Tâm Đức - Hoàng Đức Thành
39. Tâm Huy - Huỳnh Kim Quang
40. Tâm Minh - Ngô Tằng Giao
41. Tâm Minh Nguyệt - Trịnh Thị Thanh Thuỷ
42. Tâm Nhuận Phúc - Doãn Quốc Hưng
43. Tâm Núi - Nguyễn Cao Can
44. Tâm Quang - Vĩnh Hảo
45. Tâm Thường Định - Bạch Xuân Phẻ
46. Thị Nghĩa - Trần Trung Đạo
47. Tịnh Chuyên - Trần Diệu Thanh
48. Thiện Thanh - Đặng Đình Khiết
49. Thiện Văn - Phạm Phú Minh
50. Tuệ Không - Phạm Thiên Thư
51. Vạn Thắng - Nguyễn Quốc Toàn

GIÁO HỘI PHẬT GIÁO VIỆT NAM THỐNG NHẤT
HỘI ĐỒNG HOẰNG PHÁP

VPCTK-HĐHP:
Chùa Viên Giác. Karlsruher Str. 6, 30519 Hannover - Germany
Email: hdhp.ctk@gmail.com | Tel: +49 511 879 630

TÂM THƯ

Đã nhiều năm rồi, Phật Tử Việt Nam cử hành đại lễ trong niềm hân hoan tự hào về một ngày lễ Vesak trọng đại được xưng danh một cách trang trọng là "Đại Lễ Phật Đản Liên Hiệp Quốc."

Phật giáo là một trong bốn tôn giáo lớn của nhân loại.(*) Con số Phật Tử dù vậy cũng chỉ khoảng 400-600 triệu. Với con số khiêm nhường đó, tiếng nói của Phật giáo không có ảnh hưởng gì đáng kể trong các quyết định của Liên Hiệp Quốc về vận mạng của các dân tộc trên thế giới. Phật Tử Việt Nam chính thức đón nhận "Đại Lễ Phật Đản Liên Hiệp Quốc" từ năm 2008. Từ đó đến nay, những phát biểu bởi các đại biểu từ nhiều nước tán dương Đức Phật quả là quá nhiều, nhưng chưa có bất cứ đóng góp thiết thực đáng kể nào cho khát vọng hòa bình của nhiều dân tộc bị áp bức, bóc lột bởi chính quyền của nước mình; bị đe dọa bởi tham vọng bá quyền của nước lớn.

Thực tế đang diễn ra như vậy không phải là minh chứng hiển nhiên cho giáo thuyết của Phật viển vông, không giải quyết được những vấn đề nóng bỏng của thời đại, sự thoái hóa của địa cầu. Chính vì những người tự nhận là Phật Tử, tự xưng là Như Lai Sứ Giả, đã không đánh giá đúng mức các giá trị thế tục vốn đã và đang cống hiến cho nhân loại nhiều phương tiện cần thiết để giảm thiểu những đau khổ hành hạ thân xác, và trong một số trường hợp, giảm thiểu những ưu tư bức bách dẫn đến rối loạn tinh thần, bất an, sợ hãi. Mặc dù Kinh điển, Luận thư nói không ít về nguyên lý khế lý và khế cơ. Thế nhưng, trong sự rao truyền giáo pháp hiện tại, khế lý và khế cơ bị che khuất bởi các hiện tượng ma quỷ chập chờn, bởi những khuyến cáo làm sao để được âm hồn phò trợ, bởi khoa xem tướng để biết người này còn phước nhiều, hay người kia sắp hết phước; những điều mà chính Đức Thế Tôn đã cảnh giác Tôn giả Đại Mục-kiền-liên dù có năng lực thần thông cũng không được nói những điều chính mình thấy cho những người không thể thấy. Nói những điều mà người khác không thể thấy không thể biết, không thể chứng minh nó đúng hay sai; và điều này dẫn đến khả năng lừa gạt những kẻ nhẹ dạ, mù quáng dễ tin, và tất yếu diễn trò yếu ngôn hoặc chúng, nói những chuyện yêu ma quỷ quái để mê hoặc quần chúng.

Đó là hiện tượng thực tế đang diễn ra, nó xuyên tạc giáo nghĩa mà Đức Thích Tôn đã truyền dạy. Đó là điều mà Đức Thích Tôn đã ví dụ như chiếc thuyền tải đầy vàng đang lướt sóng ngoài khơi không bị chìm bởi sóng gió giông bão mà chìm vì chính trọng tải quá mức của nó.

Và thêm một thực tế lịch sử. Thuở xưa, khi vua tôi binh tướng nhà Trần, từ triều đình cho đến thôn dã, từ lão ông cho đến thiếu niên, đã hy sinh thân mạng vì sự sống còn của dân tộc, thì một số khác, trong đó có rất nhiều hoàng thân quốc thích, phản bội đất nước, chạy theo giặc. Khi hòa bình tái lập, hồ sơ những kẻ phản bội được dâng lên triều đình để trừng trị đích đáng. Vua Trần Nhân Tông tức thì truyền lệnh đốt đi tất cả, để cho dù kẻ thắng hay người bại, dù cho những kẻ phản bội hay những người trung thành, thảy đều là con dân cùng một tổ quốc, hãy quên đi những sai lầm quá khứ, hãy xóa đi dấu vết nghi kỵ, cơ hiềm, cùng nhìn nhau, cùng đối xử với nhau trong tình tự dân tộc. Đấy là ngọn cờ nhân ái, bao dung, không chỉ giương cao trên một đất nước nhỏ bé, mà còn trên đỉnh cao của lịch sử nhân loại tiến bộ trong một nền văn minh nhân ái.

Tinh hoa ấy của dân tộc đã không được kế thừa. Gần nửa thế kỷ trôi qua từ khi hòa bình thống nhất được lập lại, hận thù dân tộc giữa các anh em cùng chung dòng máu tổ tiên lại không thể bao dung nhau. Và ngay chính trong giới Phật Tử, kế thừa Phật giáo truyền thống Trúc Lâm của Đức Điều Ngự Giác Hoàng cũng không thể quên đi những mâu thuẫn tị hiềm quá khứ, quyết loại trừ nhau. Ta không giải thoát được hận thù trong ta làm sao giải thoát hận thù nơi người. Không thể hòa hiệp vì không thể giải thoát hận thù, hoặc không thể quân phân quyền lợi; đây là quy luật tâm lý học, không thể chối cãi, lại càng không thể biện minh với bất cứ biện luận nào y trên Thánh giáo.

Thế nhưng, khó khăn cho Phật Tử Việt Nam hiện không có đầy đủ Kinh điển để có thể phán đoán điều gì có hay điều gì không thấy có trong Kinh.

Chính vì ý thức được điều này, Viện Tăng Thống GHPGVNTN, năm 1973, đã tổ chức hội nghị thành lập Hội đồng Phiên Dịch Tam tạng. Chư Tôn thuộc hàng Giáo Phẩm Trung ương, dưới sự chỉ đạo của Viện Tăng Thống, cùng với sự hỗ trợ của Chư Thượng Tọa Đại Đức đang phụ trách giáo dục tại các trường Cao Đẳng Phật Học và Đại Học, đồng vân tập về Viện Đại Học Vạn Hạnh để thảo luận cơ cấu tổ chức, chương trình phiên dịch, quy định các quy tắc phiên dịch, phương thức duyệt sách, v.v... cho đến đề án xây dựng cơ sở Pháp Bảo Viện làm trụ sở của Hội Đồng Phiên Dịch.

Dự án vĩ đại này không tồn tại lâu, do tình hình chiến sự căng thẳng dẫn đến ngày 30 tháng Tư. Cho đến nay, trong số 18 thành viên của Hội Đồng Phiên Dịch lần lượt viên tịch, chỉ còn duy nhất HT. Thích Thanh Từ trong trạng thái bất hoạt. Tâm nguyện của Thầy Tổ có cơ đứt đoạn.

Những gian nan khổ nhọc trong chiến tranh khói lửa, những ức chế bởi thế lực cường quyền, một thời, Chư Tôn Giả ấy đã viết lên trang sử dày những công trình văn hóa giáo dục, không dày với những đấu tranh bạo lực. Hàng hậu bối, thế hệ tiếp nối, bằng ý chí, bằng tâm đức, bằng trí tuệ, như thế nào để kế thừa di sản cao quý ấy, để phát huy tinh hoa dân tộc ấy?

Nửa thế kỷ đất nước hòa bình, nhưng dân tộc thì không hòa bình. Nửa thế kỷ Đạo Pháp trùng hưng, nhưng Tổ ấn không trùng quang. Làm sao để thực hiện ý chỉ thi thiết giáo luật của Đức Thế Tôn, hóa giải những xung đột trong Tăng bằng biện pháp cuối cùng là "như thảo phú địa"?

Hy vọng mong manh là một số ít các Thầy Cô trẻ, những vị chưa bị mê hoặc bởi các giá trị thế tục, chưa bị ô nhiễm bởi địa vị vinh quang được thế quyền phong tặng; những vị mà sơ tâm xuất gia chưa biến thành đồng ruộng hoang hóa, tạm đủ để gọi là ruộng phước cho nhiều người; những vị ấy sẽ bằng nghị lực tinh tấn, tự ý thức sứ mệnh của người xuất gia, cùng một thầy học, cùng hòa hiệp như nước với sữa, kế thừa những gì Thầy Tổ tâm nguyện mà chưa hoàn thành, giữ sáng ngọn đuốc Chánh Pháp trong đêm trường sinh tử tối tăm; giữ sáng và thắp sáng ngọn đuốc bao dung, nhân ái, để trao truyền cho các thế hệ tiếp nối, vì sự thanh bình phúc lạc của dân tộc, vì sự hạnh phúc an lạc của nhiều người, của muôn sinh.

Để cho Đại Lễ Phật Đản được cung kính cử hành trong tâm của mỗi người con Phật, bốn chúng đệ tử hãy cùng dũng mãnh phát khởi Bồ-đề nguyện, quyết định Bồ-đề hành, thăng tiến không thoái chuyển trên Thánh đạo, vì pháp vị tịnh lạc và giải thoát tự tâm, vì sự tăng ích lợi lạc của cộng đồng dân tộc và nhân loại.

Cầu nguyện Chánh Pháp trụ thế lâu dài, Dân tộc hòa hiệp tương thân tương ái. Cầu nguyện thế giới hòa bình, chúng sanh an lạc.

Cẩn chí
Phật lịch 2565, Tân Sửu, 20-5-2021
Cố vấn Chỉ Đạo HĐHP

Thiện thệ tử Thích Tuệ Sỹ

(*) 1. Cơ-đốc giáo (2.3 tỷ tín đồ); 2. Hồi giáo (1.8 tỷ tín đồ); 3. Ấn-độ giáo (1.1 tỷ tín đồ); 4. Phật-giáo (500 triệu tín đồ). Nguồn: https://www.worldatlas.com/articles/largest-religions-in-the-world.html

THÀNH PHẦN NHÂN SỰ
HỘI ĐỒNG HOẰNG PHÁP

CHỨNG MINH:

Trưởng lão HT Thích Thắng Hoan (Hoa Kỳ),

Trưởng lão HT Thích Huyền Tôn (Úc châu),

HT Thích Tuệ Sỹ (Việt Nam)

CỐ VẤN CHỈ ĐẠO:

HT Thích Tuệ Sỹ (Việt Nam)

CHÁNH THƯ KÝ:

HT Thích Như Điển (Đức)

PHÓ THƯ KÝ:

HT Thích Nguyên Siêu (Hoa Kỳ), HT Thích Bổn Đạt (Canada)

THÀNH VIÊN:

Âu châu:	HT Thích Quảng Hiền (Thụy Sĩ), HT Thích Minh Giác (Hòa Lan), TT Thích Thông Trí (Hòa Lan), TT Thích Nguyên Lộc (Pháp)
Úc châu:	HT Thích Minh Hiếu, TT Thích Tâm Minh
Hoa Kỳ:	HT Thích Nhật Huệ, TT Thích Từ Lực

BAN PHIÊN DỊCH & TRƯỚC TÁC:

Cố Vấn kiêm Trưởng Ban:	HT Thích Tuệ Sỹ (Việt Nam)
Phó Ban:	HT Thích Thiện Quang (Canada)
Phụ Tá:	TT Thích Như Tú (Thụy Sĩ)
Thư Ký:	ĐĐ Thích Hạnh Giới (Đức)
Ban Viên:	ĐĐ Thích Thanh An (Tích Lan), NT Thích Nữ Giới Châu (Hoa Kỳ), NS Thích Nữ Quảng Trạm (Pháp), SC Thích Nữ Giác Anh (Úc), CS Hạnh Cơ (Canada)

(cập nhật 10/01/2022)

BAN TRUYỀN BÁ GIÁO LÝ:

Cố Vấn: Trưởng lão HT Thích Thắng Hoan (Hoa Kỳ)

Trưởng Ban: HT Thích Đồng Tuyên (Hoa Kỳ)

Phó Ban: HT Thích Bổn Đạt (Canada)

Phó Ban: HT Thích Trường Sanh (Úc châu)

Phó Ban: HT Thích Tâm Huệ (Âu châu)

Thư Ký: TT Thích Hạnh Tấn (Đức)

Ban Viên: HT Thích Nhựt Huệ (Hoa Kỳ), TT Thích Hoằng Khai (Na Uy), TT Thích Giác Tín (Úc Châu), TT Thích Thiện Duyên (Hoa Kỳ), TT Thích Thiện Long (Hoa Kỳ), TT Thích Thiện Trí (Hoa Kỳ), TT Thích Đạo Tỉnh (Hoa Kỳ), TT Thích Chúc Đại (Hoa Kỳ), SC Thích Thông Niệm (Canada), SC Thích Tịnh Nghiêm (Hoa Kỳ) v.v...

BAN BÁO CHÍ & XUẤT BẢN:

Trưởng Ban: TT Thích Nguyên Tạng (Úc)

Phó Ban: TT Thích Hạnh Tuệ, CS Tâm Quang Vĩnh Hảo (Hoa Kỳ)

Thư Ký: CS Tâm Thường Định Bạch Xuân Phẻ (Hoa Kỳ)

Ban Viên: CS Tâm Huy Huỳnh Kim Quang (Hoa Kỳ), CS Quảng Tường Lưu Tường Quang (Úc), CS Nguyên Đạo Văn Công Tuấn (Đức), CS Nguyên Trí Nguyễn Hòa/Phù Vân (Đức), CS Quảng Trà Nguyễn Thanh Huy (Hoa Kỳ), CS Quảng Anh Lê Ngọc Hân (Úc), CS Thanh Phi Nguyễn Ngọc Yến (Úc)

BAN BẢO TRỢ:

Cố Vấn: TT Thích Trường Phước (Canada)

Trưởng Ban: TT Thích Tâm Hòa (Canada)

Phó Ban Úc Châu: TT Thích Tâm Phương (Úc)

Phó Ban Âu Châu: TT Thích Quảng Đạo (Pháp), NT Thích Nữ Diệu Phước (Đức), NS Thích Nữ Huệ Châu (Đức)

Phó Ban Châu Mỹ: NS Thích Nữ Diệu Tánh (Hoa Kỳ), TT Thích Thường Tịnh (Hoa Kỳ)

Phụ Tá: ĐĐ Thích Thông Giới (Canada), SC Thích Nữ Thông Tịnh (Canada)

Thủ Quỹ: NS Thích Nữ Bảo Quang (Canada)

Thư Ký: NS Thích Nữ Đức Nghiêm (Canada)

HỘI ẤN HÀNH
ĐẠI TẠNG KINH VIỆT NAM

Vietnam Tripitaka Foundation

(trực thuộc Hội Đồng Hoằng Pháp)

Chủ Tịch:	HT Thích Nguyên Siêu
Thư Ký:	TT Thích Hạnh Tuệ
Thủ Quỹ:	CS Tâm Quang Vĩnh Hảo

Ban Ấn hành:

Trưởng Ban:	TT Thích Hạnh Viên
Phó Ban:	CS Nguyên Đạo Văn Công Tuấn
Đặc trách Phát hành:	NS Thích Nữ Quảng Trạm
Đặc trách Ấn loát:	CS Tâm Thường Định Bạch Xuân Phẻ
	CS Nhuận Pháp Trần Nguyễn Nhị Lâm
Đặc trách Kỹ thuật:	CS Quảng Pháp Trần Minh Triết
	CS Quảng Hạnh Tuệ Lê Trung Hiếu

❖ Liên lạc thỉnh Đại Tạng Kinh:

NS Thích Nữ Quảng Trạm

Tổ Đình Khánh Anh (Bagneux)

14 Avenue Henri Barbusse, 92220 Bagneux - France

Tel.: +33 6 09 09 01 19 | Email: hdhp.inan@gmail.com

Ghi chú các chữ viết tắt: HT=Hòa thượng; TT=Thượng tọa;
ĐĐ: Đại đức; NT=Ni trưởng; NS=Ni sư; SC=Sư cô; CS=Cư sĩ.

Hy vọng mong manh là một số ít các Thầy Cô trẻ, những vị chưa bị mê hoặc bởi các giá trị thế tục, chưa bị ô nhiễm bởi địa vị vinh quang được thế quyền phong tặng; những vị mà sơ tâm xuất gia chưa biến thành đồng ruộng hoang hóa, tạm đủ để gọi là ruộng phước cho nhiều người; những vị ấy sẽ bằng nghị lực tinh tấn, tự ý thức sứ mệnh của người xuất gia, cùng một thầy học, cùng hòa hiệp như nước với sữa, kế thừa những gì Thầy Tổ tâm nguyện mà chưa hoàn thành, giữ sáng ngọn đuốc Chánh Pháp trong đêm trường sinh tử tối tăm; giữ sáng và thắp sáng ngọn đuốc bao dung, nhân ái, để trao truyền cho các thế hệ tiếp nối, vì sự thanh bình phúc lạc của dân tộc, vì sự hạnh phúc an lạc của nhiều người, của muôn sinh.

Tâm thư - Thiện Thệ Tử Thích Tuệ Sỹ

PHẦN III

CÁC VĂN KIỆN ĐẠI HỘI

Mặc dầu quan san cách trở ở 4 châu lục và giờ khắc khác nhau của thế giới; nhưng chúng ta đã cố gắng cùng nhau trên dưới 300 chư Tôn Đức Tăng Ni, Quý Đạo hữu Phật tử và Quý Thiện hữu trí thức xa gần đã vân tập ngày hôm nay trên không gian mạng Online để cùng tham gia Đại hội Hội Đồng Hoằng Pháp lần thứ nhất. Quả là một dấu ấn khó quên trong thời kỳ tiến bộ của khoa học kỹ thuật của đầu thế kỷ thứ 21 nầy. Điều này cũng thể hiện sự quan tâm của quý Ngài và tất cả liệt quý vị cho một tiền đồ của Phật Giáo Việt Nam, đặc biệt là tâm nguyện Việt dịch toàn bộ Tam Tạng Kinh Điển mà chư Thánh Tăng của GHPGVNTN đã từng hoài bão.

Lời khai mạc Đại hội Hội Đồng Hoằng Pháp

GIÁO HỘI PHẬT GIÁO VIỆT NAM THỐNG NHẤT
HỘI ĐỒNG HOẰNG PHÁP
CHÁNH THƯ KÝ
C/o Viên Giác Pagoda. Karlsruher Str. 6, 30519 Hannover, Germany
Website: www.hoangphap.org; Email: hdhp.ctk@gmail.com; Tel: +49 511 879 630

Phật Lịch 2565

Số: 002/HĐHP/VP-CTK

Hannover, ngày 6 tháng 11 năm 2021

THƯ MỜI THAM DỰ ĐẠI HỘI

Kính gởi: Chư Tôn Trưởng Lão Hòa Thượng, Chư Thượng Tọa, Đại Đức
và Quý Ni Trưởng, Ni Sư, Sư Cô.

Đồng kính gởi: Quý Đồng Hương, Phật Tử gần xa.

Trích yếu: V/v mời tham dự Đại hội Hội Đồng Hoằng Pháp I/2021 qua hệ thống trực tuyến ZOOM.

Kính bạch chư Tôn Đức, kính thưa liệt quý vị.

Kể từ tháng 5 năm 2021 đến nay, hơn 6 tháng trôi qua, sau khi Hội Đồng Hoằng Pháp của GHPGVNTN được thành lập dưới sự cố vấn chỉ đạo của Hòa thượng Thích Tuệ Sỹ, các Ban bộ chuyên môn đã từng bước đi vào ổn định và bắt đầu hoạt động. Để đón nhận thêm những lời chỉ giáo của chư Trưởng Thượng cũng như các ý kiến xây dựng của các Tổ chức Phật Giáo, hay những cá nhân có thiện chí muốn xác định một hướng đi vững mạnh cho PGVN trong tương lai, chúng con/chúng tôi sẽ tổ chức Đại hội Hoằng Pháp lần I mở rộng trên diễn đàn online theo hệ thống trực tuyến ZOOM (chi tiết bên dưới). Đại hội sẽ bắt đầu vào **4:00 giờ sáng ngày thứ Bảy 27 tháng 11 năm 2021 theo giờ Âu Châu**; tương đương ngày, giờ ở một vài địa phương khác như sau:

Sài Gòn (Việt Nam)	: 10:00 sáng, thứ Bảy 27/11/2021
Los Angeles (USA)	: 8pm, thứ Sáu 26/11/2021
Ottawa (Canada)	: 11pm, thứ Sáu 26/11/2021
Melbourne (Australia)	: 2pm, thứ Bảy, 27/11/2021

https://us06web.zoom.us/j/86904245764?pwd=NlI4L0RZSHdZQlRmY1dwUkhoU1Z3dz09

Meeting ID: 869 0424 5764

Passcode: xxxxxx (sẽ thông báo chính thức trước 3 ngày)

Chương trình nghị sự của Đại hội Hoằng Pháp I/2021 gồm có những điểm chính như sau:

1. Hòa thượng Thích Tuệ Sỹ, Giáo sư Trí Siêu Lê Mạnh Thát và Ban Điều Hành HĐHP trình bày mục đích và phương hướng của các Phật sự trước mắt và trong tương lai.

2. Thảo luận và đề nghị nhân sự cho Hội Đồng Phiên dịch Tam Tạng Lâm thời, tiếp nối tinh thần các buổi họp của Viện Tăng Thống GHPGVNTN chủ trương từ năm 1973 (xem các văn kiện này ở www.hoangphap.org).

3. Thảo luận về một số các dự án tương lai như: lớp học Phạn ngữ, trợ giúp việc phiên dịch, học bổng cho Tăng Ni sinh v.v…

4. Một số Phật sự khác.

Kính mong Quý Ngài và Quý vị dành chút thì giờ tham dự. Xin cầu chúc tất cả được vô lượng an lạc.

Kính nguyện,

Chánh Thư Ký Hội Đồng Hoằng Pháp GHPGVNTN

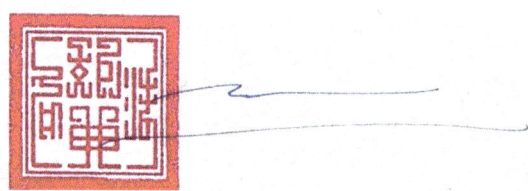

Thích Như Điển

GIÁO HỘI PHẬT GIÁO VIỆT NAM THỐNG NHẤT
HỘI ĐỒNG HOẰNG PHÁP
CHÁNH THƯ KÝ
C/o Viên Giác Pagoda. Karlsruher Str. 6, 30519 Hannover, Germany
Website: www.hoangphap.org; Email: hdhp.ctk@gmail.com; Tel: +49 511 879 630

Phật Lịch 2565   Hannover, ngày 14 tháng 11 năm 2021

THÔNG BÁO SỐ 1
về thể thức tham dự
Đại hội Hội Đồng Hoằng Pháp lần I năm 2021

Nam Mô Bổn Sư Thích Ca Mâu Ni Phật.

Kính bạch chư Tôn Đức,

Kính thưa quý đồng hương, quý Phật tử xa gần.

Để giúp Ban Tổ Chức Đại hội Hội Đồng Hoằng Pháp lần I năm 2021 dễ dàng trong việc quản lý hệ thống mạng, xin quý Đại biểu, quý tham dự viên lưu ý những điểm sau đây.

A. Ghi danh

1. Toàn thể thành viên của Hội Đồng Hoằng Pháp hoặc những vị đã có điện thư mời trực tiếp sẽ nhận mã số để đăng nhập ZOOM qua Email vào ba ngày trước khi Đại hội khai mạc (không cần ghi danh)

2. Đối với những vị có quan tâm và muốn tham dự Đại hội xin ghi danh qua Email, gởi về địa chỉ DaiHoiHoangPhap@gmail.com. Xin ghi rõ:

(a) Họ tên, tuổi (tên thật, không phải nickname);

(b) Quốc gia đang cư ngụ;

(c) Đạo hiệu/ Học vị/ Học hàm cũng như đơn vị/ tổ chức đang cộng tác;

(d) Điện thoại/Địa chỉ để tiện liên lạc về sau (không bắt buộc).

Xin quý vị thông cảm cho thủ tục ghi danh này vì Ban Tổ Chức chúng tôi không thể biết hết địa chỉ của chư thức giả muốn tham dự để gởi thư riêng. Thêm vào đó Ban Tổ Chức cũng xin lưu lại trong hồ sơ những ý kiến phát biểu quý báu của các đoàn thể, cá nhân góp ý về công cuộc hoằng pháp chung. Thời hạn ghi danh *trễ nhất là 24 tiếng đồng hồ* trước giờ khai mạc.

B. Đăng Nhập

1. Phòng họp Zoom sẽ mở cửa 45 phút trước giờ khai mạc chính thức. Xin hoan hỷ đợi ở "Phòng-chờ-ảo" để Ban Kỹ Thuật có thể mở cổng mời vào. Xin đăng nhập ***trễ nhất là 15 phút*** trước giờ khai mạc.

2. Khi đăng nhập, yêu cầu mọi tham dự viên ghi đầy đủ trên màn hình của mình các chi tiết: **Tên, đơn vị và quốc gia.** Ví dụ: Tâm Thiện – GĐPT xxx - Hoa Kỳ.

3. Những tham dự viên nặc danh, ẩn danh hay chỉ ghi nickname sẽ không được đăng nhập.

C. Phát biểu - Biểu quyết

1. Đại biểu tham dự Đại hội Hội Đồng Hoằng Pháp gồm 3 thành phần: *Đại biểu Chính Thức* gồm chư tôn Trưởng lão Chứng Minh, Hòa thượng Cố Vấn Chỉ Đạo, chư Hòa thượng Chánh và Phó Thư Ký HĐHP, chư tôn Hòa thượng và Thượng tọa Trưởng các Ban; *Đại biểu Dự Khuyết* gồm chư Tôn đức Tăng, Ni được HĐHP cung thỉnh tham dự, và chư tôn đức Tăng, Ni và Cư sĩ thành viên HĐHP; và *Đại biểu Quan Sát* là những vị khác. Tất cả các Đại biểu đều có quyền phát biểu ý kiến đóng góp, nhưng chỉ các Đại biểu Chính Thức mới có quyền biểu quyết chung kết các vấn đề thảo luận trong Đại hội (nếu có).

2. Đại biểu trong Đại hội muốn phát biểu trong phần thảo luận thì xin bấm nút "giơ tay" và sẽ được mời, lúc đó Ban Kỹ Thuật sẽ cho mở mic Audio. Đại biểu cũng có thể ghi ý kiến vào "Chatbox", Thư Ký Đoàn sẽ ghi nhận và chuyển cho Chủ Tọa Đoàn hay Thuyết trình viên.

3. Thời gian phát biểu quy định tối đa là 3 phút. Nếu có ý kiến cần nhiều thời gian hơn xin liên lạc sau với HĐHP để nêu những vấn đề còn lại.

D. Những vấn đề khác

1. Để tránh quá tải hệ thống mạng do số lượng tham dự viên có thể khá đông nên Ban Kỹ Thuật dành quyền quyết định không cho hiển thị tất cả mọi thành viên trên màn hình mà chỉ tập trung vào diễn giả, một số thành viên có trách nhiệm của Ban Tổ Chức và những khách mời chọn lọc. Trường hợp này xin quý vị thông cảm.

2. Xin xem thêm Chương trình Đại hội Hội Đồng Hoằng Pháp lần I đính kèm theo đây.

Trân trọng cám ơn và cầu chúc tất cả Quý Ngài và Quý vị luôn được an vui.

TM. Ban Tổ Chức Đại Hội Hội Đồng Hoằng Pháp lần I

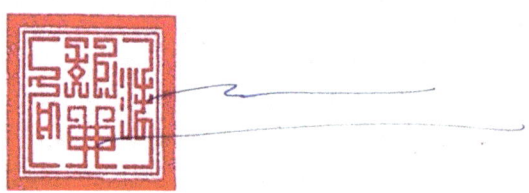

Thích Như Điển

CHƯƠNG TRÌNH
ĐẠI HỘI HỘI ĐỒNG HOẰNG PHÁP
LẦN THỨ I

1. Niệm Phật – Hòa thượng Thích Như Điển tuyên bố khai mạc.

2. Hòa thượng Thích Tuệ Sỹ trình bày về việc

   "Hình thành Đại Tạng Kinh Việt Nam".

3. Phát biểu/câu hỏi của các Đại biểu, tham dự viên.

4. Nghỉ giải lao 10 phút - chiếu clip hình ảnh.

5. Giáo sư Trí Siêu Lê Mạnh Thát trình bày về việc

   "Phiên dịch Đại Tạng và Đại Học Trần Nhân Tông".

6. Phát biểu/câu hỏi của các Đại biểu, tham dự viên.

7. Tổng kết của Chủ tọa Đoàn.

8. Thư Ký Đoàn đọc Biên bản Tổng kết, ghi những vấn đề tồn đọng.

9. Lời Cảm tạ và Tuyên bố Bế mạc Đại hội của HT Thích Nguyên Siêu

LỜI KHAI MẠC
ĐẠI HỘI HỘI ĐỒNG HOẰNG PHÁP
LẦN THỨ 1

❀ THÍCH NHƯ ĐIỂN

Nam Mô Bổn Sư Thích Ca Mâu Ni Phật

Ngưỡng bạch nhị vị Trưởng Lão Hòa Thượng Chứng Minh của Hội Đồng Hoằng Pháp,

Kính bạch Hòa Thượng Cố vấn chỉ đạo và Giáo Sư Trí Siêu Lê Mạnh Thát

Cùng chư tôn Hòa Thượng, chư Thượng Tọa, Quý Ni Trưởng, Ni Sư,

Chư Đại Đức Tăng Ni trong và ngoài các Ban của Hội Đồng Hoằng Pháp

Cùng Quý Thiện nam Tín nữ Gia Đình Phật Tử tham dự Đại hội hôm nay,

Kính bạch Quý Ngài

Kính thưa Quý Vị,

Mặc dầu quan san cách trở ở 4 châu lục và giờ khắc khác nhau của thế giới; nhưng chúng ta đã cố gắng cùng nhau trên dưới 300 chư Tôn Đức Tăng Ni, Quý Đạo hữu Phật tử và Quý Thiện hữu trí thức xa gần đã vân tập ngày hôm nay trên không gian mạng Online để cùng tham gia Đại hội Hội Đồng Hoằng Pháp lần thứ nhất. Quả là một dấu ấn khó quên trong thời kỳ tiến bộ của khoa học kỷ thuật của đầu thế kỷ thứ 21 nầy. Điều này cũng thể hiện sự quan tâm của quý Ngài và tất cả liệt quý vị cho một tiền đồ của Phật Giáo Việt Nam, đặc biệt là tâm nguyện Việt dịch toàn bộ Tam Tạng Kinh Điển mà chư Thánh Tăng của GHPGVNTN đã từng hoài bão. Thưa tất cả đại biểu và tham dự viên, 300 đại biểu là 300 tấm lòng cùng quây quần về đây trong không gian mạng này, không những quý vị đã vượt qua những biên giới địa dư, những cách trở thời gian như vừa nói, mà cũng đã vượt qua bao nhiêu chướng duyên, gạt bỏ những ngộ nhận có thể có, để cùng nhau quây quần về đây dưới ánh sáng của nguồn giáo lý vi diệu Phật Đà, dưới sự gia hộ của chư Lịch Đại Tổ Sư.

Chúng con đặc biệt niệm ân nhị vị Trưởng lão Hòa thượng Thích Huyền Tôn (Melbourne) Úc Châu, Trưởng lão Hòa thượng Thích Thắng Hoan (San Jose) Hoa Kỳ rất nhiều về việc Quý Ngài đã cố gắng có mặt để chứng minh cho Đại hội lần thứ nhất nầy, mặc dầu Quý Ngài cả hai đều gần 100 tuổi; nhưng Quý Ngài đã không ngại sức khỏe cũng như thời giờ khác biệt đó đây, đã hiện diện với chúng con. Quả thật là một phước báu vô cùng to lớn của Hội Đồng Hoằng Pháp.

Chúng con cung kính niệm ân Hòa thượng Thích Tuệ Sỹ cố vấn chỉ đạo của Hội Đồng Hoằng Pháp và Giáo sư Trí Siêu Lê Mạnh Thát là hai vị diễn giả chính trong Đại hội hôm nay về việc hình thành một Đại Tạng Kinh Việt Nam để tiếp nối con đường của GHPGVNTN đã vạch ra kể từ năm 1973 đến nay. Đồng thời nhân cơ hội nầy xin cung thỉnh Quý Ngài thành lập Hội Đồng Phiên Dịch Tam Tạng Lâm Thời để chúng ta có những bước đi sắp tới cụ thể hơn trong vấn đề trước tác cũng như phiên dịch Đại Tạng.

Một điều hết sức quan trọng là nếu không có sự gia tâm và trợ lực của chư tôn đức Tăng Ni cũng như của những vị Cư sĩ Phật Tử đã làm việc rất tận tâm trong các Ban như: Ban Truyền Bá Giáo Lý, Ban Phiên Dịch & Trước Tác, Ban Báo Chí Thông Tin & Xuất Bản và cuối cùng là Ban Bảo Trợ thì chúng ta sẽ không có ngày Đại hội Hoằng Pháp như hôm nay.

Cuối cùng chúng con/chúng tôi xin hân hoan chào mừng những vị đại biểu của những Tổ Chức, Hội Đoàn, cá nhân trong cũng như ngoài nước đã ghi tên về phó hội ngày hôm nay cũng như đóng góp những ý kiến xây dựng cho việc hình thành một Đại Tạng Kinh tiêu biểu cùng thành lập Ban Phiên Dịch Tam Tạng Lâm Thời. Đây là một dấu mốc lịch sử nối tiếp việc truyền thừa của chư vị Tổ Sư đã dày công xây dựng trong nhiều thế kỷ về trước cho đến tận ngày nay. Có như thế chúng ta mới có thể ngẩng mặt cùng thế giới là Phật GiáoViệt Nam của chúng ta cũng sẽ có một Đại Tạng Kinh chữ Việt mang tầm cỡ của thế giới trong một ngày không xa.

Chúng con/chúng tôi xin trân trọng kính chúc Đại hội được thành công viên mãn và xin TUYÊN BỐ KHAI MẠC ĐẠI HỘI HỘI ĐỒNG HOẰNG PHÁP LẦN THỨ 1.

Kính nguyện Tam Bảo gia hộ cho Quý Ngài và Quý vị được vô lượng an lạc.

Nam Mô Hoan Hỷ Tạng Bồ Tát Ma Ha Tát tác đại chứng minh.

Báo cáo về
LỚP PHẠN NGỮ SƠ CẤP TRỰC TUYẾN

❀ Tiến sĩ ĐỖ QUỐC BẢO

Kính thưa Hoà Thượng Tuệ Sỹ và Giáo sư Lê Mạnh Thát,

Bạch chư Tôn Đức,

Xin chào quý vị Đạo hữu.

Sau đây con/tôi xin được nói văn tắt về khoá Phạn văn sơ cấp 2021/22.

Đầu tiên, con/tôi xin thay mặt tất cả các học viên khoá sơ cấp cũng như tất cả những học viên đã học hai khóa trước đây cảm ơn Hoà Thượng Tuệ Sỹ và những vị Tôn Túc trong ban Hoằng Pháp, đặc biệt là Hoà Thượng Thích Như Điển, phương trượng chùa Viên Giác, Hannover, CHLB Đức đã tạo điều kiện cho khoá học này được hình thành.

Con/tôi phải xác nhận ở đây một lần nữa là không có sự hỗ trợ và tiến cử nhiệt tâm của HT Tuệ Sỹ thì không bao giờ có được khoá học này. Việc dạy tăng ni và chư Phật tử tại gia cổ ngữ này đối với con/tôi là một vinh dự, nhưng cũng là một trọng trách và con/tôi hi vọng là có đủ khả năng đảm đương việc này, không phụ lòng của Hoà Thượng Tuệ Sỹ và chư vị Tôn Túc.

Bây giờ con/tôi đi vào một số điểm chính của bài báo cáo.

Sau khi hội ý với hai vị HT Tuệ Sỹ và Như Điển về chương trình học, con/tôi đã đăng thông báo chiêu sinh vào ngày 18.08.2021 và sau đó mấy hôm thì trang nhà Hoằng Pháp cũng như Hương Tích Phật Việt cũng đã đăng thông tin chiêu sinh này với thời điểm cuối có thể ghi danh là 05.09, như vậy là ba tuần. Trong khoảng thời gian này chúng tôi đã nhận được hơn 100 điện thư hỏi chi tiết về khoá học, để rồi cuối cùng có trên 60 vị đăng kí học. Ngày từ đầu thì tỉ lệ tu sĩ và Cư sĩ đã là 2:1 và tỉ lệ Tăng Ni trong giới tu sĩ là 1:1. Sáu mươi học viên này được phân thành 6 lớp với thời gian học mỗi tuần là 2h (120min), và thời gian học được phân chia từ thứ Hai đến thứ Năm. Ngày học đầu tiên là thứ hai, ngày 13.09 và đến ngày hôm nay, 27.11, thì các học viên đã học xong bài thứ 10 của tổng cộng 40 bài.

Tuy nhiên, vì những phần học khó nhất nằm ở bài 1 đến bài 30 nên có thể nói là các học viên đã học gần một phần ba chương trình sơ cấp, và điều này là một điều đáng mừng, đáng khen cho những người còn ở lại học. Trong thời gian qua, một số học viên đã bỏ cuộc vì nhiều lý do, nhưng lý do chính là có lẽ không thu xếp thời gian được vì trước khi ghi danh không ngờ là số lượng tài liệu phải học (ghi nhớ nằm lòng) nhiều như vậy. Hiện tại còn 54 học viên đang học và chuẩn bị làm bài kiểm cho những bài học 1-10.

Hiện tại các học viên đang "vật lộn" với chữ Thiên Thành (Devanāgarī) vì sau bài học thứ bảy thì các bài tập không còn được ký âm dạng chữ La-tinh nữa. Như con/tôi nhận thấy qua cách học và trình độ của các học viên sau 10 bài thì con/tôi nghĩ có lẽ ít nhất là 30 học viên sẽ thi đậu lần thi cuối khóa để có được chứng chỉ sơ cấp.

Và với triển vọng này, con/tôi xin phép được kết thúc phần báo cáo về khóa học Phạn văn sơ cấp ở đây.

Tường Trình
của BAN BÁO CHÍ và XUẤT BẢN

❀ TÂM THƯỜNG ĐỊNH

Nam Mô Bổn Sư Thích Ca Mâu Ni Phật

Kính bạch Chư Tôn Đức Tăng Ni

Kính thưa Đại hội,

Chúng con xin mạn phép trình bày công việc sinh hoạt của BBC & XB. Hơn sáu tháng hoạt động kể từ khi Hội Đồng Hoằng Pháp của GHPGVNTN ra đời, Ban Báo Chí và Xuất Bản được sinh hoạt dưới sự điều động của TT. Thích Nguyên Tạng làm Trưởng Ban, TT. Thích Hạnh Tuệ và Cư sĩ Tâm Quang làm Phó Ban, Cư sĩ Tâm Thường Định làm Thư Ký, cùng các ban viên đã thực hiện được các việc sau đây:

I. VỀ CÔNG TÁC XUẤT BẢN:

Chúng ta đã xuất bản được 4 quyển sách quý.

1. Pháp Diệt Tránh - Thích Nguyên Chứng (Thích Tuệ Sỹ) - (bìa mỏng, 182 trang. Print ISBN: 2370000915771)

2. Yết Ma Yếu Chỉ - Thích Trí Thủ, Thích Nguyên Chứng - (bìa mỏng, 342 trang. Print ISBN: 978-1-0878-7716-7)

3. Phật Lý Căn Bản - Thích Đức Thắng (bìa mỏng, 648 trang. Print ISBN: 978-1-0879-7487-3)

4. Tổng Quan Về Nghiệp – Thích Tuệ Sỹ - (bìa mỏng, 386 trang. Print ISBN: 978-1-0879-8787-3); Tổng Quan Về Nghiệp – Thích Tuệ Sỹ - (bìa cứng, 388 trang. Print ISBN: 978-1-0879-8783-5)

Có 3 cuốn sách, Pháp Diệt Tránh, Yết Ma Yếu Chỉ và Tổng Quan Về Nghiệp đã được Ban Bảo Trợ đài thọ mua và gửi cho Chư Tôn Đức thành viên Hội Đồng Hoằng Pháp khắp 4 Châu. Ngoài ra, cuốn sách Tổng Quan Về Nghiệp đã được hơn 100 người mua trên hệ thống Amazon.

Chúng con cũng đã sẵn sàng để tiếp tục làm việc cùng các ban khác để tiến hành công việc in ấn Thanh Văn Tạng và tất cả các kinh sách trong tương lai.

II. VỀ CÁC TRANG MẠNG XÃ HỘI:

1. Trang nhà Hội Đồng Hoằng Pháp: https://hoangphap.org/ và với chủ trương.

   a. Hoạt động chính thức ngày 02 tháng 06, 2021

   b. Số lượng bài đăng đến hiện tại: 625 bài

   c. Lượt truy cập: 59,950 (tổng số lượt xem, một người xem lặp lại bài sẽ được tính tổng)

   d. Lượt truy cập hằng ngày: trung bình >200 người

   e. Độ tuổi người xem: Từ 18-34: 61%; từ 35-54: 28%; Từ 55 trở lên: 11%

2. Mạng xã hội.

Ngoài trang mạng, còn có xây dựng các mạng xã hội vệ tinh như:

   a. FB Fanpage: https://www.facebook.com/hoangphap21/

   b. Twitter: https://twitter.com/hoangphaporg

   c. YouTube: Hoằng Pháp Media

   d. Instagram: https://www.instagram.com/hdhp.bbc/

Đặc biệt Trang nhà FB Fanpage, hiện nay, có 7,232 người thích/Like và 8,041 người theo dõi /Follow, nhưng số lượng người đọc khả quan. Các trang mạng xã hội đều truyền đạt Kinh, Luật, Luận của giáo lý Phật Đà, đưa tin tức sinh hoạt của Hội Đồng Hoằng Pháp trong đó có việc cứu trợ đồng bào và nạn nhân của Covid-19 tại Việt Nam, cũng như bài vở nghiên cứu, văn học nghệ thuật Phật giáo, v.v… đến mọi nơi. Trong hơn sáu tháng qua, có hơn 1 triệu lần được biết đến.

Số người đến thăm trang nhà Hoằng Pháp, đa phần là từ Việt Nam, chiếm hơn 55%, Mỹ 25%, Úc, v.v… Đức Quốc chỉ có 2% người mà thôi. Số lượng người nam tính thì đông hơn người nữ xem trong những quảng bá trên Facebook và đa phần là số tuổi còn trẻ từ 18-34%.

Phần kỹ thuật của Ban Báo chí và Xuất bản đều có sự hợp tác của ban biên tập Thư viện Phật Việt và Lotus Media Inc. cũng như sự hỗ trợ của quý Huynh trưởng Gia đình Phật tử.

LỜI CẢM TẠ VÀ TUYÊN BỐ BẾ MẠC ĐẠI HỘI
HỘI ĐỒNG HOẰNG PHÁP
Lần Thứ Nhất 2021

❀ THÍCH NGUYÊN SIÊU

Nam Mô Bổn Sư Thích Ca Mâu Ni Phật

Thành kính đảnh lễ nhị vị Trưởng lão Hòa thượng chứng minh, Trưởng lão Thích Thắng Hoan, Trưởng lão Thích Huyền Tôn.

Kính bạch Hòa thượng Cố vấn chỉ đạo, Giáo sư Tiến sĩ Trí Siêu Lê Mạnh Thát, Chư Tôn Hòa thượng, Chư Thượng tọa, Đại đức Tăng Ni, Quý Giáo sư, Cư sĩ thức giả cùng chư Phật tử, Anh Chị Huynh trưởng Gia Đình Phật tử Việt Nam.

Kính thưa toàn thể quý Đại biểu Đại hội,

Giáo Hội Phật Giáo Việt Nam Thống Nhất, Đại hội Hội Đồng Hoằng Pháp lần thứ nhất - 2021, đã được diễn ra trong một không khí trang nghiêm thân tình, đầy đạo vị. Những tưởng, chúng ta khó có thể được đầy đủ nhơn duyên để gặp nhau trong zoom toàn cầu, một cách đông đảo như thế này, thật là một niềm vui khôn tả; một ý nghĩa, giá trị truyền thừa tuyệt vời để chúng ta cùng đến với nhau dựng lại những gì đã bị ngã đổ qua nhiều thập niên trên dòng lịch sử Phật Giáo Việt Nam thời cận đại. Đại biểu Đại hội lắng lòng tĩnh lặng để nghe Hòa thượng Cố vấn chỉ đạo Hội Đồng Hoằng Pháp, cùng Giáo sư Tiến sĩ Trí Siêu Lê Mạnh Thát thuyết trình qua hai đề tài: Phiên dịch Đại Tạng Kinh Phật Giáo Việt Nam:

Thứ Nhất: Hòa thượng Cố vấn chỉ đạo đã giới thiệu một cách tổng quát cho Đại biểu Đại hội một cái nhìn xuyên suốt qua nhiều thập niên trong công trình phiên dịch Đại tạng, mà Đại hội lúc bây giờ dưới sự chứng minh và tham dự gồm có 18 bậc Tôn túc, được tổ chức tại Đại Học Vạn Hạnh, năm 1973. Cũng như Hòa thượng đã dẫn khởi từ thời An Thế Cao, Khương Tăng Hội, như là nền tảng phát huy Phật Giáo Việt Nam. Ngày nay, tất cả chúng ta là đàn con cháu phải tiếp tục nỗ lực hoàn thành bằng tất cả tâm nguyện: "Thành Kính Tưởng Niệm Lịch Đại Tổ Sư Truyền Thừa Phật Giáo Việt Nam" mà hạ thủ công phu để cho Phật sự này chóng thành tựu tốt đẹp. Chúng con thành kính đảnh lễ và chân thành kính tri ân Hòa thượng Cố vấn chị đạo, Hội Đồng Hoằng Pháp.

Lời phát biểu chúc mừng Đại hội của Hòa thượng Chứng minh Trưởng lão Hòa thượng Thích Huyền Tôn, Trưởng lão Hòa thượng Thích Thắng Hoan. Chúng con nhất tâm đảnh lễ nhị vị Hòa thượng làm biểu tượng cao quý cho tất cả hàng hậu học chúng con nương tựa.

Thứ Hai: Giáo sư Tiến sĩ Trí Siêu Lê Mạnh Thát đã thuyết trình mô thức dịch Đại Tạng Kinh phải mang tính Hàn lâm quốc tế. Giáo sư đã nêu lên những tiêu biểu Đại Chánh Tân Tu người Nhật phiên dịch. Chúng ta phải bám sát vào chữ Hán để dịch thành Đại Tạng Kinh Phật Giáo Việt Nam. Chúng ta phải nhớ ơn các bậc Tôn túc, lịch Đại tổ sư để tiếp tục dịch Đại Tạng Kinh Phật Giáo Việt Nam. Giáo sư đã ân cần nhắn nhủ: "Con hơn cha là nhà có phúc."

Chúng con chân thành kính thâm tạ Giáo sư Tiến sĩ Trí Siêu Lê Mạnh Thát.

Thứ Ba: Trước khi đi vào chương trình Đại hội tất cả các ban Truyền thông, Báo chí, kỹ thuật, … đã tận lực làm việc phần lớn thời gian: Mô hình tổ chức, kỹ thuật điều hành, cách thức ghi danh và luôn cập nhật tin tức mỗi ngày một cách tích cực. Đây chính là sự biểu tỏ lòng phụng sự cho Phật Pháp không hề mệt mỏi. Chúng con chân thành kính cảm ơn từ chư Tôn Đức Tăng Ni đến quý vị Giáo sư Cư sĩ thức giả, quý Anh chị Trưởng Gia đình Phật tử Việt Nam.

Thứ Tư: Xin chân thành kính cảm ơn toàn thể Đại biểu Đại hội từ chính thức đến dự khuyết, quan sát đến dự thính, tất cả đều một lòng tham dự lắng nghe, đóng góp ý kiến, phát biểu, nhận định của mình, đây chính là yếu tố tác thành Phật sự tốt đẹp, mà quý liệt vị đã tích cực ghi danh con số đã lên tới 441 vị hiện diện trong Đại hội.

Tóm lại, suốt thời gian chuẩn bị Đại hội - Hội Đồng Hoằng Pháp lần thứ nhất - 2021, trên từ Hòa thượng Chánh Thư Ký cho đến tất cả các Ban đã tận tụy, hết lòng lo lắng, mong cho được chu toàn Phật sự, nhưng chúng con biết, không sao tránh khỏi những điều sơ suất ngoài ý muốn. Kính mong Chư Tôn Đức Tăng Ni, Quý Giáo sư Học giả, quý Cư sĩ Tri thức, Phật tử, niệm tình hỷ xả cho.

Thay mặt Ban tổ chức chúng con xin tuyên bố Bế mạc Đại hội - Hội Đồng Hoằng Pháp lần thứ nhất - 2021 hôm nay.

Kính chúc quý Ngài và quý liệt vị: vô lượng an khang, cát tường như ý.

Nam Mô Hoan Hỷ Tạng Bồ Tát Ma Ha Tát.

Ngày 26 tháng 11 năm 2021, Hoa Kỳ

Hội Đồng Hoằng Pháp

Phó Thư Ký

Tỳ Kheo Thích Nguyên Siêu

GIÁO HỘI PHẬT GIÁO VIỆT NAM THỐNG NHẤT
HỘI ĐỒNG HOẰNG PHÁP

BIÊN BẢN

Đại Hội Hội Đồng Hoằng Pháp lần thứ I

Ngày 27 tháng 11 năm 2021

Thời gian: từ 04:00 đến 07:45 sáng (giờ Châu Âu)

Địa điểm: Hệ thống Zoom trực tuyến toàn cầu

Thành phần tham dự:

- Chư Tôn Trưởng lão Hòa thượng

- Chư Tôn Hòa thượng, Thượng toạ, Đại đức Tăng Ni nhị bộ

- Quý Giáo sư, Tiến sĩ, Thạc sĩ, Nhà nghiên cứu, v.v…

- Quý Huynh trưởng GĐPT và Cư sĩ Phật tử của 19 nước

Số lượng: 441 vị.

Nội Dung Đại Hội

I. Mở đầu

1. Lời dẫn

TT Thích Nguyên Tạng điều dẫn chương trình Đại hội (Ảnh chụp màn hình)

Mở đầu Đại hội, Thượng Toạ Thích Nguyên Tạng – người điều dẫn chương trình Đại hội, cung thỉnh Hòa thượng Tăng Giáo Trưởng đạo hiệu Thích Huyền Tôn thượng xướng danh hiệu đức Phật cầu gia bị.

Thượng Toạ Thích Nguyên Tạng chào mừng và cung bạch cùng Đại Hội:

Kế thừa và tiếp nối truyền thống của GHPGVNTN, Hội Đồng Hoằng Pháp (HĐHP) ra đời không đặt sự tồn tại trong vị thế cá biệt mà chính là trong sự tồn tại của dân tộc và nhân loại. Hơn sáu tháng kể từ lúc thành lập, HĐHP đặt dưới sự Chứng minh của Hòa thượng Thích Huyền Tôn (Úc Châu), Hòa thượng Thích Thắng Hoan (Hoa Kỳ), sự Cố vấn của Hòa thượng Thích Tuệ Sỹ (Việt Nam); cùng với sự điều hành của Hòa thượng Thích Như Điển (Đức Quốc) với vai trò Chánh

Thư Ký, Hòa thượng Thích Nguyên Siêu (Hoa Kỳ), Hòa thượng Thích Bổn Đạt (Canada) là hai vị Phó Thư ký. HĐHP gồm 04 ban:

- Ban phiên dịch, trước tác.

- Ban truyền bá giáo lý.

- Ban báo chí và xuất bản.

- Ban bảo trợ.

Để tiếp nối công việc dang dở của Hội Đồng Phiên Dịch Tam Tạng đã khởi xướng vào ngày 20 tháng 10 năm 1973 tại Đại học Vạn Hạnh, Sài gòn, hôm nay, ngày 27 tháng 10 năm 2021 nhằm ngày 23 tháng 10 năm Tân sửu, Phật lịch 2565, HĐHP tổ chức Đại hội khoáng đại lần thứ nhất qua hệ thống Zoom trực tuyến.

2. Chương trình nghị sự

Chương trình Đại hội như sau:

1/ Niệm Phật cầu gia hộ & một phút nhập Từ bi quán

2/ Giới thiệu chương trình và quan khách tham dự

3/ Diễn văn khai mạc (HT CTK Thích Như Điển)

4/ HT cố vấn chỉ đạo Thích Tuệ Sỹ: Thuyết trình về đề tài "**Lịch sử hình thành Đại Tạng Kinh Việt Nam**"

5/ Câu hỏi của quý Đại biểu về phần thuyết trình vừa qua

6/ Lời đạo tình của Đức Trưởng lão HT Thích Huyền Tôn

7/ Nghỉ giải lao 10 phút, chiếu slideshow hình ảnh 18 vị dịch giả Đại Tạng Kinh Việt Nam

8/ GS. TS. Trí Siêu Lê Mạnh Thát thuyết trình về chủ đề: "**Phiên dịch Đại Tạng Kinh Việt Nam**"

9/ Câu hỏi thắc mắc của quý Đại biểu về phần thuyết trình vừa qua

10/ Sinh hoạt của lớp Phạn Ngữ

11/ Ban Báo Chí và Xuất Bản báo cáo thành quả trong thời gian qua

12/ Tổng kết của Chủ Tọa Đoàn.

13/ Thư Ký Đoàn đọc Biên bản Tổng kết

14/ Lời tuyên bố bế mạc của Hòa thượng Phó Thư Ký Thích Nguyên Siêu

15/ Hồi hướng công đức và hoàn mãn

3. Giới thiệu thành phần tham dự

Đại hội thành tâm cung thỉnh:

- Trưởng lão Hòa thượng Thích Huyền Tôn, Tăng Giáo Trưởng GHPGVNTN hải ngoại (Úc Châu).

- Trưởng lão Hòa thượng Thích Thắng Hoan, Chánh Văn phòng Hội Đồng Giáo Phẩm Trung Ương GHPGVNTN Hải ngoại tại Hoa kỳ (Hòa thượng cáo lỗi do Phật sự ở xa không vào tham dự và có lời chúc thành công đến Đại hội) đương vi Chứng minh Đại hội.

- Hòa thượng Thích Tuệ Sỹ, Cố vấn chỉ đạo HĐHP

- Thiền sư, Giáo sư, Sử gia Trí Siêu – Lê Mạnh Thát, phó Viện trưởng Viện Nghiên cứu Phật học Việt Nam, Chủ tịch Hội đồng Khoa học Học Viện Phật Giáo Việt Nam, cố vấn HĐHP.

Nhị vị là thuyết trình viên tại Đại hội.

Đại hội cung thỉnh:

- Hòa thượng Thích Đỗng Tuyên (Hoa Kỳ)

- Hòa thượng Thích Thiện Quang (Canada)

- Hòa thượng Thích Trường Sanh (Tân Tây Lan)

đương vi Chủ toạ đoàn.

Chư Tôn Hòa thượng, Thượng toạ, Đại đức Tăng Ni nhị bộ, Quý Giáo sư, Tiến sĩ, Thạc sĩ, Nhà nghiên cứu, v.v…, Quý Huynh trưởng GĐPT và quý đồng hương, Cư sĩ Phật tử của 19 nước tổng cộng 441 vị có mặt tại Đại hội.

Đại hội cử Ban Thư ký gồm:

- Thượng toạ Thích Hạnh Tấn (Đức quốc)

- Thượng toạ Thích Như Tú (Thuỵ Sỹ)

- Đại đức Thích Thanh An (Sri lanka)

- Sư cô Thích Nữ Giác Anh (Úc).

Ban Kỹ thuật gồm: Cư sĩ Tâm Quang Vĩnh Hảo, Huynh trưởng Tâm Thường Định, Huynh trưởng Quảng Pháp, Huynh trưởng Nhuận Pháp, Huynh trưởng Giác Chánh.

Ban Thông tin truyền thông: Thượng tọa Hạnh Tuệ cùng các ban viên.

Ban Ghi danh: Cư sĩ Nguyên Đạo – Văn Công Tuấn, Cư sĩ Giác Chánh, Cư sĩ Thị Thiện Phạm Công Hoàng.

II. Diễn văn Khai mạc

Hòa thượng Thích Như Điển, Đệ nhị Chủ tịch GHPGVNTN Âu Châu kiêm Chánh Thư ký HĐHP đã nhấn mạnh các vấn đề như sau:

- Sự chứng minh tham dự của Chư Tôn Hòa thượng, Thượng toạ, Chư Tôn Đại đức Tăng Ni nhị bộ, toàn thể Thiện hữu tri thức, Đạo hữu Phật tử đang có mặt chính là thể hiện sự quan tâm của quý Ngài và tất cả liệt quý vị cho một tiền đồ của Phật Giáo Việt Nam, đặc biệt là tâm

HT Thích Như Điển, Chánh Thư ký Hội Đồng Hoằng Pháp khai mạc Đại hội (Ảnh chụp màn hình)

nguyện Việt dịch toàn bộ Tam Tạng Kinh Điển mà chư Thánh Tăng của GHPGVNTN đã từng hoài bão.

- Hòa thượng đã cung thỉnh Nhị vị diễn giả thành lập Hội Đồng Phiên Dịch Tam Tạng Lâm Thời để có những bước đi cụ thể hơn trong vấn đề trước tác cũng như phiên dịch Đại Tạng.

- Trước khi tuyên bố Khai mạc, Hòa thượng khẳng định đây là dấu mốc lịch sử để mong rằng bộ Đại tạng Kinh chữ Việt sẽ sớm ra đời với tầm cỡ thế giới.

III. HT cố vấn chỉ đạo Thích Tuệ Sỹ thuyết trình về đề tài:

"Lịch sử hình thành Đại Tạng Kinh Việt Nam"

Phần I: Vấn đề Phiên dịch

1. Khẳng định tính "chính danh"

Trong tư cách, Cố vấn chỉ đạo Hội Đồng Hoằng Pháp, Hòa thượng nói trước hết về vấn đề chính danh và kế thừa của Hội đồng Phiên dịch Tam tạng Lâm thời.

Vấn đề phiên dịch tam tạng gồm dự án, chương trình phiên dịch và lịch sử phiên dịch Tam tạng Hán hệ kể từ thời kỳ đầu tiên với Ngài An Thế Cao qua Ngài Khương Tăng Hội v.v... (tham khảo Tài liệu Đại hội Hội Đồng Hoằng Pháp, bài: "Một số vấn đề ngữ pháp trong vấn đề phiên dịch Phạn Hán" đã gởi cho người tham dự).

Hội Đồng Phiên Dịch Tam Tạng đã được thành lập vào tháng 10 năm 1973 qua quyết định của Hội Đồng Giáo Phẩm Trung Ương GHPGVNTN, đầu tiên có 10 vị Trưởng lão trong Hội

Đồng Giáo Phẩm Trung Ương. Sau đó bổ sung thêm 8 vị. Như vậy, toàn thể Hội đồng Phiên dịch gồm 18 vị: Hòa thượng (HT) Trí Quang, HT Nhật Liên, HT Quảng Độ, HT Trí Tịnh, HT Minh Châu, HT Trung Quán, HT Trí Nghiêm, HT Thiện Siêu, HT Huyền Vi, HT Đức Nhuận, HT Thiền Tâm, HT Huệ Hưng, HT Trí Thành, HT Thuyền Ấn. HT Đức Tâm. HT Thanh Từ, HT Bửu Huệ, HT Tuệ Sỹ. Cho đến nay, quý Ngài đều lần lượt viên tịch hết cả, chỉ còn lại hai vị: Hòa thượng Trưởng lão Thanh Từ (đang ở trong tình trạng vô ngôn) và Hòa thượng Tuệ Sỹ.

Với nhiệm vụ kế thừa, bây giờ chúng ta không phải lập ra một Hội đồng Phiên dịch mới mà chính là kế thừa tiếp tục sự nghiệp những gì Quý Ngài đi trước đặt ra.

Trong suốt 10 năm từ 1963 đến 1973 các cơ sở giáo dục của Giáo hội đã hoàn thiện từ Tiểu học đến Cao đẳng và Đại học. Chương trình đào tạo cho Tăng Ni và Cư sĩ rất thiết thực để có thể đóng góp vào công việc xây dựng đất nước. Sau 1963, Phật Giáo mới làm sống lại vai trò của mình trong lịch sử dân tộc, đóng góp vào sự duy trì và phát triển truyền thống tinh hoa của dân tộc. Nhưng đến sau 1975, mọi sự lại thay đổi và gần 50 năm nay chúng ta chưa làm được gì như các vị đi trước đã làm.

Đại học Vạn Hạnh đóng vai trò lãnh đạo về tư tưởng, văn hóa, giáo dục và nâng tầm vị thế đối với Đông Nam Á và thế giới, với các tên tuổi – là những nhà tư tưởng, nhà văn, nhà báo… - đi vào lịch sử văn hóa văn học Việt Nam.

Sự kế thừa trước hết là tái thành lập Hội Đồng Phiên Dịch Tam Tạng và tạm gọi là Hội Đồng Lâm Thời. Gọi là "Lâm thời" vì xét ra chưa có ai đầy đủ công hạnh tu trì cũng như văn huệ và tư huệ khả dĩ sánh ngang với chư Tôn túc Trưởng lão, do đó chỉ có thể thành lập Hội đồng Lâm thời để kế thừa. Cho đến khi nào trình độ tu học được nâng cao, đủ để xác định tín tâm trong hàng bốn chúng đệ tử, và đủ cơ sở cũng như uy tín thì bấy giờ sẽ lập chính thức một Hội đồng Phiên dịch Tam tạng để hoàn tất, duy trì và phát huy những điều mà Thầy Tổ đã định hướng.

2. Hội Đồng Phiên Dịch Tam Tạng Lâm Thời, cơ cấu tạm thời sẽ là:

Cố vấn:	Giáo sư Trí Siêu Lê Mạnh Thát
Chủ tịch:	Hòa thượng Thích Tuệ Sỹ
Chánh Thư ký:	Hòa thượng Thích Như Điển
Phó Thư ký quốc nội:	Hòa thượng Thích Thái Hòa
Phó Thư ký hải ngoại:	Hòa thượng Thích Nguyên Siêu

Những thành viên khác sẽ lần lượt được thỉnh mời sau. Chúng ta biết rằng, nguyên tắc để tham dự Hội đồng Phiên dịch thì Hòa thượng Trí Tịnh, Trưởng ban Phiên dịch đã nêu rất rõ. Khi đề nghị một vị vào HĐPD thì Hòa thượng đã hỏi rõ là:

- Những vị tham gia phải có tác phẩm, và tác phẩm ấy phải có giá trị.

- Phải có uy tín trong vấn đề nghiên cứu.

Bởi chính đây là nền tảng để phát huy Phật giáo Việt Nam. Vì đây là căn bản tư tưởng phát huy PGVN, và không phải chỉ với PGVN mà Phật giáo đã gắn liền với dân tộc từ thế kỷ đầu tới nay qua biết bao nhiêu công trình văn hóa tư tưởng. Bởi vậy bộ Tam tạng Thánh giáo sẽ là căn bản tư tưởng của hệ tư tưởng PG dựa trên đó để chúng ta đóng góp cho dân tộc Việt Nam.

3. Về vấn đề phiên dịch

Theo như Đại hội vào năm 1973 chỉ rõ, bộ Đại Tạng đang dùng trên thế giới chính là Bộ Đại Chánh Tân Tu Đại Tạng Kinh – Taisho của Nhật Bản biên soạn lại theo quan điểm lịch sử chứ không theo hệ tư tưởng như Thanh Văn tạng, Bồ Tát tạng, Mật Tạng và Tạp Tạng.

- Về Kinh: bao gồm các bộ A Hàm là các Kinh điển thuộc sơ kỳ Phật Giáo, các kinh điển phát triển Đại Thừa sau này.

- Về Luật: cơ bản có 5 bộ, là văn hệ đầy đủ nhất trong các văn hệ hiện tại.

- Về Luận: hệ thống A Tỳ Đàm gồm các bộ luận sơ kỳ, trung kỳ, các giai đoạn phát triển. Các bộ phái chủ yếu như Trung luận, Du già hành, v.v...

Ngoài ra còn các tác phẩm trực tiếp truyền từ Ấn Độ, Tây Vực. Kế đến là các bộ sớ thích và chú giải của người Trung Quốc.

Trong 100 quyển thì 55 quyển đầu thường được xem là của người Trung Quốc nhưng trên thực tế hoàn toàn không phải như thế. Bởi vì các vị đóng góp như Ngài An Thế Cao người An túc, Ngài Khương Tăng Hội người Việt, một số Phạn tăng, một số Hán Tăng nổi tiếng tham dự phiên dịch như Huyền Trang, Nghĩa Tịnh; nhưng đa số là Phạn Tăng. Nên phải xem đây là công trình của nhiều dân tộc chứ không phải chỉ của người Trung Quốc. Ngoài ra, số còn lại là những tác phẩm sớ giải của người Nhật gồm những phần Tục kinh sớ, Tục Luật sớ, Tục luận sớ.

4. Lý do Nhật Bản in bộ Đại tạng:

Minh Trị Thiên Hoàng năm thứ nhất (1868) nhằm tôn vinh chủ nghĩa dân tộc, vị trí cao của Thiên Hoàng: Tế Chính nhất trí, vừa là Giáo chủ tôn giáo (Thần đạo) vừa là Hoàng đế thống trị đất nước, nêu bật chủ nghĩa tôn Hoàng ái quốc, một thứ chủ nghĩa dân tộc cực đoan lấy Thần đạo làm chủ yếu. Trong lúc cao trào hủy Phật diệt Thích lên đến cực điểm trong bốn năm, Phật giáo chịu thảm họa chưa từng có. Đến năm thứ năm Minh Trị thấy sai lầm nên thay đổi chính sách, mở ra Đại giáo viện mời các sư tăng vào làm việc. Vậy ngay từ lúc ấy Nhật Bản đã tỉnh thức cử người du học. Đầu tiên là Nam Điều Văn Hùng (Nanjō Bunyū (1849-1927) được cử sang Oxford Anh quốc, học triết học Ấn độ, và Sanskrit trực tiếp với Max Müller, nhà Phạn ngữ học xếp vào bậc nhất thế giới lúc bấy giờ. Mười ba năm sau ông trở về nước, đảm nhiệm chức Giáo thọ trưởng tại Đại học Ōtani. Chỉ trong vòng 50 năm sau ngày bị đàn áp khốc liệt, Phật giáo Nhật Bản đã được hồi sinh, không những chỉ ảnh hưởng lớn trong nước, mà còn cả trong thế giới phương Tây. Cho đến Đại Chánh năm 11 (1922), Bác sĩ Cao Nam Thuận Thứ cùng với Độ Biên Hải Húc tiến hành vận động Tân tu Đại tạng kinh, và Tiểu Dã Huyền Diệu đến năm 1924, lập hội Ấn hành Đại tạng (Đại Chánh Đại tạng kinh san hành hội). Người Nhật ấn hành và xử lý văn bản, đối chiếu với các bản Đại tạng khác. Trong vòng 10 năm mới công bố, với sự cật lực của các học giả đầy đủ các ngôn ngữ Sanskrit, Pali, Tây Tạng và Hán.

HT Thích Tuệ Sỹ, Cố vấn Chỉ đạo HĐHP thuyết trình
(Ảnh chụp màn hình)

Với một lực lượng học giả cả trăm vị có trình độ Tiến sĩ thật sự về các ngôn ngữ như tiếng Phạn, tiếng Tây Tạng; còn tiếng Hán thì người Nhật đa số họ rất giỏi, mà họ cũng cần phải 10 năm trời mới làm nổi. Còn chúng ta bây giờ nhận thấy khó có nhân sự có đủ tiêu chuẩn ngôn ngữ có thể so sánh được, nếu theo con đường ấy thì phải cần 50 năm hay cả trăm năm chưa chắc đã được. Cho nên chúng ta phải đổi cách dịch.

Bây giờ ta nói về một việc đơn giản: Vì sao người Nhật làm bộ Đại Tạng này?

Tất nhiên những người Trung Quốc không đả động gì đến, nhưng những học giả Tây phương nhìn vào và đánh giá ngay là:

- Thứ nhất: Sau 50 năm phát triển, người Nhật mới nhận thấy rằng chính PG là một hệ tư tưởng chủ yếu của Chủ nghĩa Dân tộc.

- Thứ hai: Người Nhật muốn chứng tỏ với thế giới rằng họ là một cường quốc, một cường quốc có nền văn hóa lâu đời, chủ đạo là Phật Giáo.

- Thứ ba: Để đoàn kết dân tộc.

Kinh nghiệm từ sự phục hưng của Phật giáo Nhật Bản mà uy tín và ảnh hưởng không chỉ trong nước mà còn lan rộng đến thế giới phương Tây trong thời kỳ mà phương Tây tự hào văn minh của họ xem các nền văn minh văn hóa phương Đông là lạc hậu, chúng ta, Phật giáo Việt Nam, tự hào đi trước Nhật Bản gần năm thế kỷ, nhưng đến nay Phật giáo Việt chưa có vị trí gì đáng kể trong các giới học thuật trí thức Việt Nam, nói chi đến uy tín trong giới trí thức phương Tây. Khiếm khuyết quan trọng nhất, đó là chưa có một bản dịch Đại tạng kinh tiêu biểu. Do đó, một Hội đồng Phiên dịch cần cấp thiết thành lập và khởi sự hoạt động, một cơ sở giáo dục đào tạo kế thừa cần được thiết lập và tích cực hỗ trợ lâu dài.

Trên đây chúng tôi đã tóm tắt ý hướng và mục đích thành Lập Hội đồng Phiên dịch Tam tạng Lâm thời sẽ được thảo luận và yêu cầu góp ý trong Đại hội Hoằng Pháp hôm nay.

Tiếp theo sau đây, chúng tôi xin đề xuất chương trình phiên dịch, gồm 2 phần.

Phần đầu chúng tôi nói về nội dung phiên dịch Hán tạng; tiếp theo GS Lê Mạnh Thát sẽ nói rõ về Đại tạng kinh Việt Nam bao gồm cả ba hệ văn hiến Phật giáo hiện đại: văn hệ Pāḷi, văn hệ Hán và văn hệ Tạng ngữ.

Chương trình phiên dịch Hán tạng của Hội đồng Phiên dịch Tam tạng đề xuất năm 1973 là căn cứ trên Đại tạng Tân tu Đại tạng kinh, dịch trọn vẹn, với các kinh đơn dịch và biệt dịch thì cần xét đến giá trị văn học và giáo nghĩa. Nhưng với trình độ hiện tại chúng ta khó có thể thực hiện được, phải cần nhiều thập kỷ mới hoàn thành phần nào.

Chúng ta sẽ đi từng bước từ đầu, tức đi theo truyền thống: Thanh Văn Tạng, Bồ Tát Tạng, Mật Tạng. Nói Thanh Văn Tạng nhưng thật ra đây là nền tảng giáo lý của sơ kỳ Phật giáo mà tất cả các bộ phái để phải dựa theo.

- Về Kinh tạng, gồm 4 bộ A Hàm tương đương với 4 bộ Nikaya, và bộ Bản duyên tương đương với một số trong Khuddaka Nikāya (Tiểu bộ kinh).

- Về Luật: hiện tại có 3 hệ được hành trì đó là Tích Lan theo hệ luật Pali theo hệ Theravada; Việt Nam, Nhật Bản, Triều Tiên, Trung Quốc theo hệ Luật Dharmaguptaka (Pháp Tạng Bộ); Tây Tạng theo hệ Mūlasarvāstivāda (Căn bản Thuyết nhất thiết hữu bộ).

- Về Luận: tạng Luận hiện tồn khá đầy đủ trong Hán hệ là bảy bộ A-tì-đàm thuộc Luân tạng của Nhất Thiết Hữu. Về con số, tương đương với bảy bộ Ahidhamma Pāḷi, nhưng do dị biệt tư tưởng nên nội dung không đồng nhất. Trong Lục túc luận của Hữu bộ, hiện đã dịch xong Tập dịch môn luận là hai bộ Luận thuộc sơ kỳ của Hữu bộ và cũng chính là căn bản giáo nghĩa của Hữu bộ diễn giải các kinh căn bản trong A-hàm tương đương với các Kinh trong Nikāya-Pāli. Một luận thư hệ thống hóa toàn bộ giáo nghĩa A-tì-đàm là A-tì-đạt-ma Câu-xá luận (Abhidharmakośabhāṣya). Lục túc và Phát trí đang tiến hành phiên dịch. Ngoài ra, một số luận thư thuộc các bộ phái khác như Thành thật luận được xem thuộc Kinh lượng bộ, Tam-di-để bộ, luận thư thuộc Chánh lượng bộ, Xá-lợi-phất A-tì-đàm. Nhưng luận thư cũng sẽ được phiên dịch để hoàn tất Luận tạng tạm gọi là Thánh văn tạng.

Hy vọng trước Phật Đản sang năm (PL.2066, DL.2022), bộ Thanh văn tạng tiên khởi này tạng này sẽ được khởi sự ấn hành.

Phần II: Vấn đề đào tạo

Vấn đề phiên dịch ngày nay không thể không biết tiếng Phạn, nếu không biết tiếng Phạn chắc chắn không thể dịch đúng được. Tiêu chuẩn hàn lâm khi dịch tiếng Việt thì cần phải có nguồn nhân lực được đào tạo bài bản, nghiêm túc. Ngoài ra cần phải có tiếng Tạng và chữ Hán chuyên môn. Trong vòng 2 tháng vừa qua Hội Đồng Hoằng Pháp đã tổ chức được lớp Tiếng Phạn do Tiến sĩ Đỗ Quốc Bảo tại Đức, người đã tốt nghiệp văn bằng Tiến sĩ về tiếng Phạn theo tiêu chuẩn Phạn văn quốc tế.

Cần thiết sẽ thành lập Phật học viện đào tạo Tăng Ni từ cấp Cử nhân, Thạc sĩ với đường lối rõ rệt, vừa đáp ứng học thuật, nghiên cứu, dịch thuật và hoằng pháp. Vấn đề này Hòa thượng Như Điển đã phát tâm và sẽ bàn với Chư vị Hòa thượng khắp nơi trong tương lai để thành lập Phật học viện. Trụ sở đã đầy đủ tại chùa Viên Giác, giờ chỉ cần giáo thọ. Chúng ta sẽ bàn thảo sau để làm sao mang đủ tầm quốc tế để nói chuyện với thế giới.

Phần III: Vấn đề ấn hành

Đây là vấn đề kỹ thuật. Chúng ta sẽ định hình, khuôn khổ, kích cỡ. Bộ Đại Tạng này sẽ không lớn quá, không nhỏ quá, không cồng kênh và phải đảm bảo tính trang nghiêm, dễ đọc, phục vụ cả nhu cầu nghiên cứu và trì tụng. Cần phải tham khảo ý kiến Quý Hòa thượng, và tất cả số đông.

Phần IV: Vấn đề tồn đọng

Vấn đề tồn đọng cần thành lập trong tương lai đó là Hội đồng duyệt văn. Cung thỉnh Giáo sư Lê Mạnh Thát làm cố vấn. Tuyển chọn nhân sự chuyên môn về Phạn, Tạng, Hán, để chuyết văn cũng như vấn đề hành văn.

Trên đây là những điều cơ bản. Chúng ta nói được thì phải làm được và sẽ công bố trong sang năm. Đây không đơn thuần là vấn đề Tôn giáo mà còn là vấn đề văn hóa dân tộc.

Chúng tôi xin tri ân, Chư tôn Trưởng lão Hòa thượng, quý Thượng toạ Tăng Ni và quý quan khách đã lắng nghe. Những gì thiếu sót mong quý vị lượng tình và sửa sai dùm.

❖ **Lời Đạo tình của Hòa thượng Tăng trưởng Thích Huyền Tôn**

Sau lời thăm hỏi và chào mừng Đại hội của Hòa thượng, Ngài khiêm tốn "Tôi cũng e sợ vì tuổi tác nên nói năng lắm cầm làm ngại lòng Quý Ngài nên thành tâm xin lỗi trước." Hòa thượng nhắc, thời đó, một số vị lấy Kinh đã dịch thay đổi tên họ, chỉnh sửa nội dung sai một cách trầm trọng. Gặp trường hợp này Hòa thượng đã báo về Viện và không vui gì khi tình trạng này tràn lan. 18 vị trong ban dịch thuật đã ra đi gần hết đó là điều đáng buồn. Mong Đại hội hôm nay, đặc biệt với trí tuệ của Hòa thượng Tuệ Sỹ sẽ dịch và truyền bá cho chúng sanh nương nhờ. Hòa thượng cũng cầu nguyện Đại hội thành công.

Trưởng lão HT Thích Huyền Tôn, Tăng Giáo Trưởng GHPGVNTN hải ngoại (Úc Châu) - (Ảnh chụp màn hình)

IV. Câu hỏi từ hội chúng

Câu hỏi 01: Bác sĩ Trịnh đình Hỷ (Pháp) hỏi:

Đại Tạng Kinh Việt Nam có bao gồm dịch Kinh Pali không? Nếu không thì đó là một thiếu sót lớn vì Kinh Pali là gần nhất với lời Phật dạy, hơn nữa phải bao gồm Kinh Pali thì mới đúng với tinh thần của GHPGVNTN.

Hòa thượng Tuệ Sỹ đáp:

Cần nhận định rõ, văn hệ Phật giáo hiện tại có ba gồm văn hệ Phạn, Hán và Tây Tạng. Đầy đủ nhất vẫn là Hán tạng. Phần Pali người Nhật cũng đã dịch và đưa vào phần Nam truyền Đại Tạng kinh. Nhớ rằng, chúng ta dịch với hệ ngôn ngữ hiện tại. Song, Nam truyền Đại tạng kinh đã được Cố Hòa thượng Thích Minh Châu dịch rồi gồm 04 bộ Nikāya và một phần Jataka. Còn phần Abhidhamma thì Quý vị Nam truyền đang làm. Khi cần, chúng ta sẽ họp lại để thống nhất từ ngữ để hoàn thiện. Nhớ rằng chúng ta đang dịch Hán Tạng là một trong ba Thánh ngữ của Phật Giáo.

(Nghỉ giải lao 10 phút, và Đại hội xem clip video Tưởng Niệm 18 vị Tổ Sư trong Hội Đồng Phiên Dịch năm 1973.)

V. Thiền sư, Giáo sư Trí Siêu - Lê Mạnh Thát thuyết trình về chủ đề:

"Phiên dịch Đại Tạng Kinh Việt Nam"

Phần I: trả lời tiếp câu hỏi về tạng Pali

Sau khi cẩn bạch Chư tôn Hòa thượng chứng minh, Chư Tôn Hòa thượng, Thượng toạ, Đại đức Tăng Ni và gởi lời chào đến Đại hội, trước khi đi vào bài diễn thuyết chính, GS trả lời tiếp câu hỏi nêu trên. Giáo sư nói: "Tạng kinh Pali đã được in dưới tên Đại tạng kinh Việt Nam Nam truyền của Cố Hòa thượng Thích Minh Châu dịch." Giáo sư là người trực tiếp đứng ra in dưới sự chứng minh của Cố Hòa thượng. Ban đầu Đại học Vạn Hạnh in và sau này Viện Nghiên Cứu Phật Học in lại đầy đủ. Ban đầu, Cố Hòa thượng chia làm hai phần Pali và Hán tạng, phần Hán tạng được chia cho Phật Học Viện Huệ Nghiêm dịch Trường A Hàm và Phật Học Viện Hải Đức Nha Trang do Hòa thượng Tuệ Sỹ dịch Trung A Hàm.

GS. Trí Siêu Lê Mạnh Thát thuyết trình
(Ảnh chụp màn hình)

Sau này, in riêng thành 2 phần theo tiêu chuẩn quốc tế gồm Pali và Hán tạng. Phần kinh bộ Đại Tạng Kinh Việt Nam Nam truyền đã in đầy đủ. Phần Jataka cũng được dịch và so sánh đối chiếu với các nguồn kỹ càng.

Phần II: Phiên dịch Đại Tạng Kinh Việt Nam

A. Vấn đề thứ nhất

Giáo sư đề cập đến 2 bộ A Hàm đầu tiên được in là Trường A Hàm và Trung A Hàm, được Giáo Sư và Hòa thượng Tuệ Sỹ mở đầu là "Phàm lệ" với cốt lõi là "in tất cả những tác phẩm đã được dịch bởi Chư Tôn đức đi trước và các bản dịch sau."

B. Vấn đề thứ hai

Tại sao chỉ quan tâm bản Pali-Phạn mà không có Tây Tạng? Ngoài tạng Pali, Hán phải chú trọng đến tạng Tây Tạng. Bên cạnh đó, sự đóng góp của Phật Giáo Chiêm Thành cũng cần được nghiên cứu. Bộ Luận Duyên sinh kinh trong Đại Tạng Kinh có 2 bản: 1 do Ngài Huyền Tráng dịch, hai là Ngài Bất Không dịch. Do tướng Lưu Phương đem về Trung Quốc với 600 bản Kinh Lá bối tại kinh đô Chiêm Thành (Bình Định) rồi dùng nó dịch ra tiếng Hán. Trong khi đó, Ngài Huyền Trang có 2 đại đệ tử thì có một Tông chủ của Câu Xá tông là người Việt Nam, còn lại là Tông chủ của Pháp Tướng Tông.

C. Vấn đề thứ ba

Đây là vấn đề đào tạo, chính là vấn đề cấp tốc. Dự trù cho tương lai phải đào tạo nguồn nhân lực về Phạn và Tạng, điều này đã và đang tiến hành.

D. Vấn đề thứ tư

- Lý do dịch Đại Tạng Kinh Tây Tạng gấp? Đại Tạng Kinh Tây Tạng được cấu thành từ 2 bộ phận khác nhau, gồm: Hiển giáo (với bản Kinh Hoa Nghiêm là bản đầu tiên) và bộ Mật giáo.

- Việt Nam có xu hướng cho Đại Thừa là phi Phật thuyết. Phải dịch tất cả 3 tạng để xác minh tất cả là lời Phật. Tất cả đều dựa trên khoa học và lịch sử.

- Cho nên nói để thấy truyền thống điển huấn của PGVN. Bây giờ phiên dịch Đại Tạng kinh Việt Nam. Phiên dịch từ chữ Hán. Đại Tạng kinh này không dứt khoát là chữ Hán. Vì Phật Giáo là hiện tượng văn hóa quốc tế, không dành cho bất cứ dân tộc nào. Các dân tộc đều có phần đóng góp của mình. Khi hình thành Bộ Đại Tạng Kinh chữ Hán có đóng góp của người Việt Nam trong đó. Chắc chắn cụ thể nhất là Ngài Khương Tăng Hội với Lục Độ Tập kinh. Khi tiếp nhận kinh điển từ các Phạn tăng, Ngài Khương Tăng Hội dịch sang chữ Hán từ tiếng Việt.

Nghiên cứu dựa trên Duyên sinh Sử quan.

- Đại tạng kinh Việt Nam dịch ra từ chữ Hán nhưng vẫn gọi là Đại Tạng kinh Việt Nam. Vì đây là bản kinh từ xưa đến nay Tổ tiên ta học tập và nghiên cứu. Đó là Đại Tạng Kinh có sự đóng góp của nhiều dịch giả quốc tế, rất nhiều người khác nhau, trong đó có người Việt Nam mình. Các tác phẩm của Phật Giáo Việt Nam cũng rút ra từ đây, cũng như Phật Giáo Nhật Bản. Cho nên bây giờ mình dịch thì mình phải nói là Đại Tạng Kinh Việt Nam. Đại Tạng Kinh Việt Nam Nam Truyền, Đại Tạng Kinh Việt Nam Tạng Truyền.

- Bài thuyết pháp đầu tiên của Đức Phật là gì? Đa số trên thế giới đều cho là Kinh chuyển Pháp luân. Nhưng trước khi có bài thuyết pháp ấy ở Vườn Nai, bản Kinh Hoa Nghiêm đã được Đức Phật giảng cho Chư Bồ Tát tại Bồ Đề Đạo Tràng về giáo lý Duyên Khởi – giáo lý mà Đức Phật đã giác ngộ. Phật giáo Tây Tạng quan niệm bản kinh đầu tiên Phật thuyết chính là Kinh Hoa Nghiêm về đạo lý Duyên Khởi. PGVN nên nghiên cứu kỹ vấn đề này để công bố cho thế giới biết, học thuyết Duyên Sinh lý giải nhiều vấn đề, không những chỉ về khoa học mà còn về lịch sử. Sau này ai hỏi tôi viết lịch sử theo quan điểm nào thì tôi nói là: Duyên sinh sử quan (mọi vật cái này có thì cái kia có…). Vì vậy nên dịch Đại Tạng Kinh Tây Tạng gấp rút.

E. Vấn đề thứ năm

Dịch và in toàn bộ kể cả Đơn hành bản và Dị bản, không bỏ bất cứ bản nào. Để trung thành với các bộ kinh và các bộ phái.

VI. Câu hỏi

Câu hỏi 1: Cư sĩ- dịch giả Võ Văn Nhân – Làng Đậu: *"Hiện nay, hệ thống máy học (machine learning) được ứng dụng rất mạnh trong hệ thống dịch, Quý Ngài có định hướng gì trong hệ thống này hay không?"*

Câu hỏi 2: Phật tử Phạm thị Thủy: *"Nếu chỉ dựa vào các bản Kinh chữ Hán và Tây Tạng thì có đảm bảo rằng những lời dạy đó được xuất phát từ lời dạy nguyên bản của Đức Phật Thích Ca Mâu Ni hay không?"*

• *Giáo sư trả lời câu hỏi 1:* "Chúng tôi biết anh Làng Đậu có chuyên về kỹ sư vi tính nên bàn về chuyện dịch máy là nên bàn. Nhưng vấn đề, dịch Kinh phải bắt đầu từ việc hiểu Kinh mới dịch Kinh. Chuyện dịch Kinh từ chương trình vi tính có lẽ được lên chương trình dịch từ máy sang tiếng Việt cho nhanh chóng, sau đó mình sẽ chứng nghĩa và hiệu đính lại, việc này rất lâu. Những phần cần lên chương trình dịch qua máy từ tiếng Tây Tạng sang tiếng Việt. Dù dịch từ máy ra tiếng Việt còn nhiều vấn đề, nhưng nếu có chương trình vi tính giúp dịch thì cũng tốt trong một vài khía cạnh nào đó."

• *Giáo sư trả lời câu hỏi 2:* "Cần nhận thức rõ một số vấn đề. Theo kinh nghiệm của các học giả thế giới, nếu mất bản chữ Phạn, thì không thể dựa vào bản Hán để dựng lại, nhưng dựa vào bản chữ Tây Tạng thì hoàn toàn có thể. Lý do bởi người Tây Tạng khi dịch Kinh rất khoa học, sát nghĩa và nghiêm túc trong khi người Hán quá chú trọng đến văn nhã (tính thanh lịch của văn chương)." Vì lẽ đó, cần đào tạo nghiêm túc nhân lực tiếng Phạn và Tây Tạng.

Câu hỏi 3: Giáo sư, Tiến sĩ Nguyễn Xuân Thu, từ Đại Học RMIT- Úc: *"Xin Giáo sư trình bày về Đại học Trần Nhân Tông ở Việt Nam."*

• *Giáo sư trả lời câu hỏi 3:* Xin hẹn Đại hội khác sẽ trình bày.

• **Hòa thượng Tuệ Sỹ phát biểu thêm về Vai trò của Phật Giáo Việt Nam.** Trong bài phát biểu tại Hội thảo quốc tế về Phật giáo hiện đại, Cơ hội và Thách thức, GS Aramaki, Đại học Ōtani Nhật Bản, vốn là bạn học cấp Tiến sĩ với Thầy Thát tại Wisconsin, đã nêu câu hỏi như sau: "Trong giai đoạn đầu, người Việt Nam và Phật Giáo Việt Nam đã là yếu tố quan trọng trong sự truyền bá Phật giáo tại Trung Quốc; vậy, hiện tại vai trò của Phật Giáo Việt Nam như thế nào trong sự truyền bá Phật giáo tại các nước Đông Nam Á?" Trong quá khứ, chúng ta đã khẳng định, vấn đề này cần phải hiểu, đây là sự đóng góp cho nền văn minh và sự hòa bình của nhân loại, chứ không phải tự tôn hay tự ti dân tộc. Vấn đề cần thiết hôm nay chính là Phiên dịch Tam Tạng và mời Giáo sư Lê Mạnh Thát làm cố vấn là vì lẽ Giáo sư có tầm ảnh hưởng rất lớn với Thế giới.

Câu hỏi 4: *"Giữa ngôn ngữ Pali và Sanskrit khác và giống nhau như thế nào? Tại sao học giả gọi ngôn ngữ Pali là ngôn ngữ nguyên thủy của Kinh điển Phật giáo?"*

• *Giáo sư trả lời:* Sankrit là tiếng chuẩn, văn nhã. Devanagari là Thiên thành. Tiếng Phạn là tiếng cơ bản của sách vở Ấn độ. Riêng Phật Giáo, nhờ tình thương rộng lớn của Đức Phật, Ngài cho phép các đệ tử giảng lời và ý Ngài qua ngôn ngữ của tổ tiên mình. Pali là một trong những tiếng địa phương mà đến bây giờ học giả vẫn chưa tìm ra địa phương chính xác của Ấn độ. Giả thuyết, khi Tôn giả Mahinda và Tỳ Kheo Ni Saṅghamittā, hai người con của Vua A Dục đem Phật Giáo truyền vào Tích Lan và dùng Pali. Vùng Madhya Pradesh của Ấn Độ lúc ấy dùng Pali, đây là một phương ngữ của Ấn Độ lúc ấy. Ngay trong Tạng Pali, vẫn có những đoạn văn không phải Pali mà là bán Magadha. Đức Phật trú tại Magadha, tất nói tiếng Magadha với người Magadha chứ không thể là Pāli.

VII. Hòa thượng Tăng Giáo Trưởng ý kiến

Kính thưa Hòa thượng Tuệ Sỹ và Giáo sư Trí Siêu, cao trào học Pali và Sanskrit tuy đang phát triển, nhưng cũng còn nhiều vấn đề tồn đọng, như có tình trạng chê bai, xuyên tạc giáo nghĩa Đại Thừa, tuy không nhiều nhưng mỗi bộ một ít như Hoa Nghiêm, Bảo Tích, Di Đà… làm hoang mang không biết Kinh điển có đúng lời Phật dạy hay không? Quý Ngài lấy tiêu chuẩn nào để phiên dịch, lấy tiêu chuẩn theo như tinh thần hội nghị 1973, hay là phiên dịch Pali hay là song hành. Theo Hòa thượng, giáo nghĩa Đại Thừa của Phật Giáo Việt Nam của hơn 200 năm nay có nên phiên dịch, củng cố hay để lủng củng trong vấn đề tín ngưỡng và diễn giảng. Mong Quý Ngài đưa ra vấn đề dịch thuật cho rõ ràng.

VIII. Hỏi đáp câu hỏi của Hòa thượng Tăng Giáo Trưởng

Hòa thượng Tuệ Sỹ xin trả lời: "Ngày nay, chúng ta phiên dịch theo tiêu chuẩn quốc tế. Riêng vấn đề xuyên tạc thì không bận tâm, quyền tự do tư tưởng là quyền mỗi người. Vấn đề chủ yếu là đào tạo nhân lực chuẩn mực để dịch chuẩn, dịch đúng. Vấn đề bình dân thì quyền mỗi người, duy chỉ các thầy trong lĩnh vực nghiên cứu hàn lâm, hoằng pháp nơi đây thì cần học đúng, nghiên cứu chuẩn. Người trí sẽ tự hiểu và phân biệt đúng sai."

IX. Báo cáo lớp Phạn ngữ

Tiến sĩ Đỗ Quốc Bảo báo cáo về lớp Phạn ngữ: "Con xin kính chào quý Ngài Tôn Túc trong Ban Hoằng Pháp, nhất là Hòa thượng Tuệ Sỹ và Hòa thượng Như Điển. Con rất vui khi lớp học tiếng Phạn cho đến giờ này là 2/3 tu sĩ và 1/3 Cư sĩ. Số lượng học viên theo học cho đến bây giờ sau 3 tháng khai giảng là 54 vị, giảng dạy 6 lớp. Bài vở đã đi được 1/3 chương trình. Đây là khoá thứ 03. Chúng con có mời thêm 2 vị để trợ giảng. Chương trình học theo tiêu chuẩn giáo dục Âu Châu. Tinh thần học của quý học viên rất mạnh và mọi người đều cố gắng, cho dù tốc độ học có phần chậm đi vì sự khó dần của ngôn ngữ. Đây là một niềm vui chung trong quá trình học tiếng Phạn, có thể hy vọng sau khi kết thúc khóa học, tỷ lệ thi đậu sẽ cao. Sau khi kết thúc có thể đọc và dịch những bản đơn giản sau hơn 03 năm hi vọng sẽ dịch được Kinh điển Phạn văn.

TS. Đỗ Quốc Bảo
(Ảnh chụp màn hình)

X. Báo cáo sinh hoạt và thành quả của Ban Báo chí và Xuất bản

Huynh trưởng Tâm Thường Định trình bày với những điểm chính như sau:

- Xuất bản được 05 quyển sách như Pháp Diệt Tránh, Yết Ma Yếu Chỉ, Phật lý Căn bản, Tổng quan về Nghiệp. Ban bảo trợ đã thỉnh và gởi cho thành viên của HĐHP khắp các nơi 03 tác phẩm Pháp Diệt Tránh, Yết Ma Yếu Chỉ và Tổng quan về Nghiệp.

- Sẵn sàng để kết hợp với các ban trong công việc in ấn sắp tới.

- Các trang web, mạng xã hội được đăng tải, cập nhập tin và bài liên tục. Các lượt theo dõi và truy cập tương đối.

- Bài vở nghiên cứu, tin, bài, các công tác xã hội v.v… đều được cập nhật liên tục.

XI. Thượng toạ Thích Nguyên Tạng thông qua danh sách HĐHP

Thượng toạ Nguyên Tạng tán thán công đức của Thượng toạ Thích Tâm Hòa Trưởng ban Ban Bảo Trợ đã phát tâm cúng dường tất cả mọi chi phí cho Ban Báo Chí, đặc biệt là 03 tác phẩm phẩm Pháp Diệt Tránh, Yết Ma Yếu Chỉ và Tổng quan về Nghiệp.

Sơ lược thành viên của các ban:

• Ban Phiên dịch Trước tác:

- Cố vấn kiêm Trưởng ban : Hòa thượng Thích Tuệ Sỹ

- Phó ban   : Hòa thượng Thích Thiện Quang (Canada),

- Phụ tá   : Thượng tọa Thích Như Tú (Thuỵ Sỹ).

- Thư Ký   : Đại đức Thích Hạnh Giới (Đức Quốc).

- Thành viên: Thượng toạ Tuệ Uyển (Hoa Kỳ), Đại đức Thanh An (Tích Lan), Ni trưởng TN Giới Châu (Hoa Kỳ), Ni sư TN Quảng Trạm (Pháp), SC TN Giác Anh (Úc), Cư sĩ Hạnh Cơ (Canada), (sẽ được bổ sung thêm).

• Ban Truyền bá Giáo lý:

- Cố Vấn   : Trưởng lão Hòa thượng Thích Thắng Hoan (Hoa Kỳ)

- Trưởng ban   : Hòa thượng Thích Đỗng Tuyên (Hoa Kỳ)

- Phó ban   : Hòa thượng Thích Bổn Đạt (Canada)

- Phó ban   : Hòa thượng Thích Trường Sanh (Tân Tây Lan)

- Phó ban   : Hòa thượng Thích Tâm Huệ (Âu Châu)

- Thư Ký   : Thượng Toạ Thích Hạnh Tấn (Đức)

- Thành viên: Hòa thượng Thích Nhựt Huệ (Hoa Kỳ), Thượng Toạ Thích Hoằng Khai (Na Uy), Thượng Toạ Thích Giác Tín (Úc Châu), Thượng Toạ Thích Thiện Duyên (Hoa Kỳ), Thượng Toạ Thích Thiện Long (Hoa Kỳ), Thượng Toạ Thích Thiện Trí (Hoa Kỳ), Thượng Toạ Thích Đạo Tỉnh (Hoa Kỳ), Thượng Toạ Thích Chúc Đại (Hoa Kỳ), Sư cô TN Thông Niệm (Canada), Sư cô TN Tịnh Nghiêm (Hoa Kỳ)… cùng Chư Hòa thượng, Thượng Toạ, Đại đức Tăng Ni thành viên HĐHP.

• Ban Bảo trợ:

- Cố Vấn   : Thượng toạ Thích Trường Phước (Canada)

- Trưởng ban   : Thượng toạ Thích Tâm Hòa (Canada)

- Phó ban   : Thượng toạ Thích Tâm Phương (Úc Châu)

- Phó ban   : Thượng toạ Thích Quảng Đạo (Pháp)

- Phó ban   : Ni trưởng TN Diệu Phước (Đức)

- Phó ban   : Ni sư TN Nguyên Thiện (Hoa Kỳ)

- Phó ban   : Ni sư Thích Nữ Diệu Tánh (Hoa Kỳ)

- Phụ tá   : Đại đức Thích Thông Giới (Canada), Sư cô TN Thông Tịnh (Canada)

- Thủ quỹ   : Ni sư Thích Nữ Bảo Quang (Canada)

- Thư ký   : Ni sư Thích Nữ Đức Nghiêm (Canada)

• **Ban Báo chí và Xuất bản:**

- Trưởng ban: Thượng tọa Thích Nguyên Tạng (Úc)

- Phó ban   : Thượng tọa Thích Hạnh Tuệ, Cư sĩ Tâm Quang – Vĩnh Hảo (Hoa Kỳ)

- Thư ký   : Cư sĩ Tâm Thường Định – Bạch Xuân Phẻ (Hoa Kỳ)

- Thành viên: Tâm Huy – Huỳnh Kim Quang (Hoa Kỳ), Quảng Tường – Lưu Tường Quang (Úc), Nguyên Đạo – Văn Công Tuấn (Đức), Nguyên Trí – Nguyễn Hòa/ Phù Vân (Đức), Quảng Trà – Nguyễn Thanh Huy (Hoa Kỳ), Quảng Anh – Lê Ngọc Hân (Úc), Thanh Phi – Nguyễn Ngọc Yến (Úc), v.v…

XII. Tổng kết của Chủ Tọa đoàn

Hòa thượng Thích Thiện Quang (Canada):

Sau lời cẩn bạch Chư Tôn Hòa thượng và lời chào Đại Hội, Hòa thượng đúc kết một số điểm chính như sau:

- Đa phần hiện diện trong Đại hội là học trò của Nhị vị diễn giả Đại hội, tất cả đều hoan hỷ và học hỏi được rất nhiều khi được nghe những lời thuyết trình của Nhị vị. Qua đó, Đại hội cũng biết được những thành tựu dịch thuật về Tam Tạng vô cùng trân quý.

- Thật may mắn cho Tăng Ni và Phật tử Việt Nam khắp thế giới, cũng như toàn thể hội chúng được tiếp cận với các tác phẩm trước tác, dịch thuật của Chư tôn

HT Thích Thiện Quang
(Ảnh chụp màn hình)

Hòa thượng và của nhị vị diễn giả. Mong rằng tương lai sẽ thành tựu những gì mà nhị vị hướng dẫn và hoài bão.

- Thật là hạnh phúc khi hơn 440 vị khắp nơi đều tập trung trên không gian này để học hỏi, tiếp thu và kế thừa những tâm nguyện lớn lao.

Hòa thượng Thích Trường Sanh (Tân Tây Lan):

Sau lời cẩn bạch Chư Tôn Hòa thượng và lời chào Đại Hội, Hòa thượng xin một số ý kiến như sau:

- Sự thao thức và trăn trở của nhị vị diễn giả về Đại Tạng Kinh Việt Nam mong sẽ được

HT Thích Trường Sanh

sớm hoàn thành và thành phần Ban của HĐHP nỗ lực hơn nữa để chóng hoàn thành tâm nguyện.

- Về phần tạng Pali đã hoàn mãn nhờ bộ kinh của Hòa thượng Thích Minh Châu. Một số tác phẩm Hán tạng nên dịch thống nhất, và Hòa thượng đã dịch một số như Kinh Kim Cương Giảng Lục, Bồ tát tại gia, cũng như góp phần khảo chính phụ giúp Cố Hòa thượng Thích Thiện Siêu đều là những tâm tư cho công tác dịch thuật.

Hòa thượng Thích Thích Đồng Tuyên (Hoa Kỳ):

Hòa thượng nhận định rằng, theo như Đại hội hôm nay, có 02 vấn đề chính:

1. Vấn đề giáo dục

Có thể mở thêm lớp Phạn văn cơ bản, tiếng Hán, tiếng Anh, tiếng Việt tại Mỹ, và Hòa thượng sẽ đảm nhận vấn đề này. Nên có chương trình hoạch định cụ thể, rõ ràng.

2. Vấn đề hoằng pháp

Đến nay đã họp được 03 kỳ, bước đầu có những thành công mỹ mãn. Canada chưa có người phụ trách vấn đề hoằng pháp. Âu Châu có Thượng tọa Hạnh Tấn, Hoa Kỳ do Thượng tọa Thiện Duyên, Úc Châu do Hòa thượng Trường Sanh đảm nhiệm. Kế hoạch năm 2022 sẽ đề ra chương trình cơ bản như Ngũ Uẩn và 37 Phẩm trợ đạo, tiếp đến sẽ nâng cấp.

HT Thích Đồng Tuyên
(Ảnh chụp màn hình)

XIII. Phát biểu của Hòa thượng Thích Thái Hòa

Sau lời cung bạch Chư Tôn Hòa thượng, Thượng toạ, và kính chào Đại Hội, Hòa thượng nhận thấy:

- Đường hướng đã được Nhị vị diễn giả vạch ra rõ ràng, Bộ Đại Chánh Tân Tu là văn bản chính dùng để phiên dịch. Đây là bản Kinh có sự đóng góp của những vị Cao Tăng trên toàn thế giới trong đó có người Việt. Đây là bản tiêu chuẩn thế giới. Vì lẽ đó, công trình phiên dịch Đại Tạng Kinh Việt Nam dựa vào Bộ Đại Chánh Tân Tu làm tiêu chuẩn. Phần Nam truyền, như Giáo sư đã trình bày thì có Đại Tạng Kinh Việt Nam Nam truyền và Đại Tạng Kinh Việt Nam Tây Tạng nhằm đáp ứng nhu cầu nghiên cứu và học tập.

- Vấn đề đào tạo nhân sự là vấn đề quan trọng.

- Vấn đề truyền bá, in ấn, bảo trợ và biến những điều trong Đại hội thành hiện thực; Chư vị đứng đầu trong các Ban chính cũng đã được rõ ràng trong Đại hội. Hòa thượng Thích Thái Hòa mong mỏi các thành viên trong các ban nỗ lực, tinh tấn để hiện thực hoá một cách hiệu quả các vấn đề đặt ra. Như thế, mới báo đáp được công ơn của Chư Lịch Đại Tổ Sư.

- Đây là cơ hội được ngồi lại với nhau và đặt sự tồn tại của Chánh pháp lên trên tất cả mọi sự tồn tại khác.

- Nhân được Hòa thượng Thích Như Điển mời trực tiếp để tham dự đại hội, Hòa thượng thấy rằng đây là vinh dự và sẵn sàng đóng góp cho mục đích của Đại hội. Tất cả đều chỉ để báo đáp công ơn Tam Bảo, Thầy tổ.

HT Thích Thái Hòa (Ảnh chụp màn hình)

- Hòa thượng nhắc lại lời của Giáo sư Lê Mạnh Thát rằng: "Chúng ta nghiệp trọng phước khinh, chướng thâm huệ thiển" nên không tự phụ những gì làm được. Mọi việc đều nhờ sự gia trì của Tam Bảo, Thầy tổ cũng như sự hợp lực của anh em trong niềm hòa hợp và thanh tịnh.

XIV. Ban Thư ký đọc Biên bản Đại hội

Thư Ký đoàn ủy nhiệm Đại đức Thích Thanh An đọc biên bản ghi nhanh tại Đại Hội.

XV. Lời Cảm tạ và Tuyên bố Bế mạc Đại hội

Hòa thượng Thích Nguyên Siêu, Phó Thư Ký HĐHP thay mặt cho Ban tổ chức Đại hội nói lời cảm tạ và Tuyên bố Bế mạc Đại hội với những nội dung chính như sau:

Thứ Nhất: Hòa thượng đã nhắc lại những vấn đề mà Hòa thượng cố vấn chỉ đạo đã giới thiệu và đề cập trong phần thuyết trình. Hòa thượng cũng khẳng định tất cả những gì mà HĐHP đã, đang và sẽ làm chỉ vì mục: "Thành Kính Tưởng Niệm Lịch Đại Tổ Sư Truyền Thừa Phật Giáo Việt Nam".

Thứ Hai: Hòa thượng đã nhắc lại những vấn đề mà Giáo sư Tiến sĩ Trí Siêu Lê Mạnh Thát đã thuyết trình, và nhắc nhở tất cả phải phải nhớ ơn các bậc Tôn túc, lịch Đại Tổ sư để tiếp tục dịch Đại Tạng Kinh Phật Giáo Việt Nam.

Thứ Ba: Hòa thượng đã cám ơn đến toàn thể Ban tổ chức cũng như toàn thể Đại hội đã đóng góp cho sự thành công của Đại hội.

Thứ Tư: Hòa thượng đã chân thành kính cảm ơn toàn thể Đại biểu Đại hội từ chính thức đến dự khuyết, quan sát đến dự thính, tất cả đều một lòng tham dự lắng nghe, đóng góp ý kiến, phát biểu, nhận định của mình, đây chính là yếu tố tác thành Phật sự tốt đẹp, mà quý liệt vị đã tích cực ghi danh con số đã lên tới 441 vị hiện diện trong Đại hội.

HT Nguyên Siêu (Ảnh chụp màn hình)

Sau cùng, Hòa thượng đã dâng lời tri ân đến Nhị vị Trưởng lão Hòa thượng chứng minh, Hòa thượng Thích Tuệ Sỹ, Giáo sư Lê Mạnh Thát, Chư Tôn Hòa thượng Chủ toạ Đoàn, Chư Tôn Hòa thượng, Thượng toạ, Ni trưởng, Ni sư, Đại đức Tăng Ni. Hòa thượng cũng gởi lời cám ơn đến Quý Giáo sư, Tiến sĩ, nhân sĩ trí thức, đồng hương Phật tử, Cư sĩ và Huynh trưởng GĐPT và tất cả những người tham dự Đại hội. Qua đó, Hòa thượng cũng chân thành cáo lỗi đến toàn thể nếu có những thiếu sót trong quá trình tổ chức.

Sau cùng, Hòa thượng gởi lời chúc an lạc đến tất cả.

Đại hội Hồi hướng và Bế mạc

Đại hội kết thúc sau 03 tiếng 45 phút, lúc 7 giờ 45 phút sáng cùng ngày.

(Đại hội chụp hình lưu niệm)

Ban Thư Ký Đại Hội

Kính ghi.

CHI TIẾT VỀ SỐ LƯỢNG ĐẠI BIỂU THAM DỰ
ĐẠI HỘI HỘI ĐỒNG HOẰNG PHÁP
LẦN THỨ NHẤT 2021

Ban Ghi danh Đại hội ghi nhận số lượng máy kết nối hệ thống ZOOM để tham dự Đại hội Hội Đồng Hoằng Pháp lần I năm 2021 là 471 máy. Số Đại biểu này ghi danh từ 19 quốc gia trên toàn thế giới. Chúng tôi xin ghi chú phân chia theo chi tiết thành phần giới tính, tu sĩ Phật giáo hay Cư sĩ và thành viên của tổ chức Gia đình Phật tử như sau:

Quốc gia	CƯ SĨ			GIA ĐÌNH PHẬT TỬ			TĂNG-NI			Tổng cộng
	Nam	Nữ	Cộng	Nam	Nữ	Cộng	Nam	Nữ	Cộng	
Anh quốc		1	1			0			0	1
Bỉ	1		1	1		1			0	2
Canada	6	6	12	5		5	1	2	3	20
Đài Loan	1	1	2			0		1	1	2
Đan Mạch			0	1		1		1	1	2
Đức quốc	12	13	25	7	3	10	2		2	37
Hoa Kỳ	21	12	33	16	4	20	2	7	9	62
Hòa Lan	1		1	2	1	3			0	4
Lào		1	1			0			0	1
Mã Lai	1		1			0			0	1
Nhật Bản	1		1			0			0	1
Phần Lan		1	1			0			0	1
Pháp quốc	10	5	15	1	1	2		2	2	19
Singapore	2	1	3			0	2		2	5
Thụy Điển		1	1			0			0	1
Thụy Sĩ			0	3		3			0	3
Tích Lan	1		1			0		3	3	4
Úc Đại Lợi	12	5	17	9	2	11	2		2	30
Việt Nam	64	49	113	6	3	9	56	40	96	218
Không ghi	23	21	44			0			0	44
TỔNG CỘNG	**133**	**96**	**229**	**51**	**17**	**68**	**67**	**63**	**130**	**471**

Ghi chú:

1. Chúng tôi cũng nhận thấy có nhiều Đại biểu đăng nhập 1 máy nhưng hơn 20 người cùng tham dự (như một đạo tràng ở Đức); có chùa/tu viện sử dụng 1 máy nhiều tu sĩ dự (như Tu viện Vô Lượng Thọ gần 10 tu sĩ) hay nhiều gia đình 2,3 người cùng tham dự.

Như vậy có thể ghi nhận Đại hội Hội Đồng Hoằng Pháp lần I trực tuyến trên mạng ZOOM có khoảng trên 500 Đại biểu tham dự.

2. Con số 44 vị ghi thiếu chi tiết cá nhân chúng tôi tạm xếp vào phần Cư sĩ do không xác định được chi tiết, nhưng trong số đó có thể là những tu sĩ hay thành viên Gia đình Phật tử.

Ban Ghi danh Đại hội Hội Đồng Hoằng Pháp lần I.

Kính ghi

HÌNH ẢNH ĐẠI HỘI
HỘI ĐỒNG HOẰNG PHÁP

GIÁO HỘI PHẬT GIÁO VIỆT NAM THỐNG NHẤT
HỘI ĐỒNG PHIÊN DỊCH TAM TẠNG LÂM THỜI

DUYÊN KHỞI

Kể từ phong trào chấn hưng Phật giáo vào thập niên 1930, chư vị dịch giả đã cố gắng phiên âm và phiên dịch Kinh điển từ Hán văn hay chữ Nôm sang chữ quốc ngữ để sử dụng trong sinh hoạt thiền môn Việt Nam cũng như để đem giáo lý Phật đi vào quần chúng. Những nỗ lực như vậy rất đáng trân trọng, nhưng vẫn còn là những đóng góp từ cá nhân, mang tính cấp thời, chưa có sự phối hợp đồng bộ, và chưa đủ tầm mức học thuật để giới thiệu Thánh điển Phật giáo tiếng Việt đến với cộng đồng dân tộc.

Vài thập niên sau đó thì chữ quốc ngữ qua ký tự La-tinh mới được phổ cập trong thiền môn, và kinh sách Phật giáo bằng tiếng Việt, phiên dịch cũng như trước tác, mới được bừng khai, không những tạo nên các phong trào tu học của quần chúng khắp nước, mà còn là sự dẫn đạo tư tưởng của Phật giáo Việt Nam đối với các thế hệ trưởng thành trong chiến tranh qua sự thành lập Giáo Hội Phật Giáo Việt Nam Thống Nhất (GHPGVNTN), đồng thời kiến lập Đại Học Vạn Hạnh, một viện đại học tư thục Phật giáo đầu tiên tại Nam Việt Nam vào năm 1964.

Từ nguồn nhân lực dồi dào với nhiều vị pháp sư, học giả được đào tạo trong và ngoài nước, cũng như các cơ sở giáo dục Phật giáo được trải rộng khắp miền Trung và Nam Việt, Viện Tăng Thống GHPGVNTN đã có nền tảng vững chắc về học thuật để quyết định thành lập Hội Đồng Phiên Dịch Tam Tạng; và qua Hội nghị Toàn thể Hội đồng Phiên dịch Tam Tạng tổ chức tại Viện Đại Học Vạn Hạnh vào các ngày 20, 21, 22 tháng 10 năm 1973, hội nghị đã đưa ra dự án phiên dịch với mục lục tổng quát các Kinh điển truyền bản Hán tạng cần phiên dịch, phân chia công việc, cũng như giới thiệu thành viên của Hội đồng Phiên dịch Tam Tạng gồm 18 vị Pháp sư như sau:

HỘI ĐỒNG PHIÊN DỊCH TAM TẠNG 1973

A. Ủy Ban Phiên Dịch:

1. Hòa thượng Trưởng lão Thích Trí Tịnh (1917 – 2014), Trưởng Ban

2. Hòa thượng Trưởng lão Thích Minh Châu (1918 – 2012), Phó Trưởng Ban

3. Hòa thượng Trưởng lão Thích Quảng Độ (1928 – 2020), Tổng Thư Ký

4. Hòa thượng Trưởng lão Thích Trí Quang (1923 – 2019)

5. Hòa thượng Trưởng lão Thích Đức Nhuận (1924 – 2002)

6. Hòa thượng Trưởng lão Thích Bửu Huệ (1914 – 1991)

7. Hòa thượng Trưởng lão Thích Trí Thành (1921 – 1999)

8. Hòa thượng Trưởng lão Thích Nhật Liên (1923 – 2010)

9.Hòa thượng Trưởng lão Thích Thiện Siêu (1921 – 2001)

10.Hòa thượng Trưởng lão Thích Huyền Vi (1926 – 2005)

B. Thành Viên Bổ Sung:

1. Hòa thượng Trưởng lão Thích Đức Tâm (1928 – 1988)

2. Hòa thượng Trưởng lão Thích Huệ Hưng (1917 – 1990)

3. Hòa thượng Trưởng lão Thích Thuyền Ấn (1927 – 2010)

4. Hòa thượng Trưởng lão Thích Trí Nghiêm (1911 – 2003)

5. Hòa thượng Trưởng lão Thích Trung Quán (1918 – 2003)

6. Hòa thượng Trưởng lão Thích Thiền Tâm (1925 – 1992)

7. Hòa thượng Trưởng lão Thích Thanh Từ (1924 –)

8. Hòa thượng Thích Tuệ Sỹ (1943 –)

Sau gần 50 năm kể từ khi Hội đồng Phiên dịch Tam Tạng được thành lập, nhiều Kinh điển đã được phiên dịch, góp phần đáng kể vào kho tàng Thánh điển Phật giáo Việt Nam, nhưng có thể nói rằng dự án phiên dịch đưa ra thời ấy, vẫn chưa hoàn tất. Lý do thứ nhất, do hoàn cảnh chiến tranh và bất toàn xã hội, các Kinh điển được dịch rồi vẫn không có đủ thời gian thuận tiện để được hiệu đính và nhuận sắc lại theo đúng tiêu chuẩn Phật điển hàn lâm. Thứ nữa, với nguồn tài liệu cổ ngữ, sinh ngữ dồi dào hiện nay cùng với phương tiện kỹ thuật vi tính, thông tin liên mạng, chư vị dịch giả có rất nhiều cơ hội để truy cập, tham khảo, đối chiếu các truyền bản khác nhau để có được định bản tiếng Việt đáng tin cậy, theo chuẩn mực quốc tế. Ngoài ra, chư vị thành viên Hội đồng Phiên dịch đã theo thời gian, tuần tự viên tịch khi công trình phiên dịch còn dang dở. Nay chỉ còn 2 trong số 18 vị dịch giả còn đương tiền, nhưng một vị đang trong tình trạng bất hoạt; vị duy nhất còn lại có thể tiếp tục đảm đương trọng nhiệm là Hòa thượng Thích Tuệ Sỹ. Xét thấy, đây cũng là phước duyên hy hữu cho Phật giáo Việt Nam cũng như cho công trình phiên dịch Tam Tạng do Viện Tăng Thống đề ra nửa thế kỷ trước:

a) Về phương diện học thuật, Hòa thượng Tuệ Sỹ là một trong số ít học giả uy tín trong việc nghiên tầm, phiên dịch, chú giải và giảng thuật về Tam Tạng Kinh điển từ nhiều thập niên qua; đã và đang đào tạo, nâng đỡ nhiều thế hệ Tăng Ni và Cư sĩ có trình độ Phật học và cổ ngữ có thể phụ trợ công trình phiên dịch;

b) Về phương diện điều hành, Hòa thượng Tuệ Sỹ chính thức tiếp nhận ấn tín Viện Tăng Thống từ Đức Đệ ngũ Tăng Thống, hàm nghĩa kế thừa sự nghiệp hoằng pháp của GHPGVNTN, đồng thời kế thừa công trình phiên dịch của Hội đồng Phiên dịch Tam Tạng được Hội đồng Giáo phẩm Trung ương Viện Tăng Thống thành lập năm 1973.

Từ những nhân duyên và điều kiện kể trên, công trình phiên dịch dang dở của chư vị tiền hiền tất yếu phải được Hòa thượng Tuệ Sỹ đưa vai gánh vác, không thể để cho gián đoạn. Đó

là lý do, từ danh nghĩa Viện Tăng Thống GHPGVNTN, Hội Đồng Phiên Dịch Tam Tạng Lâm Thời (HĐPDTTLT) đã được thành lập vào ngày 03 tháng 12 năm 2021, theo Thông Bạch số 11/VTT/VP, nhằm kế thừa sự nghiệp phiên dịch Tam Tạng của chư vị Trưởng lão Hội Đồng Phiên Dịch Tam Tạng Viện Tăng Thống, với thành phần nhân sự như sau:

HỘI ĐỒNG PHIÊN DỊCH TAM TẠNG LÂM THỜI 2021[1]

Cố Vấn   : Giáo sư Trí Siêu Lê Mạnh Thát (Việt Nam)

Chủ Tịch   : Hòa thượng Thích Tuệ Sỹ (Việt Nam)

Chánh Thư Ký   : Hòa thượng Thích Như Điển (Đức quốc)

Phó Thư Ký Quốc Nội : Hòa thượng Thích Thái Hòa (Việt Nam)

Phó Thư Ký Hải Ngoại : Hòa thượng Thích Nguyên Siêu (Hoa Kỳ)

Ủy Ban Duyệt Sách:

Hòa thượng Thích Tuệ Sỹ; Giáo sư Trí Siêu Lê Mạnh Thát.

Ủy Ban Phiên Dịch:

Hòa thượng Thích Đồng Tuyên (Hoa Kỳ); Hòa thượng Thích Đức Thắng; (Việt Nam); Hòa thượng Thích Thái Hòa (Việt Nam); Thượng tọa Thích Nguyên Hiền (Việt Nam); Thượng tọa Thích Nhuận Châu (Việt Nam); Đại đức Thích Nhuận Thịnh (Việt Nam); Cư sĩ Đạo Sinh Phan Minh Trị (Việt Nam); Cư sĩ Trí Việt Đỗ Quốc Bảo (Đức).

Ủy Ban Chứng Nghĩa Chuyết Văn:

Hòa thượng Thích Thiện Quang (Canada); Thượng tọa Thích Nguyên Tạng (Úc); Đại đức Thích Nhuận Thịnh (Việt Nam); Cư sĩ Tâm Huy Huỳnh Kim Quang (Hoa Kỳ); Cư sĩ Tâm Quang Vĩnh Hảo (Hoa Kỳ).

Những thành viên khác tùy theo nhu cầu sẽ được thỉnh cử sau.

Xét thấy công hạnh tu trì cũng như kiến văn của thành viên chưa thể sánh ngang với chư Tôn túc Trưởng lão Hội đồng Phiên dịch Tam Tạng 1973, do đó chỉ có thể thành lập Hội đồng Lâm thời để kế thừa việc phiên dịch Kinh-Luật-Luận theo khả năng. Trong điều kiện như thế, HĐPDTTLT sẽ không phiên dịch theo thứ tự lịch sử hình thành Thánh điển như Đại Chánh, mà theo phương pháp các Kinh Lục cổ điển, phân Thánh giáo thành Ba thừa: Thanh Văn Tạng, Bồ-tát Tạng và Mật Tạng. Cho đến khi nào sở học và đạo hạnh được nâng cao, đủ để xác định tín tâm trong hàng bốn chúng đệ tử, bấy giờ Hội đồng Phiên dịch Tam Tạng Lâm thời sẽ chuyển thành chính thức, và sẽ tuần tự thực hiện chương trình phiên dịch đúng theo đề xuất của Hội đồng Phiên dịch Tam Tạng 1973.

---

[1]   Cập nhật 10.04.2022.

Sự nghiệp phiên dịch Đại Tạng Kinh là sự nghiệp chung, hệ trọng và trường kỳ, của Tăng tín đồ Phật giáo Việt Nam trong và ngoài nước. Hình thành Đại Tạng Kinh tiếng Việt không những tạo điều kiện thuận lợi cho việc nghiên cứu và thực hành Phật Pháp đúng đắn cho tứ chúng đệ tử, khẳng định vị thế của Phật giáo Việt Nam đối với nhân loại và cộng đồng Phật giáo quốc tế, mà còn là sự phục hưng những giá trị văn hóa dân tộc nhằm góp phần vào việc xây dựng và phát triển đất nước. Nhận thức được tầm quan trọng này, chư vị lãnh đạo các Giáo hội Phật giáo Việt Nam Thống Nhất tại hải ngoại đã vận động thành lập Hội Đồng Hoằng Pháp vào ngày 08 tháng 5 năm 2021, với sự tán trợ của Viện Tăng Thống, nhằm mở rộng con đường hoằng pháp ngoài nước theo tiêu hướng của GHPGVNTN, cũng như để vận động yểm trợ và thúc đẩy công trình phiên dịch và ấn hành Đại Tạng Kinh Việt Nam tiến đến thành tựu viên mãn.

Để tri niệm ân sâu của chư lịch đại Tổ sư và chư vị Tôn túc trong Hội Đồng Phiên Dịch Tam Tạng 1973 trong sự nghiệp hoằng truyền chánh đạo, Hội Đồng Hoằng Pháp nguyện góp phần công đức, toàn tâm ủng hộ, cúng dường tâm lực, trí lực và tài lực để Đại Tạng Kinh Việt Nam chuẩn mực được lần lượt ấn hành, khởi đầu từ Thanh Văn Tạng, tháng 01 năm 2022, cho đến khi hoàn tất Bồ-tát Tạng và Mật Tạng trong thập niên tới.

Nguyện đem công đức Pháp thí này hồi hướng chánh pháp cửu trụ, tứ chúng an hòa, phát Bồ-đề tâm tiến tu đạo nghiệp; lại nguyện nhân loại được an vui, phúc lạc; sớm chấm dứt thiên tai dịch bệnh, khắp loài chúng sinh đều được lạc nghiệp an cư.

Ngưỡng vọng chư tôn Trưởng lão, chư Hòa thượng, Thượng tọa, Đại đức Tăng Ni cùng bốn chúng đệ tử trong và ngoài nước chứng minh và liễu tri.

Nam mô Công Đức Lâm Bồ tát.

Phật lịch 2565, năm Tân Sửu

Ngày 01 tháng 01 năm 2022

Hội Đồng Phiên Dịch Tam Tạng Lâm Thời

Cẩn bạch

Sau gần 50 năm kể từ khi Hội đồng Phiên dịch Tam Tạng được thành lập, nhiều Kinh điển đã được phiên dịch, góp phần đáng kể vào kho tàng Thánh điển Phật giáo Việt Nam, nhưng có thể nói rằng dự án phiên dịch đưa ra thời ấy, vẫn chưa hoàn tất. Lý do thứ nhất, do hoàn cảnh chiến tranh và bất toàn xã hội, các Kinh điển được dịch rồi vẫn không có đủ thời gian thuận tiện để được hiệu đính và nhuận sắc lại theo đúng tiêu chuẩn Phật điển hàn lâm. Thứ nữa, với nguồn tài liệu cổ ngữ, sinh ngữ dồi dào hiện nay cùng với phương tiện kỹ thuật vi tính, thông tin liên mạng, chư vị dịch giả có rất nhiều cơ hội để truy cập, tham khảo, đối chiếu các truyền bản khác nhau để có được định bản tiếng Việt đáng tin cậy, theo chuẩn mực quốc tế. Ngoài ra, chư vị thành viên Hội đồng Phiên dịch đã theo thời gian, tuần tự viên tịch khi công trình phiên dịch còn dang dở. Nay chỉ còn 2 trong số 18 vị dịch giả còn đương tiền, nhưng một vị đang trong tình trạng bất hoạt; vị duy nhất còn lại có thể tiếp tục đảm đương trọng nhiệm là Hòa thượng Thích Tuệ Sỹ. Xét thấy, đây cũng là phước duyên hy hữu cho Phật giáo Việt Nam cũng như cho công trình phiên dịch Tam Tạng do Viện Tăng Thống đề ra nửa thế kỷ trước.

Duyên khởi, Hội đồng Phiên dịch Tam Tạng lâm thời

PHẦN IV

BÊN LỀ ĐẠI HỘI

GIÁO HỘI PHẬT GIÁO VIỆT NAM THỐNG NHẤT

ĐẠI HỘI
HỘI ĐỒNG
HOẰNG PHÁP

LẦN THỨ NHẤT • PL 2565 - DL 2021

SÀI GÒN (Việt Nam)   **10:00AM**, thứ Bảy 27/11

BERLIN (Âu Châu)   **04:00AM**, thứ Bảy 27/11

LOS ANGELES (USA)   **07:00PM**, thứ Sáu 26/11

OTTAWA (Canada)   **10:00PM**, thứ Sáu 26/11

MELBOURNE (Australia)   **02:00PM**, thứ Bảy 27/11

19 QUỐC GIA | **471** THIẾT BỊ | **>500** ĐẠI BIỂU

TRÊN HỆ THỐNG TRỰC TUYẾN

zoom

ĐẠI HỘI HỘI ĐỒNG HOẰNG PHÁP
LẦN THỨ I

❀ **NHUẬN PHÁP** *ghi nhanh*

Thứ Bảy ngày 27 tháng 11 năm 2021 vừa qua, vào lúc 10 giờ sáng (giờ Việt Nam) Hội Đồng Hoằng Pháp (GHPGVNTN) đã tổ chức Đại hội lần thứ I trực tuyến qua hệ thống Zoom. Trước đó, các thông báo về tin tức Đại hội được loan tải trên trang nhà Hoằng Pháp, công bố chương trình nghị sự và thời gian tổ chức.

Lần đầu tiên, một kỳ Đại hội được tổ chức trực tuyến với quy mô và tầm vóc, xác định vai trò kế tục công tác phiên dịch Tam Tạng từ chư vị lịch đại Tổ sư Phật giáo Việt Nam, gần nhất là Hội nghị toàn thể Hội đồng Phiên dịch Tam Tạng của GHPGVNTN được tổ chức vào các ngày 20, 21, 22/10/1973 tại Đại học Vạn Hạnh.

Đúng thời gian quy định, Đại hội trang trọng khai mạc dưới sự chứng minh của Trưởng lão Hòa thượng Thích Huyền Tôn,

Tăng Giáo Trưởng GHPGVNTN Hải ngoại tại Úc Đại Lợi – Tân Tây Lan, cùng sự tham dự của chư Tôn Trưởng lão, Hòa thượng, Thượng tọa, Đại đức, Cư sĩ Phật tử và Thiện hữu tri thức. Theo ghi nhận từ Ban tổ chức, có hơn 400 Tăng Ni, Phật tử Đại biểu.

Đại hội cung thỉnh Chủ tọa đoàn gồm HT Thích Đồng Tuyên (Hoa Kỳ), HT Thích Thiện Quang (Canada) và HT Thích Trường Sanh (Tân Tây Lan). Thư ký đoàn: TT Thích Hạnh Tấn (Đức), TT Thích Như Tú (Thụy Sĩ), ĐĐ Thích Thanh An (Tích Lan) và Sư cô Giác Anh (Úc). Điều hành chương trình là TT Thích Nguyên Tạng.

Sau nghi thức niệm Phật cầu gia bị, HT Thích Như Điển, Chánh Thư ký Hội Đồng Hoằng Pháp phát biểu khai mạc. HT tri ân nhị vị Trưởng lão HT Thích Huyền Tôn, HT Thích Thắng Hoan chứng minh Phật sự của

Hội Đồng Hoằng Pháp. Mong rằng với tâm nguyện của chư Tôn đức Tăng Ni và Cư sĩ Phật tử, từ Đại hội Hội Đồng Hoằng Pháp mang tầm vóc lịch sử này, Ban Phiên dịch Tam Tạng lâm thời được thành lập, công tác kết tập Đại Tạng Kinh Phật giáo Việt Nam sẽ thành tựu trong thời gian sớm nhất.

Tiếp sau lời HT Như Điển, là nội dung chính của Đại hội với phần thuyết trình của HT Thích Tuệ Sỹ, Cố vấn Chỉ đạo Hội Đồng Hoằng Pháp và Giáo sư Trí Siêu Lê Mạnh Thát. Trong nội dung đề tài của mình, HT Thích Tuệ Sỹ xác định vai trò của Hội Đồng Hoằng Pháp, những vấn đề trọng yếu của công tác phiên dịch Tam Tạng mang giá trị lịch sử, tính kế thừa, tương tục từ khi Đức Phật nhập niết-bàn cho đến ngày nay. Về nhân sự phiên dịch sẽ có kế hoạch đào tạo tiếng Phạn, tiếng Tây Tạng. Ngài nhấn mạnh, việc phiên dịch Đại Tạng Kinh Việt Nam phải có tính hàn lâm và mang tiêu chuẩn quốc tế.

Giáo sư Trí Siêu Lê Mạnh Thát trình bày đã chủ trì việc in bộ kinh Nam truyền Phật giáo theo phú chúc của HT Thích Minh Châu. Với công trình phiên dịch Đại Tạng Kinh, Giáo sư Trí Siêu dẫn lại đã cùng HT Tuệ Sỹ viết lời Phàm lệ khi in bộ A Hàm, nói rõ sẽ hiệu chỉnh và in toàn bộ các bản kinh đã được dịch sang tiếng Việt. Ngoài bộ Đại Tạng Kinh Nam truyền (Pali) sẽ quan tâm và thực hiện dịch bộ Đại Tạng Kinh Tây Tạng.

Trong Đại hội, HT Thích Huyền Tôn đã có lời góp ý đối với việc phiên dịch Đại Tạng Kinh. Ban tổ chức cũng đã chuyển một số câu hỏi từ Đại biểu đến hai diễn giả chính và được quý Ngài giải đáp.

Theo chương trình Đại hội, Tiến sĩ Đỗ Quốc Bảo giới thiệu sơ lược về khóa đào tạo tiếng Phạn trong thời gian vừa qua, đánh giá nỗ lực của các học viên, nhất là chư vị Tăng Ni. Ban Báo chí & Xuất bản cũng đã tường trình công việc khi được phân nhiệm, báo cáo các phần hành đã triển khai và thực hiện.

Cuối chương trình, Đại hội đã lắng nghe đúc kết của HT Thích Thiện Quang thay mặt Chủ tọa đoàn và phần phát biểu ý kiến từ HT Thích Trường Sanh, HT Thích Đồng Tuyên và HT Thích Thái Hòa. HT Thích Nguyên Siêu thay mặt Ban tổ chức cảm tạ và tuyên bố bế mạc Đại hội.

TỪ VIỆC DỊCH
ĐẠI TẠNG KINH TIẾNG VIỆT TỚI PHỤC HƯNG VĂN HÓA DÂN TỘC

❊ TÂM HUY HUỲNH KIM QUANG

Tối Thứ Sáu, ngày 26 tháng 11 năm 2021, theo giờ California, Đại hội Hội Đồng Hoằng Pháp lần thứ nhất đã diễn ra trên Zoom Meeting với sự tham dự có lúc lên tới hơn 400 người, gồm chư tôn đức Tăng, Ni, các vị Giáo sư Tiến sĩ, các nhà nghiên cứu Phật Học, các nhà văn hóa dân tộc và Phật Giáo, và Cư sĩ Phật tử từ khắp nơi trên thế giới.

Đây là sự kiện hiếm có đối với sinh hoạt của Phật Giáo Việt Nam trên toàn cầu từ trước tới nay. Điều đặc biệt hơn nữa là chủ đề của Đại hội xoay quanh việc phiên dịch và ấn hành bộ Đại Tạng Kinh Việt Nam có tính cách hàn lâm nghiên cứu mang tầm vóc quốc tế giống như bộ Đại Tạng Kinh Đại Chánh Tân Tu của Nhật Bản, mà từ trước tới nay đã được các học giả, các nhà nghiên cứu văn học, sử học, tôn giáo và Phật Học từ Đông tới Tây Phương tham khảo. Việt Nam nếu có một Đại Tạng Kinh tiếng Việt có phẩm chất và tầm vóc như vậy sẽ giúp góp phần vào việc phục hưng các giá trị văn hóa truyền thống của dân tộc. Hai vị diễn giả chính trong Đại hội này là Hòa thượng Thích Tuệ Sỹ và Giáo sư Trí Siêu Lê Mạnh Thát. Nhưng trước hết xin giới thiệu khái quát về Đại Tạng Kinh.

Đại Tạng Kinh

Đại Tạng Kinh nói cho đủ là kho tàng chứa đựng Tam Tạng Giáo Điển Phật Giáo gồm Kinh, Luật và Luận, mà tiếng Bắc Phạn (Sanskrit) gọi là Tripiṭaka và tiếng Nam Phạn (Pali) gọi là Tipiṭaka. Kinh là những lời dạy của Đức Phật hay của các vị đệ tử của Đức Phật đã trùng tuyên lại lời Phật dạy và được Đức Phật xác chứng. Luật là những giới luật được Đức Phật đặt ra để giúp chúng đệ tử xuất gia và tại gia của Ngài nhiếp thọ thân khẩu ý trong đời sống hàng ngày để làm tăng trưởng đạo lực giải thoát và giác ngộ. Luận là những giải thích để làm rõ hơn lời Phật dạy trong Kinh và các giới luật do Phật chế ra.

Thời Đức Phật còn tại thế tất cả những lời Ngài dạy về Kinh và Luật (thời kỳ này chưa có Luận) đều được chúng đệ tử của Ngài ghi nhớ thuộc lòng mà chưa được viết thành văn. Vào mùa an cư kiết hạ đầu tiên sau khi Đức Phật nhập Niết Bàn (544 năm trước tây lịch), Đệ tử lớn của Đức Phật là Tôn Giả Đại Ca Diếp (Mahākāśyapa) đã chủ trì một cuộc kết tập Kinh điển lần đầu tiên tại Thành Vương Xá (Rajgir), Ấn Độ, quy tụ khoảng 500 vị A La Hán. Trong kỳ kết tập này vị trùng tuyên Kinh

là Tôn Giả A Nan (Ananda) và vị trùng tuyển Giới Luật là Tôn Giả Ưu Ba Li (Upali). Đến lần kết tập Kinh Điển thứ 3 vào khoảng 200 năm sau Đức Phật nhập Niết Bàn, tức thành văn bản để lưu truyền về sau. Lần kết tập thứ ba này còn có thêm Luận Tạng. Sau đó còn nhiều cuộc kết tập Kinh Điển được tổ chức tại nhiều nơi gồm Ấn Độ, Tích Lan. Giai đoạn đầu Tam Tạng được khắc vào lá bối, cho nên có danh từ "bối diệp kinh" tức là kinh chép trên lá bối.

Tập hợp ba tạng Kinh, Luật và Luận được viết thành văn gọi là Tam Tạng Kinh hay Đại Tạng Kinh.

Theo Hòa thượng Thích Tuệ Sỹ và Giáo sư Lê Mạnh Thát, trong bài thuyết trình tại Đại hội Hội Đồng Hoằng Pháp, nói rằng hiện nay nói đến Đại Tạng là bao gồm trong ba ngôn ngữ chính: Pali Tạng, Hán Tạng và Mật Tạng. Hòa thượng Thích Tuệ Sỹ cho biết rằng:

"Phật Giáo có ba hệ gồm Thượng tọa Bộ với Tạng Pali, hệ Bắc phương Đại Thừa Phật Giáo với Hán Tạng và hệ Kim Cang Thừa Mật Bộ với Tây Tạng."

Pali Tạng sử dụng tiếng Pali được lưu truyền qua các nước Phật Giáo phía Nam của Ấn Độ như Tích Lan, Miến Điện, Thái Lan, Cam Bốt, v.v... Hán Tạng sử dụng tiếng Hán được lưu truyền qua các nước phía Đông Bắc của Ấn Độ như Trung Hoa, Nhật Bản, Đại Hàn, Việt Nam, v.v... Mật Tạng sử dụng tiếng Tây Tạng được lưu truyền tại Tây Tạng.

Đại Tạng Kinh bằng chữ Hán là nói chung tất cả Đại Tạng được dịch từ tiếng Phạn, Pali sang chữ Hán. Nhưng nếu kể riêng thì trong đó có nhiều bộ Đại Tạng Kinh của các nước Trung Hoa, Đại Hàn, Nhật Bản, như bộ Đại Chánh Tân Tu Đại Tạng Kinh của Nhật Bản cũng bằng chữ Hán, dù hoàn toàn do người Nhật biên tập lại.

Kinh điển khắc trên lá bối (Ảnh: tibet.cn)

Theo Hòa thượng Tuệ Sỹ và Giáo sư Trí Siêu Lê Mạnh Thát thì bộ Hán Tạng của người Trung Hoa cũng không phải hoàn toàn do người Trung Hoa biên dịch mà trong đó có nhiều nhà Phật Học từ các nước khác đóng góp.

Chẳng hạn, ngài An Thế Cao vào đầu thế kỷ thứ nhất là người nước An Tức đã đến Trung Hoa vào năm 148 sau Tây lịch đã dịch nhiều bộ kinh trong đó có Kinh An Ban Thủ Ý; hoặc Cư sĩ Ngô Chi Khiêm người nước Đại Nguyệt Chi đã đến sống ở TQ vào thời Tam Quốc thế kỷ thứ 3 sau tây lịch đã dịch nhiều bộ Kinh trong đó có bộ Kinh Duy Ma; hay ngài Cửu Ma La Thập (Kumārajīva) người nước Kế Tân (Kashmir) đến TQ vào thế kỷ thứ 5 sau tây lịch và dịch rất nhiều bộ Kinh nổi tiếng từ Phạn sang Hán như bộ Kinh A Di Đà, Kinh Diệu Pháp Liên Hoa, Kinh Duy Ma Cật Sở Thuyết, Bát Nhã Ba La Mật Đa Tâm Kinh, và các bộ Luận như Bách Luận, Trung Luận, Đại Trí Độ Luận, Thập Nhị Môn Luận, v.v...

Trong số những vị ngoại quốc đóng góp vào Hán Tạng còn có người Việt Nam như ngài Khương Tăng Hội với bản Lục Độ Tập Kinh, và ngài Đại Thừa Đăng (hay Đại Thừa Quang hay Phổ Quang) là vị Tăng Việt Nam thuộc hàng môn đệ và giúp ngài Huyền Trang nhuận bút các bản dịch từ Phạn sang Hán (theo Giáo sư Lê Mạnh Thát), v.v...

Hán Tạng đã được hình thành qua thời gian dài cả ngàn năm từ đầu kỷ nguyên tây lịch tới đời nhà Tống thế kỷ thứ 10 Tây lịch. Hòa thượng Thích Thiện Siêu trong bài "Quá Trình Hình Thành Đại Tạng Kinh Hán Văn" đã cho chúng ta biết qua quá trình hình thành Đại Tạng Kinh chữ Hán như sau:

"Từ Hậu Hán (58 – 219) đến đời nhà Lương (502 – 556) trong khoảng 500 năm đã dịch được 419 bộ (theo Xuất Tam Tạng Ký của Lương Tăng Hựu). Đến đời Tống Thái Tổ (917 Tây lịch) mới khởi sự gom tất cả bản kinh đã dịch rải rác đó đây lại khắc in thành Đại Tạng kinh. Lần khắc kinh này xảy ra ở Thành đô đất Thục (Tứ Xuyên) nên gọi là Thục Bản Đại Tạng kinh, trải qua 12 năm mới khắc xong, cộng được 5.000 quyển. Đây là Đại Tạng Kinh đầu tiên ở Tàu. Tiếp sau đó có các Đại tạng kinh được khắc in như Đông Thiền Tự Bản năm 1080, do trú trì chùa Đông Thiền khắc in trong 24 năm, được 6.000 quyển, rồi đến Khai Nguyên Tự Bản khắc in năm 1112, Tư Khê Tự Bản (Triết Giang) khắc in năm 1132, Tích Sa Bản (Giang Tô) năm 1231 do Ni sư Hoằng Đạo khắc in trong vòng 79 năm, Phả Ninh Tự Bản khắc in năm 1269, Hoằng Pháp Tự Bản (Bắc Kinh) khắc in năm 1277. Bản Cao Ly khắc in theo Thuộc Bản năm 1011 – 1047 và thời Minh Trị Thiên Hoàng (1868 – 1912) tại Nhật có súc loát Đại Tạng kinh và Tục Tạng kinh gồm 8.534 quyển."

Nói về bộ Đại Chánh Tân Tu Đại Tạng Kinh của Nhật Bản, Hòa thượng Thích Tuệ Sỹ cho biết như sau:

"Trở lại vấn đề, chúng ta biết bộ Đại Chánh Tân Tu Đại Tạng Kinh do người Nhật biên tập dưới thời Đại Chánh xuyên suốt đến thời Chiêu Hoàng trải qua mười mấy năm. Họ tập hợp 100 Tiến sĩ về văn học để tập hợp lại, soạn lại dựa trên bản Cao Ly, bản Tống. Các nhà biên tập này tiến hành dựa trên phương diện văn bản học, sửa những lỗi sai lầm bắt gặp chẳng hạn như với nội dung này thì bản Tống in như thế,

chữ như thế nhưng bản Cao Ly in như thế và chữ như thế và người dịch sẽ chọn chữ đúng. Người ta tập hợp lại thành bản như ngày nay chúng ta có đó là bộ Đại Chánh Tân Tu Đại Tạng Kinh. Tuy Đại Chánh (Taisho) là vị vua người Nhật, bộ này của người Nhật nhưng trong đó phân nửa là các bản Kinh của người Hán, dịch Phạn-Hán do các Phạn Tăng từ Ấn Độ qua và một số người Hán như Ngài Huyền Trang phiên dịch. Phần Nhật Bản là phần sớ giải được để dưới tên Tục Kinh Sớ Bộ tức là giảng các Kinh tiếp tục theo người Trung Hoa, cọng thêm Tục Luật Sớ Bộ và Tục Luận Sớ Bộ. Đây là bộ Đại Tạng chuẩn mực của thế giới mà chính người Trung Hoa không làm nổi.

"Vào khoảng 1950-1960, người Hoa in dưới tên Trung Hoa Đại Tạng Kinh và tách rời phần Trung Hoa và bỏ phần Nhật Bản (do vấn đề tác quyền chưa có). Tuy nhiên, sau này, Nhật Bản yêu cầu giữ nguyên bản quyền với tên Đại Chánh Tân Tu Đại Tạng Kinh và cả thế giới phải tuân theo. Đây được xem là nguồn tài liệu cơ bản và được xem là kho tàng chính yếu của Đại Thừa Phật Giáo."

Đại Tạng Kinh tiếng Việt

Giáo sư Trí Siêu Lê Mạnh Thát nhấn mạnh về nhu cầu dịch Đại Tạng Kinh sang tiếng Việt:

"Vì rằng cái cần thiết phải dịch ra tiếng Việt, để dân tộc mình có đọc, và biết. Kinh quá nhiều, phải học qua chữ Hán rồi đọc học kinh thì quá lâu. Nên từ xưa tổ tiên mình đã từng dịch mà mình mất."

Hòa thượng Thích Tuệ Sỹ cũng đã nói đến sự quan trọng của việc dịch Đại Tạng Kinh chữ Hán ra chữ Việt:

"Vấn đề phiên dịch Kinh điển ra tiếng Việt để phổ biến là điều bắt buộc. Chúng ta không thể sửa đổi lịch sử được, bắt buộc phải dùng tiếng

Latinh là điều không thể chối cãi. Cho dù đây là công cụ nô dịch cố đánh tan truyền thống dân tộc nhưng là lịch sử, và không ai có thể thay đổi lịch sử được. Vì lẽ đó, chúng ta phải dịch ra tiếng Việt gọi là chữ quốc ngữ. Gọi là quốc ngữ cho dù không có gì là quốc gia trong đó. Đó là chữ La Mã chứ không phải chữ của dân tộc ta, chỉ có chữ Nôm mới chính là chữ của dân tộc ta. Từ thời kỳ Phật Giáo phục hưng, quý ngài đã cố gắng dịch Kinh Phật nhưng trong thực tế thì chỉ dùng trong việc tụng kinh cầu phước. Xét về phương diện chuẩn mực hàn lâm thì chưa đủ để nghiên cứu. Do bởi, quý ngài lúc xưa tự học chữ quốc ngữ nên lối dịch còn văn Hán rất nhiều, một phần không đủ sách để nghiên cứu đặc biệt là về tiếng Phạn."

Trong bài viết "Giới Thiệu Công Trình Phiên Dịch Đại Tạng Kinh Việt Nam," Hòa thượng Thích Tuệ Sỹ và Giáo sư Trí Siêu Lê Mạnh Thát cho biết tổng quát về sự nghiệp phiên dịch Kinh điển ở Việt Nam như sau:

"Sự nghiệp phiên dịch Kinh điển ở nước ta được bắt đầu rất sớm, có thể trước cả thời Khang Tăng Hội, mà dấu vết có thể tìm thấy trong Lục Độ Tập Kinh. Ngôn ngữ phiên dịch của Khang Tăng Hội là Hán văn. Hiện chưa có phát hiện nào về các bản dịch Kinh Phật bằng tiếng quốc âm. Suốt trong thời kỳ Bắc thuộc, do nhu cầu tinh thông Hán văn như là sách lược cấp thời để đối phó sự đồng hóa của phương Bắc, Hán văn trở thành ngôn ngữ thống trị. Vì vậy công trình phiên dịch Kinh điển thành quốc âm không thể thực hiện. Bởi vì, công trình phiên dịch Tam tạng tại Trung Hoa thành tựu đồ sĩ được thấy ngày nay chủ yếu do sự bảo trợ của triều đình. Quốc âm chỉ được dùng như là phương tiện hoằng pháp trong nhân gian.

"Cho đến thời Pháp thuộc, trước tình trạng vong quốc và sự đe dọa bởi văn hóa xâm lược, văn hóa dân tộc có nguy cơ mất gốc, cho nên sơn môn phát động phong trào chấn hưng Phật giáo, phổ biến kinh điển bằng tiếng quốc văn qua ký

tự La-tinh. Từ đó, lần lượt các Kinh điển quan trọng từ Hán tạng được phiên dịch theo nhu cầu học và tu của Tăng già và Phật tử tại gia. Phần lớn các Kinh điển này đều thuộc Đại Thừa, chỉ một số rất ít được trích dịch từ các A-hàm. Dù Đại thừa hay A-hàm, các Kinh Luận được phiên dịch đều không theo một hệ thống nào cả. Do đó sự nghiên cứu Phật học Việt Nam vẫn chưa có cơ sở chắc chắn."

Dù trải qua nhiều thời kỳ có nhiều vị Tăng, Ni và Cư sĩ đã dịch Kinh, Luật và Luận từ chữ Hán sang chữ Việt, nhưng như Hòa thượng Thích Tuệ Sỹ đã nói ở trên là đa phần những bản dịch đó chưa đủ chuẩn mực hàn lâm để nghiên cứu. Nên việc dịch Đại Tạng Kinh Việt Nam kỳ này là nhắm vào mục tiêu này để VN có được một bộ Đại Tạng Kinh có tầm vóc uy tín quốc tế.

Trong suốt chiều dài lịch sử Việt Nam trải qua nhiều triều đại, không phải chỉ chư Tăng, Ni mới thấy được tầm mức quan trọng của Đại Tạng Kinh, mà ngay cả các vị vua cũng nhìn thấy được điều này. Như Giáo sư Trí Siêu Lê Mạnh Thát đã kể chuyện các vua nhà Tiền Lê và nhà Trần xem Đại Tạng Kinh như bảo vật:

"Bản thời nhà Trần viết bằng máu, Tam Tạng thời Vua Lê Đại Hành, Lê Long Đỉnh xin được Đại Tạng khắc bản của Triệu Khuôn Dẫn mà năm 972 VN đã gửi sứ qua xin đem về. Ngài Vạn Hạnh, Khuông Việt, Pháp Thuận đã đề xuất Vua Lê Đại Hành trong mối quan hệ ngoại giao thì xin TQ cấp cho Đại Tạng Kinh. Thư xin thì bây giờ không còn. Nhưng thư sau khi đánh thắng quân Nguyên 3 lần, bao nhiêu thơ văn do cụ Trần Nhân Tông ghi lại trong 23 lá thư, do chiến tranh đốt phá, đào mồ, giết người của các tướng giặc Nguyên. Sau khi kết thúc chiến tranh, lặp lại hòa bình thì một trong những chuyện đầu tiên phải làm đó là cụ Trần Nhân Tông gởi thư qua xin lại bộ Đại Tạng Kinh.

"Về rồi sau này cho khắc bản, mình cho nhập tạng. Tác phẩm Thượng Sĩ Ngữ Lục được nhập tạng của Đại Tạng Kinh Việt Nam. Thời đó các Vua, Quan, Công Thần, Hoàng tộc đã chích máu để viết kinh. Nhưng bây giờ mình không còn văn bản hay hiện vật do giặc Minh chiếm đóng đã đem phá hết, giờ mình không còn nữa."

Còn một điều trọng đại khác nữa cho thấy việc có một Đại Tạng Kinh tiếng Việt là điều thật sự cần thiết để duy trì một Đạo Phật đúng nghĩa với chánh tín và chánh trí. Điều này đã được Hòa thượng Thích Tuệ Sỹ nhắc tới:

"Cái gì sai và mơ hồ thì lật Tam Tạng Thánh Điển ra để mà hiểu và làm lại cho đúng. Nên cần thiết đóng góp vào [việc dịch Đại Tạng Kinh] kể cả các Cư sĩ cũng vậy. Cư sĩ muốn đóng góp cho quốc gia, xã hội, đất nước bằng sự hiểu biết của một người Phật tử thì cũng phải dựa trên Tam Tạng Thánh Điển. Trong giáo pháp, Đức Phật đã dạy Cư sĩ tại gia phải sống đời như thế nào để phục vụ và hưởng thụ ngũ dục của người tại gia mà vẫn phục vụ được xã hội như một người tại gia mà vẫn đi vững vàng trên thánh đạo, thì đó là những lời Phật dạy rất rõ ràng."

Hòa thượng Thích Tuệ Sỹ cũng cho biết cột mốc lịch sử quan trọng trong việc dịch Đại Tạng Kinh Việt Nam là việc Viện Tăng Thống GHPGVNTN đã quyết định thành lập Hội Đồng Phiên Dịch Tam Tạng vào năm 1973:

"Cột mốc lịch sử là 1973, chư tôn trong Hội Đồng Giáo Phẩm Trung Ương Viện Tăng Thống GHPGVNTN do Thượng tọa Trí Quang làm Chánh Thư Ký Viện Tăng Thống, kế đến là Thượng tọa Đức Nhuận, và Xử lý Viện Tăng thống là Hòa thượng Đôn Hậu tức Ngài Linh Mụ, quyết định thành lập Hội Đồng Phiên Dịch Tam Tạng. Biên bản này đã đề cập trong tập Tài liệu Đại hội hôm nay, cho thấy rõ tầm quan trọng trong vấn đề phiên dịch. Các quy định về nguyên tắc phiên dịch, nguyên tắc tổ chức lớn nhỏ ra sao cũng được nói rõ. Sư cụ Thiện Hoà cũng đã phát

nguyện xây dựng một cơ sở riêng biệt cho Hội Đồng Phiên Dịch. Nơi đây, các vị dịch sư có thể sinh hoạt, cư trú và cúng dường đầy đủ tứ sự để chuyên tâm vào việc phiên dịch kinh điển. Song, chỉ là năm 1973, các năm sau đó thì công trình không thực hiện được.

"Đầu tiên là 10 vị Trưởng lão trong Hội Đồng Trung Ương, sau đó bổ sung thêm 08 vị trong Hội Đồng Phiên Dịch, tổng cộng 18 vị. Hiện nay, chư vị đã viên tịch hết chỉ còn lại 1 vị mà thôi." (Thực tế còn lại 2 vị là Hòa thượng Thích Thanh Từ và Hòa thượng Thích Tuệ Sỹ. Nhưng Hòa thượng Thích Thanh Từ đang trong tình trạng bất hoạt nên chỉ còn Hòa thượng Thích Tuệ Sỹ kế thừa sự nghiệp phiên dịch Tam Tạng.)

Ngày nay, Hòa thượng Thích Tuệ Sỹ thừa kế tâm nguyện của chư vị Trưởng lão trong Hội Đồng Phiên Dịch Tam Tạng năm 1973 để thành lập Ban Phiên Dịch Tam Tạng Lâm Thời, gồm HT Thích Tuệ Sỹ là Trưởng Ban, HT Thích Như Điển là Chánh Thư Ký, HT Thích Nguyên Siêu và HT Thích Thái Hòa làm Phó Thư Ký. Ban này sẽ hoạt động cho đến khi đủ cơ duyên để thành lập lại Hội Đồng Phiên Dịch Tam Tạng chính thức như năm 1973.

Dịch Đại Tạng Kinh tiếng Việt để phục hưng văn hóa dân tộc

Có người sẽ hỏi việc dịch Đại Tạng Kinh có liên quan gì đến việc phục hưng văn hóa dân tộc? Để có thể trả lời câu hỏi này, trước hết nên biết qua ảnh hưởng của việc dịch Kinh Điển Phật Giáo lớn cỡ nào hay sâu rộng cỡ nào đối với nền văn hóa và nền văn học của một quốc gia.

Trong bài viết "Quá Trình Hình Thành Đại Tạng Kinh Hán Văn," Hòa thượng Thích Thiện Siêu đã nêu ra các ảnh hưởng của việc dịch Đại Tạng Kinh Trung Hoa ngày xưa.

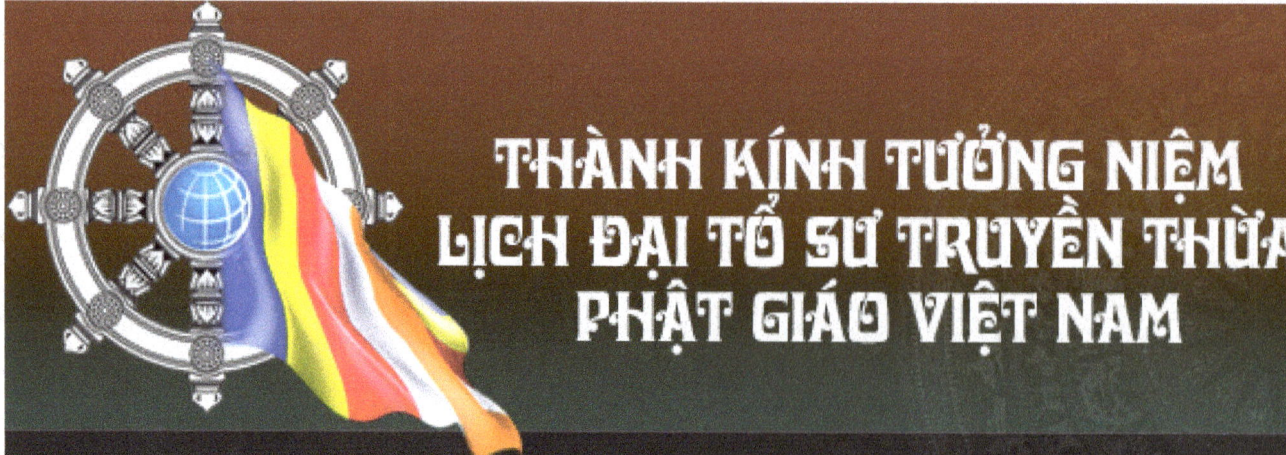

Hòa thượng Thích Thiện Siêu đã trích thuật nhận xét của ông Lương Khải Siêu viết trong cuốn "Phật Học Nghiên Cứu Thập Bát Thiên" được xuất bản tháng 4 năm 1930 nói đến ảnh hưởng trên từ ngữ, ngữ pháp, văn thể và sự phát triển văn học của Trung Hoa.

"Việc dịch Kinh Phật đã kích thích cuộc cách mạng trong văn học Trung Hoa. Tập thơ dài đầu tiên trong các bài thơ cổ của Trung Hoa, tập "Khổng Tước Đông Nam Phi" và những áng văn học thuật của Trung Hoa cận đại như tiểu thuyết, ca khúc đều chịu ảnh hưởng mật thiết từ lối văn dịch Kinh Phật, nhất là từ bộ "Phật Bổn Hạnh Tán" của Bồ-tát Mã Minh. Bộ này là một bản trường ca trên 30.000 chữ, như là một bộ tiểu thuyết, đã lấy nguyên liệu từ bốn bộ A-hàm. Chính văn kinh Phật đã giúp cho giới văn nghệ Trung Hoa giàu khả năng tưởng tượng, cách tân bút pháp, như loại văn bạch thoại, các bộ tiểu thuyết Tây Du Ký, Sưu Thần Ký, Thủy Hử, Hồng Lâu Mộng là những tác phẩm đã chịu ảnh hưởng không ít từ các bộ Đại Trang Nghiêm Kinh Luận, Kinh Hoa Nghiêm, Kinh Đại Bát Niết-bàn, cho đến các bản tập dịch, truyền kỳ, đan từ các trường thiên ca khúc từ đời Tống, Nguyên, Minh về sau, cũng đã gián tiếp chịu ảnh hưởng các bộ Phật Bổn Hạnh Tán, v.v..."

Hòa thượng Thích Thiện Siêu cũng trích thuật nhận định của học giả Trung Hoa Hồ Thích cũng đồng tình với nhận định trên của Lương Khải Siêu:

"Hồ Thích, một học giả lớn hiện đại của Trung Hoa cũng có nhận định tương tự khi ông viết trong "Hồ Thích Văn Tồn" (và được dẫn bởi sách Phật Giáo Chính Tín của Thánh Nghiêm) như sau: "Trong các kinh do Cưu-ma-la-thập dịch có các bộ Kinh Kim Cang, Pháp Hoa và Duy-ma-cật được lưu hành rất rộng rãi và lâu dài, đã có ảnh hưởng không nhỏ trong giới văn học và mỹ thuật của Trung Hoa. Bộ kinh Pháp Hoa tuy không phải là tiểu thuyết, nhưng là cuốn sách có nhiều ý vị văn học, trong đó có một số truyện ngụ ngôn đẹp nhất trong văn học thế giới."

Tại Hoa Kỳ, vào giữa thế kỷ thứ 19, Phong Trào Siêu Việt Mỹ (American Transcendentalism) là phong trào triết học, xã hội và văn học khởi đầu vào giữa thập niên 1830s tại New England ở Hoa Kỳ. Năm 1837, nhà văn người Mỹ Henry David Thoreau (1817-1862) đã dịch từ tiếng Pháp sang tiếng Anh Phẩm Dược Thảo Dụ của Kinh Diệu Pháp Liên Hoa, là bản Kinh Phật đầu tiên được dịch và phổ biến tại Mỹ. Trong đó Thoreau lấy cảm hứng từ thí dụ lời Phật dạy như nước mưa tưới xuống cây cỏ tùy theo lớn nhỏ mà thọ dụng khác nhau cho quan điểm về môi trường thiên nhiên của ông.

GIÁO HỘI PHẬT GIÁO VIỆT NAM THỐNG NHẤT

ĐẠI HỘI
HỘI ĐỒNG HOẰNG PHÁP

LẦN THỨ NHẤT, 2021

Điều đó cho thấy rằng nếu có một bộ Đại Tạng Kinh tiếng Việt đầy đủ và chuẩn mực hàn lâm thì sẽ có ảnh hưởng rất lớn đối với mọi thành phần xã hội từ giới trí thức đến giới học thuật, tư tưởng, văn học và văn hóa của Việt Nam. Hòa thượng Thích Tuệ Sỹ đã nói rằng:

"Về hiện trạng văn tự Việt Nam hiện tại đối với công tác phiên dịch rất cần thiết. Đối với người Nhật họ phải dịch ra để phổ biến, giới tri thức không rành chữ Hán cũng có điều kiện, có tài liệu để nghiên cứu. Ngay đối với những người học kinh tế hiểu sơ về chữ Hán nhưng khi cần tài liệu nghiên cứu về Kinh tế trong Phật giáo họ có thể đọc tài liệu tiếng Nhật và nếu cần đi sâu sẽ đi thẳng vào chữ Hán."

Hòa thượng Thích Tuệ Sỹ trong Đại hội Hội Đồng Hoằng Pháp cũng đã đề cập đến lý do vì sao Nhật Bản đã thực hiện bộ Đại Chánh Tân Tu Đại Tạng Kinh với sự góp mặt của 100 vị Tiến sĩ. Theo Hòa thượng Thích Tuệ Sỹ, Phật Giáo có một quá trình truyền bá lâu đời tại Nhật Bản, là cơ sở của chủ nghĩa dân tộc và đoàn kết quốc dân. Vì vậy, thực hiện bộ Đại Chánh Tân Tu Đại Tạng Kinh là tạo dựng vững chắc cho cơ sở chủ nghĩa dân tộc và đoàn kết quốc gia để họ vực dậy nội lực dân tộc. Sau đó triều đình phong kiến Nhật Bản tiến hành thực hiện giấc mộng Đại Đông Á để làm bá chủ Đông Nam Á. Nhưng khi tham vọng bá chủ xâm lược lên đến cao trào và bùng nổ ra trong Thế Chiến Thứ Hai, Nhật Bản đã bị khối đồng minh đánh bại.

Hòa thượng Thích Tuệ Sỹ nhấn mạnh rằng việc dịch Đại Tạng Kinh Việt Nam là để phục hưng những giá trị văn hóa dân tộc, để đóng góp vào việc phát triển đất nước. Thực tế lịch sử cho thấy rằng khi Phật Giáo hưng thịnh thì cũng là lúc đất nước cường thịnh, như Giáo sư Trí Siêu Lê Mạnh Thát đã nói: *"Phật Giáo gắn bó với dân tộc mình ngay từ đầu. Truyền thuyết về nguồn gốc người Việt Nam cũng có trong kinh Phật Giáo."* Kinh Phật Giáo mà Giáo sư Trí Siêu nói đó chính là Lục Độ Tập Kinh của Khương Tăng Hội dịch vào thế kỷ thứ 3 tây lịch.

Để kết luận bài viết này, xin mượn lời của Giáo sư Trí Siêu Lê Mạnh Thát đã viết trong tác phẩm "Tổng Tập Văn Học Phật Giáo Việt Nam Tập 1, Phần II về Khương Tăng Hội, Mục II Nghiên Cứu Về Lục Độ Tập Kinh, như sau:

"Lục Độ Tập Kinh còn là văn bản thiết định những chủ đề tư tưởng lớn của Phật Giáo Việt Nam, làm tiền đề cho những phát triển tư duy Phật Giáo Việt Nam, mà thành quả đầu tiên phát hiện cho đến nay là sáu lá thư trao đổi giữa Lý Miễu, Đạo Cao và Pháp Minh vào khoảng những năm 450."

Đó chính là lý do tại sao, việc thực hiện bộ Đại Tạng Kinh Việt Nam có vai trò quan trọng và cấp bách trước sự lung lay của nền Phật Giáo truyền thống và sự phá sản của nền văn hóa khai phóng, độc lập, tự chủ và nhân bản của dân tộc Việt Nam.

PHÁP HỘI LINH SƠN,
TỎA HƯƠNG HOẰNG PHÁP

❀ THÍCH NỮ HUỆ TRÂN

Tuần lễ cuối, tháng 11 năm Tân Sửu, một Đại hội đã khai diễn qua hình thức mới mẻ với kỹ thuật tin học tân tiến hiện đại để quy tụ được thành phần khắp thế giới cùng tham dự. Đó là Đại hội Hội Đồng Hoằng Pháp thuộc Giáo Hội Phật Giáo Việt Nam Thống Nhất, lần thứ nhất đã trực tuyến diễn ra qua hệ thống Zoom Meeting.

Đại hội được sự đồng chủ toạ của nhị vị là Hòa thượng Thích Tuệ Sỹ, vị Tỳ Kheo khâm thừa di chúc của Đức Đệ Ngũ Tăng Thống, để hiến dâng tâm-lực, trí-lực nhận trọng trách bảo tồn, hoằng dương Chánh Pháp; và Giáo sư Trí Siêu Lê Mạnh Thát vị Thiền sư uyên thâm Kinh, Luật, Luận qua những cổ ngữ Phạn, Hán, Pali.

Trước ngày Đại hội khai diễn, nhiều bức tâm thư được lần lượt phổ biến, nêu những điểm chính sẽ được thảo luận trong Đại hội cũng như giới thiệu thành phần các ban đã được thành lập gồm Chư Tôn Đức đại diện các châu lục cùng quý cư sỹ Phật tử có khả năng góp trí lực và tâm lực, cùng điều hành pháp-sự.

Những ai đủ duyên đọc những bức tâm thư cùng những lời thông báo về Đại hội có tầm vóc quốc tế này, đều hân hoan chờ đón. Kẻ già nua, chậm chạp như tôi đã cẩn thận nhờ người quen sắp xếp cho những gì căn bản phải sẵn sàng để không lỡ mất cơ hội đặc biệt hiếm quý này. Như cài đặt hệ thống Zoom mà máy tôi chưa từng có, dặn dò kỹ lưỡng tới giờ khai mạc phải làm gì, khi vào Zoom, muốn có hình mình thì làm sao, hoặc chỉ muốn ghi tên thôi thì phải thế nào... Bao sự việc đơn giản với người biết và không đơn giản chút nào với người chưa biết!

Sau khi bạn ra về, một mình ngồi trước màn hình, tôi thầm xin Chư Phật gia hộ, rồi hồi hộp chờ giờ phòng hội mở cửa cho những ai đã nhận password được ghi danh vào dự.

Sự kiện đặc biệt từ trước chưa có, về cả hình thức lẫn nội dung này đã được thức giả khắp nơi tường thuật với nhiều hình ảnh cùng chi tiết và phổ biến trên báo chí cũng như trên mạng lưới thông tin toàn cầu.

Ở đây, trên trang giấy thô thiển này, tôi chỉ xin được chia sẻ những cảm xúc chủ quan, xuất phát tự trái tim dường như có thể oà vỡ khỏi lồng ngực vì bao xúc động vô bờ tiếp nối không ngừng suốt thời gian Đại Hội.

Khi lò dò vào được phòng hội, hình ảnh đầu tiên mà nhiều năm qua tôi chưa được gặp lại là Thượng tọa Thích Nguyên Tạng. Thời trước, khi hàng năm phái đoàn Hoằng Pháp Âu Châu có chuyến hoằng pháp tại Mỹ Quốc, thì Quý Ngài đều dành thời gian, dừng bước tại chùa Phật Tổ, thành phố Long Beach, miền Nam California, ban pháp cho Phật tử nơi đây thọ nhận. Nhưng đã nhiều năm qua, có lẽ cần chia ân sủng tới Phật tử ở những châu lục khác nữa nên hạnh phúc xưa chỉ còn là kỷ niệm! Nay bất ngờ được thấy lại Thượng tọa trong vị trí là người điều hợp chương trình Đại hội, tôi chắp tay búp sen, đảnh lễ Ngài.

Màn hình linh động khi ban ghi danh cập nhật chư vị đang vào phòng hội, hoặc với hình ảnh, hoặc chỉ có danh hiệu. Mỗi vị ở riêng trong mỗi diện tích đồng đều như nhau khi xuất hiện trên màn hình chung, trước hay sau là do thời điểm khi ghi danh vào dự.

Do vậy mà đại chúng thấy sự hài hoà tự nhiên, khi nhận diện Chư Tôn Đức Trưởng lão, Chư Tăng Ni các châu lục, kế bên Phật tử cận sự nam, cận sự nữ, rồi trẻ, già, người Âu, kẻ Á... Tất cả hoà đồng trong không gian đông đảo mà cực kỳ trang nghiêm, tôn kính.

Tuy không được nhìn thấy các Ban làm việc nhưng sự trật tự và nhịp nhàng uyển chuyển thể hiện suốt thời gian Đại hội đã chứng tỏ tâm lực và trí lực của chư vị trong mọi Ban, hết lòng cống hiến.

Trước màn hình tiếp tục cập nhật người vào tham dự mỗi lúc mỗi đông, đủ mọi thành phần, bất chợt một sát na tâm tôi bỗng bật lên hình ảnh Pháp Hội Linh Sơn, ở Phẩm Tựa, Kinh Diệu Pháp Liên Hoa. Vừa liên tưởng như vậy, tôi chắp tay đảnh lễ và cảm nhận ngay những hạt lệ ân sủng rơi đều trên búp tay sen!

Ôi! hai mươi sáu thế kỷ trước *"Một thuở nọ Đức Phật ở núi Kỳ Xà Quật, nơi thành Vương Xá, cùng chúng Tỳ Kheo một muôn hai ngàn gồm cả La Hán và bậc Tam Hiền còn đang tu học..."*

Hai mươi sáu thế kỷ sau, lần đầu tiên, nhờ kỹ thuật tân tiến hiện đại, một Đại hội đang quy tụ được muôn người-con-Phật khắp các châu lục, cùng về tham dự, dù giờ giấc, khí hậu, hoàn cảnh có khác biệt thế nào!

Hai hình ảnh, một từ ký ức trong tâm, một ngay hiện tiền trước mặt nhưng tinh thần thì cùng hướng về Đạo Tối Thượng, đã khiến nước mắt tôi không thể ngừng rơi. Búp tay sen đã đẫm lệ, và vạt áo tràng nâu đang hân hoan nhận tiếp những hạt lệ vui mừng...

Khi Thượng tọa điều hợp chương trình Đại hội đọc 14 tiết mục, đều rất quan trọng và liên đới với nhau thì tôi như nghe thấy trái tim mình đập mạnh hơn. Trọng trách điều hợp một chương trình như vậy không thể đơn giản như vị trí MC trong bất cứ một chương trình dưới lãnh vực nào ngoài đời thường, để có thể du di, tùy tiện. Nhưng Thượng tọa đã trấn an cho chúng tôi bằng những nụ cười từ ái, nhẹ nhàng luôn thể hiện khi nhận tin tức từ các ban-viên, để cập nhận thông báo, hay khi ngước nhìn đồng hồ để ước lượng cho các tiết mục không thiếu hoặc dư thời gian! Tôi cảm nhận rằng pháp-thân tự tại của Thượng tọa đã truyền cảm được sự bình an tới người tham dự.

Khi hình ảnh nhị vị chủ toạ Đại hội hiện trên màn hình, dù thực tế không được diện kiến nhưng tôi tin rằng mọi người tham dự đều chắp tay đảnh lễ.

Như từ nhiều thập niên qua, Ôn Tuệ Sỹ vẫn mình-hạc-sương-mai, nhưng khi cất tiếng thì điềm đạm mà mạnh mẽ, chậm rãi mà rõ ràng. Hòa thượng vào ngay chủ yếu của vấn đề, là sự cần thiết phiên dịch bộ Đại Tạng Kinh bằng Việt ngữ, với đầy đủ chuẩn mực hàn lâm mà năm xưa, 10 vị Trưởng lão trong Hội Đồng Trung Ương thuộc GHPGVNTN, sau bổ sung thêm 8 vị, đồng tâm thực hiện pháp sự quan trọng này. Đó là thời điểm tháng 10 năm 1973. Nhưng chỉ một năm sau những diễn biến lịch sử là những trở ngại khiến dự án không thể tiến hành! Rồi biến cố Tháng Tư năm 1975 đã thay đổi quê hương trong mọi lãnh vực!

Gần nửa thế kỷ đã trôi qua! Ngậm ngùi thay, 18 Chư Tôn Đức trong Hội Đồng Phiên Dịch năm xưa nay chỉ còn Trưởng lão Hòa thượng Thích Thanh Từ (trong tình trạng vô ngôn) và Hòa thượng Thích Tuệ Sỹ.

Gần nửa thế kỷ đã trôi qua! Nay, trước màn hình của ngày Đại hội Hội Đồng Hoằng Pháp, tháng 11 năm 2021, nhị vị chủ toạ, Hòa thượng Thích Tuệ Sỹ và Giáo sư Trí Siêu Lê Mạnh Thát đồng xác định rằng đây không phải là một Hội Đồng mới mẻ được thành lập, mà chỉ là sự kế thừa Hội Đồng Phiên Dịch Tam Tạng được thành lập bởi quyết định của Hội Đồng Giáo Phẩm Trung Ương. Viện Tăng Thống GHPGVNTN, từ tháng 10 năm 1973.

Giáo sư Trí Siêu Lê Mạnh Thát đã nhấn mạnh về nhu cầu phiên dịch Đại Tạng Kinh sang tiếng Việt là cấp bách và cần thiết vì Kinh quá nhiều mà phần lớn phổ biến bằng Hán tự nên khi Phật tử Việt Nam muốn đọc, muốn học, hoặc muốn nghiên cứu là gặp trở ngại không ít vì mấy ai có khả năng và hoàn cảnh để đi học chữ Hán rồi sau đó mới học Kinh Điển!

Giáo sư cũng nhắc tới Lục Độ Tập Kinh mà ngài Khương Tăng Hội dịch vào thế kỷ thứ

3 Tây Lịch, để xác quyết rằng Phật Giáo gắn bó với dân tộc Việt ngay từ thuở đầu. Truyền thuyết về người Việt Nam đã xuất hiện trong Kinh Phật Giáo qua Lục Độ Tập Kinh mà những chuyên gia nghiên cứu về Phật giáo có thể tìm thấy.

Trong thông bạch mới nhất vừa phổ biến về việc thành lập Hội Đồng Phiên Dịch Tam Tạng Lâm Thời, Hoà thượng Thích Tuệ Sỹ đã bày tỏ cảm niệm sâu xa tâm từ bi vô lượng của Đức Thế Tôn khi Bậc Giác Ngộ muốn Giáo Pháp được rải đồng đều tới mọi tầng lớp, mọi sắc dân, như mưa xuống thì mọi cỏ cây đều thấm nhuận. Để Mưa Pháp có thể rải đều muôn nơi cho chúng sanh đồng thọ hưởng, Đức Thế Tôn đã khuyến khích, là *"Hãy để cho mọi người được nghe và học Chánh Pháp theo ngôn ngữ địa phương của chính mình".*

Khi mắt vừa chạm tới những dòng Chữ-Vàng này, thì bao hạt lệ vẫn chực sẵn, lại lập tức thay nhau, lã chã tuôn rơi!

Ôi! Lời khuyến khích của Đấng Từ Phụ là động lực luôn thúc đẩy những người-con-Phật thuộc sắc dân Châu Á hiện sinh sống trong một quốc độ nhỏ, mang danh là Việt Nam, khi hoàn cảnh tạm thuận duyên là lại cùng nhau, thảo dự án phiên dịch những lời Phật dạy từ Tam Tạng Thánh Giáo qua ngôn ngữ Việt để những Phật tử quốc tịch Việt Nam có thể theo đó mà dễ dàng hành trì, học hỏi.

Tam Tạng Thánh Giáo gồm: Tạng Kinh (Sutrapitaka), Tạng Luật (Vinayapitaka) và Tạng Luận (Abhidharmapitaka) bao gồm những lời Phật nói, Phật dạy và Phật chỉ dẫn cách suy luận, khảo sát khi quán chiếu những gì được nghe và được dạy.

Ngay sau khi Đức Phật nhập Niết Bàn thì chư vị đệ tử ưu tú của Phật đã nhận ra ngay sự quan trọng và cấp bách phải kết tập những gì mà chư vị đã được thọ nhận từ kim-khẩu

Đức Thế Tôn để lấy đó làm kim chỉ nam dẫn đường chúng sanh tới giải thoát giác ngộ.

Đó là lần kết tập đầu tiên, sau khi Đức Phật nhập diệt 7 ngày thì Tôn-giả Ma Ha Ca Diếp đã triệu tập 500 vị Tỳ-kheo về họp Đại Hội, cùng trùng tuyên bao lời giáo huấn của Phật. Trong lần kết tập này, ngài A Nan được đề cử tuyên đọc những bài Pháp Đức Phật giảng dạy trong những địa danh nào, cho những đối tượng nào. Đó là Kinh.

Ngài Ưu Ba Ly thì được đề cử lập lại những giới luật Đức Phật đã đặt ra để giúp những ai đi trên đường trung-đạo tránh được phạm lỗi. Đó là Luật. Như vậy, ngay lần kết tập đầu tiên, được ghi nhận như dấu mốc của năm Phật Lịch thứ Nhất, là năm 544 trước Tây Lịch, thì kết quả đạt được là Tăng-đoàn đã có Kinh và Luật.

Với thời gian, với nhu cầu, với hoàn cảnh khác biệt của mỗi quốc độ, người-con-Phật đã không ngừng quan tâm tới việc phiên dịch Đại Tạng Kinh cho phù hợp với văn-hoá-tính, dân-tộc-tính của xứ sở mình, như lời Phật từng từ bi khuyến khích, miễn là nghĩa Kinh phải giữ cho chuẩn, như trong Tứ Bất Y nhắc nhở:

"Y Pháp, bất y nhân

Y Nghĩa, bất y ngữ

Y Trí, bất y thức

Y Kinh liễu nghĩa, bất y kinh bất liễu nghĩa"

Ngày nay, cơ duyên của Phật tử Việt Nam được nhị vị Trưởng-tử Như Lai trình bầy trước Đại hội Hội Đồng Hoằng Pháp, làm nức lòng bao người-con-Phật về một bộ Đại Tạng Kinh được phiên dịch bằng ngôn ngữ Việt sẽ gắn bó và tiềm ẩn sâu xa văn hoá và dân-tộc-tính của dòng giống con Rồng cháu Tiên.

Cảm nhận tới đây, tôi lại rưng lệ và như nghe thấy âm thanh đang tự hỏi mình. Phải chăng chư vị các Ban, các Ngành nhận trọng trách cùng phiên dịch Đại Tạng Kinh ra Việt ngữ thuần túy cũng đang làm Phật sự kết tập?

Sau khi Phật nhập diệt, ngài Đại Ca Diếp đã nhanh chóng kêu gọi huynh đệ *kết tập lần đầu, lưu lại lời giáo huấn của Ân-Sư.*

Sau nhiều thập niên bị hoàn cảnh lịch sử gián đoạn, Trưởng-tử Như Lai và hàng tứ chúng khắp các châu lục cũng đang gọi nhau về, cùng góp tâm lực khởi công *lần đầu kết tập phiên dịch Đại Tạng Kinh ra Việt ngữ,* hầu tiếp nối hoài bão Chư Vị Minh Sư phải bỏ dở dang!

Hai quốc độ, hai thời gian, hai không gian, nhưng cùng mang chung một tinh thần. Đó là tinh thần kết tập.

Nguyện xin Chư Phật mười phương gia hộ.

Nay, Đại hội Hoằng Pháp

Con cảm nhận trầm hương

Từ Linh Thứu Pháp Hội

Lan toả khắp mười phương

Hai mươi sáu thế kỷ

Tựa sát na diệu thường

Cho bao người con Phật

Thọ nhận ơn Thế Tôn

Đại Tạng Kinh phiên dịch

Bằng ngôn ngữ địa phương

Như từ kim-khẩu Phật

Trung đạo, chỉ một đường.

Nam Mô Bổn Sư Thích Ca Mâu Ni Phật.

Thích Nữ Huệ Trân

cẩn bái

(Tào-Khê tịnh thất – Tiết chớm Xuân)

167

Liên lạc HỘI ĐỒNG HOẰNG PHÁP

Hòa Thượng Thích Như Điển, Chánh Thư Ký

Chùa Viên Giác. Karlsruher Str. 6, 30519 Hannover, Germany

Website: www.hoangphap.org; Email: hdhp.ctk@gmail.com;

Tel: + 49 511 879 630

Thượng Tọa Thích Nguyên Tạng, Trưởng ban Báo Chí & Xuất Bản

Tu Viện Quảng Đức, 105 Lynch Road, Fawkner, Vic.3060 Australia

Website: www.hoangphap.org; Email: hdhp.bbc@gmail.com;

Tel: +61 481 169 631

Thượng Tọa Thích Tâm Hòa, Trưởng ban Bảo Trợ, HĐHP

Trung Tâm Văn Hóa Phật Giáo Pháp Vân, Ontario, Canada

420 Traders Blvd E, Mississauga, ON L4Z 1W7, Canada

Website: www.phapvan.ca; Email: thichtamhoa@gmail.com

Tel: +1 905-712-8809

Liên lạc thỉnh ĐẠI TẠNG KINH

Ni Sư Thích Nữ Quảng Trạm

Tổ Đình Khánh Anh (Bagneux)

14 Avenue Henri Barbusse, 92220 Bagneux - France

Tel.: +33 6 09 09 01 19 - Email: hdhp.inan@gmail.com

www.ingramcontent.com/pod-product-compliance
Lightning Source LLC
Chambersburg PA
CBHW041645120626
46547CB00017B/2622